வியாபார வியூகங்கள்

சதீஷ் கிருஷ்ணமூர்த்தி

அமெரிக்காவில் டெம்பிள் யுனிவர்சிடியில் எம்.பி.ஏ. படித்தவர். கவின்கேர், கிரிக் இன்ஃபோ, ரிலையன்ஸ் போன்ற நிறுவனங்களில் மார்க்கெட்டிங் துறையில் முன்னணிப் பதவிகளை வகித்தவர். மெக்கேன் எரிக்ஸன், முத்ரா போன்ற விளம்பர நிறுவனங்களில் மேலாளராகப் பணிபுரிந்தவர். தற்போது சிறிய மற்றும் நடுத்தர நிறுவனங்களுக்கு மார்க்கெட்டிங் ஆலோசகராக இருக்கிறார். அத்துடன் பிரபல நிர்வாகவியல் கல்லூரிகள், தொழிற்துறை சங்கங்கள் மற்றும் கம்பெனிகளில் மார்க்கெட்டிங் துறையில் பாடங்களும் பயிற்சி வகுப்புகளும் நடத்துகிறார். தி இந்துவில் 'தொழில் ரகசியம்' என்ற தலைப்பில் மார்க்கெட்டிங், பிசினஸ் கட்டுரைகள் எழுதிவருகிறார்.

ஆசிரியரின் பிற புத்தகங்கள்

மார்க்கெட்டிங் மாயாஜாலம்

விளம்பர மாயாஜாலம்

மார்க்கெட்டிங் பஞ்ச மாபாதகங்கள்

போட்டுத் தள்ளு: தொழிலில் விற்பனையில் போட்டியை வெல்லும் கலை

பட்டைய கிளப்பு: ப்ராண்ட் பற்றிய க்ராண்ட் அறிமுகம்

பிசினஸ் சைக்காலஜி

வியாபார வியூகங்கள்

சதீஷ் கிருஷ்ணமூர்த்தி

கிழக்கு

வியாபார வியூகங்கள்
Vyabara Vyugangal

First Edition: December 2017
200 Pages
Printed in India.

ISBN 978-81-8493-833-3
Kizhakku - 1061

Kizhakku Pathippagam
177/103, First Floor,
Ambal's Building, Lloyds Road,
Royapettah, Chennai 600 014.
Ph: +91-44-4200-9603
Email : support@nhm.in
Website : www.nhm.in

kizhakkupathippagam
kizhakku_nhm

Author's email id: satheeshkrishnamurthy@gmail.com

Kizhakku Pathippagam is an imprint of New Horizon Media Private Limited.

என் பள்ளி '12 C' வகுப்பு நண்பர்களுக்கு.
இன்றும் தொடரும் இனிய நட்புக்கு!

மாஸ்டர் ப்ளான்

முன்னுரை : சியர்ஸ்!

காலகாலமாக நம் வீட்டு பெண்கள் கணவர்களிடம் தங்களுக்குப் புதுப் புடவை வேண்டும் என்பதை எப்படிக் கேட்டார்கள் என்பதைக் கொஞ்சம் நினைத்துப் பாருங்கள். ஆபீஸிலிருந்து கணவன் வந்ததும் வராததுமாக 'புடவை வேண்டும்' என்று கேட்க மாட்டார்கள். அவர்களுக்குத் தெரியும், வேண்டா வெறுப்பாக ஆபீஸ் சென்று காண்டாகி கடுப்பில் வரும் கணவனை, கதவை திறந்து கண்ட மாத்திரம் கேட்டால் காரித் துப்புவான் என்று; கழுவி ஊத்துவான் என்று; கண்டமேனிக்குக் கடித்துக் குதறுவான் என்று; கட்டையை எடுத்து பட்டையைக் கிளப்புவான் என்று!

'போட்டிருக்கற நைட்டியே ஜாஸ்தி. இந்த தரித்திரத்துக்குப் புதுப் புடவை ஒண்ணுதான் கேடு. சனியன். எனக்குன்னு வந்து வாச்சது பாரு கோராஜலம்.'

அப்படியென்றால் புடவை ஆசை அவ்வளவுதானா? பெண்கள் மறந்துவிடுவார்களா?

அதெப்படி. புதுப் புடவைக்கு ஆசைப்பட்ட தமிழ் கூர் நல்லுகப் மறக்குடி மங்கை தன் ஆசையை விட்டொழித்ததாக பூலோகம் முழுவதும் சரித்திரம் உண்டா? நெஞ்சு திறத்தினால், சின்ன முறத்தினால் புலியைத் துரத்தியவள் ஆஃப்டர் ஆல் கணவனைத் துரத்தமாட்டாளா புடவைக் கடைக்கு. எடுக்கமாட்டாளா புதுப் புடவையை. திட்டமிட்டுத் தீர்க்கமாட்டாளா தன் புதுப் புடவை ஆசையை.

எப்படி?

வேறெப்படி, விவேகமாய் சிந்தித்து வில்லங்கமாய் வியூகம் அமைத்துத்தான்!

கணவன் வீட்டுக்குள் நுழைந்தவுடன் அவனை வாசலில் வரவேற்கும் டிகிரி காபியின் ஜிகிரி வாசனை. மனைவிக்கு அப்படி காபி போடத் தெரியும் என்பதே அவனுக்கு அன்றுதான் தெரியவரும். அணுகப்போகும் ஆபத்தை அணு அளவும் அறியாத அந்த அப்பாவி ஆண் மூக்கிழுக்கும் பக்கம் மூச்சைச் செலுத்தி அக்கடா என்று அமருவான்.

கொலுசு கலகலக்க, இட்ட அடி நோக எடுத்த அடி கொப்பளிக்க, கைவளையல் சலசலக்க, டவரா டம்ப்ளருடன் நடை பயின்று ஆசையும், அன்பும், ஆபத்தும் அருகே வந்து அமரும். தப்பான வீட்டுக்கு வந்துவிட்டோமோ என்று சந்தேகம் வரும் கணவனுக்கு!

'ஆறிப் போறதுக்குள்ளே காபிய குடிங்க.'

காலை ஆறு மணிக்கு கேட்ட காபியை ஆறு மணி நேரம் கழித்து ஆறி அவலாய் கொடுக்கும் நம் தர்மபத்தினியா இது என்று படித்த அறிவு கேட்டாலும் பேதை மனது கிடைத்த சான்ஸை விடுவானேன் என்று நினைக்கும். ரொம்பக் காத்திருந்தால் கொடுத்த காபியைப் பிடுங்கிவிடப் போகிறாள் என்று காபியை மடக்கென்று வாங்கிச் சடக்கென்று ஆற்றி படக்கென்று பருகுவான்.

'குளிக்கிறீங்களா. வெந்நீர் போட்டிருக்கேன்.'

கல்யாணம் ஆன நாளிலிருந்து கண்ணீரில் குளிப்பாட்டியவள் வெந்நீர் போட்டிருக்கிறாளாமே. இதில் ஏதாவது உள்குத்து இருக்குமோ என்ற ஐயம் இருந்தாலும் ஆசை யாரை விட்டது? குளித்துவிட்டு புரியாத பேப்பரை எடுத்து புரிந்தவரை படித்து முடித்து சோம்பல் முறிக்கும்போது கேட்கும் பி.சுசீலாவின் குரல்.

'சாப்பிட வரீங்களா.' கடைசியாய் கல்யாணம் ஆன புதிதில் கேட்ட குரல்.

'உங்களுக்குப் பிடிக்கும்ன்னு சின்ன வெங்காயச் சாம்பார் பண்ணேன். நல்லா இருக்கா?'

இதான் சின்ன வெங்காயமா? சின்ன வயதில் பார்த்தது. சாப்பிட்டு பாதாதிகேசமும் குளிர்ந்து டீவியில் அமர்ந்தால் அருகே வெத்தலை பாக்குடன் வீட்டுக்காரி.

கும்பகோண வெத்தலையா? அதுவும் சின்ன சைஸ் வெத்தலை, ஆஹா. அது பறக்காமல் இருக்கவோ என்னவோ அதன் மீது பேப்பர் வெயிட்போல் ரஷிக்லால் பாக்கு. இந்த கம்பெனி இன்னமும் இருக்கிறதா? இத்தனை நாள் கைபிடித்தவள் கண்ணிலேயே காட்டவில்லையே. ஆச்சரியத்தில் திறந்த வாய் முழுவதையும் வெத்தலையால் நிரப்பி நாக்குக்கு வெள்ளையடிப்பான்.

‘ஏங்க.’

‘ம்ம்ம்ம்ம்.’ எலி தலையைத் தூக்குகிறது.

‘இங்க பாருங்க.’

‘சொல்லு.’ பொறியிலிருக்கும் வடையைப் பார்த்துவிட்டது.

‘இன்னிக்கு வத்சலா ஃபோன் பண்ணா.’

‘என்னவாம்.’ பொறியை நோக்கி நடக்கிறது.

‘நல்லி சில்க்ஸுக்குப் போயிருந்தாளாம். புது டிசைன்ஸ்ல நல்ல கலெக்‌ஷன் வந்திருக்காம்.’

‘ம்ம்ம்.’ பொறி அருகில் நிற்கிறது.

‘ஏங்ங்ங்க. நான் ஒண்ணு வாங்கிக்கவா.’

‘சரி.’ பொறி கதவு மூடிக்கொள்ள, எலி க்ளோஸ்!

கேவலம் ஆயிரம் ரூபாய் புடவை. இதற்கே எத்தனை சதித் திட்டம் தீட்ட வேண்டியிருக்கிறது. எக்கச்சக்க செயல்திறன் பிரயோகிக்க வேண்டியிருக்கிறது. எக்குத்தப்பாய் செயல்படுத்த வேண்டியிருக்கிறது.

கோடிக்கணக்கில் புழலும் வியாபாரத்துக்கு எத்தனை வியூகங்கள் தேவைப்படும்? போட்டி நெருக்கும் ப்ராண்டுகளுக்கு எத்தகைய உத்திகள் வகுக்க வேண்டியிருக்கும்? மாறிவரும் மார்க்கெட்டை மயக்க எப்பேர்ப்பட்ட திட்டங்கள் தீட்ட வேண்டியிருக்கும்?

அந்த வியாபார உத்திகளை விலாவரியாக விளக்கவே இப்புத்தகம். தொழிலை நேர்படுத்தத் தேவையான வியூகங்களை விளக்கவே இம்முயற்சி. போட்டியைப் போட்டுத் தள்ளும் திட்டங்களைத் தெளிவுபடுத்தவே இந்த ஆரம்பம். இத்தனைக்கும் இடையில் வெற்றகரமான ப்ராண்டுகளை உருவாக்கும் வழியை விவரிப்பதும் என் நோக்கம்!

போட்டியின் பலவீனத்தின் மீது நம் பலத்தை பிரயோகிப்பதே வியூகத்தின் அடிப்படை ஐடியா. மார்க்கெட்டில் நிலவும் வளமான வாய்ப்புகளை சப்ஜாடாய் கைப்பற்றப் பயன்படும் வித்தைதான் வியூகம்.

செய்வதைத் திருந்தச் செய்வது மட்டுமல்ல வியூகம். சரியான பாதையைக் கணித்து தெளிவான பயணம் செய்யப் பயன்படுவதே வியூகம்.

நீங்கள் ஏற்கனவே தொழில் செய்பவர் என்றாலும், புது தொழில் தொடங்கப்போகிறவராக இருந்தாலும், அதைத் திறமையாய்

நிர்மாணிக்க, தெளிவாக நிர்வகிக்க, போட்டியைச் சுவடில்லாமல் நிர்மூலமாக்கத் தேவையான வியூகங்களின் விளக்கம் இப்புத்தகத்தில் இருக்கும். அந்த வியூகங்களைச் செயல்படுத்தத் தேவையான திட்டங்கள், கோட்பாடுகள், கருவிகள் பற்றிய விரிவாக்கம் இருக்கும். தெளிவான புரிதலுக்காக இப்புத்தகத்தை நான்கு பகுதிகளாகப் பத்தி பிரித்து பாத்தி கட்டி பாகங்களைக் குறிக்கும் வகையில் படைத்திருக்கிறேன்.

இப்புத்தகத்தில் நீங்கள் தலைசிறந்த பிசினஸ் ஜர்னல்கள், மார்க்கெட்டிங் வல்லுனர்கள், நிர்வாக மேதைகளைச் சந்திக்கப் போகிறீர்கள். உங்கள் வெற்றிக்கு அவர்கள் தந்திருக்கும் ஆய்வுகளை, அறிக்கைகளை, அறிவுரைகளை ஆழமாய் சிந்திக்கவும் போகிறீர்கள்!

வாருங்கள், இருவரும் சேர்ந்து ஜாலியாய் நான்கு ரவுண்டுகள் போடுவோம். இது தள்ளாடும் போதைக்கல்ல. தெளிவான பாதைக்கு. இதற்கு சைட் டிஷ் வேண்டாம். வெற்றி வேண்டும் என்ற விஷ் இருந்தால்போதும். கூட வேறு கம்பெனி வேண்டாம். நீங்கள் நடத்தும் கம்பெனிபோதும்.

ரெடியா? எடுங்கள். க்ளாஸை அல்ல; இப்புத்தகத்தை!

சியர்ஸ்

சதீஷ் கிருஷ்ணமூர்த்தி

ரவுண்ட் 1

BACKGROUND

'வியூகங்களுக்கு எதற்கு இத்தனை பீடிகை? திட்டங்களுக்கு ஏன் இவ்வளவு பில்ட் அப்? உத்திகளுக்கு எதற்காக இத்தனை முகாந்திரம்?

'இத்தனை வருடம் பிசினஸ் செய்கிறேன். வீடு வாங்கிவிட்டேன். கார் வாங்கிவிட்டேன். கல்யாணம் செய்து குட்டிகள் போட்டு விட்டேன். பிசினஸ்மென் என்று பெயரெடுத்துவிட்டேன். என்ன குறைந்துவிட்டது' என்று தொழிலதிபதிகள் கேட்கலாம்.

'புதிய பிசினஸ் துவங்கப் போகிறேன். சூப்பர் ஐடியா இருக்கிறது. ஒத்தாசைக்கு நண்பர்கள் இருக்கிறார்கள். என்ன பெரிய புடலங்காய் பிசினஸ். உள்ளே புகுந்து ஒரு கலக்கு கலக்கப் போகிறேன்' என்று புதியவர்கள் கூறலாம்.

'எம்பிஏ முடித்துவிட்டேன். பல புத்தகங்கள் படித்துவிட்டேன். நிர்வாகத் துறை அப்பேர்ப்பட்ட அப்பாடக்கரா' என்று நிர்வாகவியல் மாணவர்கள் சொல்லலாம்.

வடிவேலு பாஷையில் சொல்லவேண்டுமென்றால் 'உங்களை யெல்லாம் பார்த்தா எனக்கு பாவமா இருக்கு! ஏன்னா அது போன மாசம். நான் சொல்றது இந்த மாசம்!

மார்க்கெட் வேகமாக உருமாறிவருகிறது. பிசினஸ் சிலபஸ் ஏகத்துக்கு மாறியிருக்கிறது. அதன்கூட ஓட முட்டி பெயர்ந்து, மூச்சு முட்டி,

நாக்கு வெளியே தள்ளுகிறது. பழையதைக் கட்டிக்கொண்டிருந்தால் பழைய சோறுகூட கிடைக்காது. புதியதை ஏற்காவிட்டால் புத்தூருக்குத்தான் போகவேண்டும்.

மாறி வரும் மார்க்கெட்டை மரியாதையுடன் தெரிந்துகொள்ளுங்கள். மாற வேண்டிய மார்க்கெட்டிங்கை மறக்காமல் புரிந்துகொள்ளுங்கள். மலர வேண்டிய புதிய நிர்வாக முறைகளை முறையாக அறிந்து கொள்ளுங்கள்.

பிசினஸ் பேக்ரவுண்ட், தொழில் பின்னணி. இதைத்தான் ஊற்றப் போகிறோம் முதல் ரவுண்ட்டில்.

1

மாறி வரும் மார்க்கெட்

வியாபார உலகம் விபரீத வேகத்தில் மாறிவருகிறது. கண் முன்னே வளரும் குழந்தைகளின் வளர்ச்சி எப்படி நம் கண்களுக்குத் தெரிவதில்லையோ அதுபோல் வியாபார உலகின் நாளொரு வளர்ச்சியும் பொழுதொரு மாற்றமும் நம் கண்களுக்குத் தெரிவதில்லை. கடந்து வந்த காலத்தைக் கண் திறந்து பார்க்கும்போது தான் கடகடவென்று நடந்த வளர்ச்சிகள் கண்கூடாய் தெரிகிறது. காலப்போக்கு கண்ட மாற்றங்கள் கபாலத்தில் உறைக்கிறது.

ஒன்றும் வேண்டாம். சதா சர்வ காலம் நம் கையே கதியென்று கிடக்கும் ஃபோனை எடுத்துக்கொள்ளுங்கள். அலெக்ஸாண்டர் க்ரஹேம்பெல் கண்டுபிடித்து ஹலோ சொல்லி ஆரம்பித்த டெலிஃபோனின் விற்பனை, உலகம் முழுவதும் நூறு கோடியை அடைய நூறு வருடங்கள் தேவைப்பட்டது. இடத்தை அடைத்து அடப்பமாய் அமர்ந்திருந்த அந்த கருப்பு கலர் டெலிஃபோன் பின் செல்ஃபோன் என்ற குட்டி போட்டது. அது உலகில் நுழைந்து அதன் விற்பனை நூறு கோடியை தொட பத்து வருடங்களே தேவைப் பட்டது. செல்ஃபோன் ஸ்மார்ட்ஃபோனாக மாறி அதன் விற்பனை நூறு கோடி அடைய ஜஸ்ட் ஒரு வருடம் மட்டுமே தேவைப் பட்டிருக்கிறது!

சாதாரண ஃபோன். ஒரு கால் செய்யும் நேரத்தில் அதில்தான் எத்தனை மாற்றங்கள். எஸ்எம்எஸ் அனுப்பும் நேரத்தில்தான் அதில் எத்தனை வளர்ச்சி.

மார்க்கெட் மாறுவதும் தெரிவதில்லை. மாறும்விதமும் புரிவதில்லை. மாற்றத்துக்குத் தேவையான காலத்தைக்கூட கணிக்க முடிவதில்லை. என்னதான் தலைதெறிக்க கூடவே ஓடினாலும் மாறி வரும் மார்க்கெட்டைப் பிடிக்கவும் முடிவதில்லை.

கடந்த இருபது வருடங்களில் மார்க்கெட் கண்ட மாற்றங்களை எண்ணிப் பாத்தால்தான் நாம் கடந்து வந்த பாதையின் கரடுமுரடு தெரியும். கடக்க வேண்டிய பாதையிலுள்ள புதைகுழிகள் புரியும். தொழிலையும் மார்க்கெட்டிங்கையும் அணுக வேண்டிய வழிமுறைகள் கண் முன் விரியும்.

பெருகி வரும் வாடிக்கையாளர் சக்தி

ஒரு காலத்தில் ஆசைப்பட்டு கடையில் எந்த பொருள் வாங்கினாலும் அதன் பில்லில் 'விற்ற பொருள் எக்காரணம் கொண்டும் திருப்பி எடுத்துக்கொள்ளப்படமாட்டாது' என்று அச்சிடப்பட்டிருப்பதைப் பார்த்திருப்பீர்கள். வாங்கிய பொருள் சரியில்லாத பட்சத்தில் கடையிருக்கும் தெருப்பக்கமேகூட வராதே என்று கடைகள் எச்சரிக்காதது ஒன்றுதான் குறை.

அப்படியும் பொருளை வாங்கினோம். வேறு வழி? அந்த கடையை விட்டால் அடுத்த கடைக்கு ஆறு மைல் நடக்கவேண்டுமே. சரி, அப்படியே சென்றாலும் அந்த கடையில் மட்டும் என்ன வாழ்ந்தது? இதே கதை. இதே பில். இதே எச்சரிக்கைதான்.

சரி, பொருள் தரம்தான் தறிகெட்டுத் தாறுமாறாய் இருந்தது என்றால் கடைக்காரரின் அலப்பரை அதற்கு மேல் இருக்கும். கடைக்குள் நுழையும்போதே முகத்தைச் சுருக்கிக்கொள்வார். 'கடையத் திறக்கக்கூடாதே, உடனே வந்துடுவானுங்க' என்பதுபோல் இருக்கும் அவர் முகம்.

கடையில் நுழைந்த நம்மிடம் என்றாவது கடைக்காரர் சிரித்த முகத்துடன் 'என்ன வேண்டும்' என்று கேட்டிருக்கிறாரா. நாம்தான் நமக்கு என்ன வேண்டும் என்று கேட்கவேண்டும். அதுவும் கடைக்குள் நுழைந்து ரைட் ராயலாய் கேட்டால் வைவார். அவருக்கு ஏகப்பட்ட வேலை இருக்கும். வீட்டு கணக்கு எழுத வேண்டும். பணத்தை எண்ணவேண்டும். காது குடைய வேண்டும். பிசியாய் இருக்கும் நேரத்தில் டிஸ்டர்ப் செய்தால் மனுஷனுக்குக் கோபம் வராதா!

காது குடையும்போது அவருக்கே தெரியாமல், குடையும்போது கிடைக்கும் அற்ப சுகத்தின் ஊடே, அந்த சிற்றின்பம் தரும் மயக்கத்தில் கண் ஒரு சுற்று சுற்றி கடையில் தேமே என்று

நின்றிருக்கும் நம் முகத்தைத் தாண்டிச் செல்லும். அய்யோ, கடைக்காரர் கடைக்கண்படவேண்டுமே, கிடைத்த சான்ஸை விடக்கூடாதே என்று கால்கடுக்க, கவலையுடன், கலவரத்துடன் காத்திருக்கும் நாம், கடைக்காரர் கண் பார்வை நம் முகத்தை தாண்டும் அந்த கண நேரத்தில் டக்கென்று பிடித்து பட்டென்று தேவையானதை கேட்டுவிடவேண்டும். நம் போறாத காலம் அந்த கண் சுழற்சியை மிஸ் செய்துவிட்டால் போச்சு. கடைக்காரர் அடுத்த காதை குடைந்து அது கொடுக்கும் ஸ்பரிச சுகத்தில் மீண்டும் அவர் கண் எதிர் திசையில் சுழன்று நம் முகத்தை இடப்புறமாய் தாண்டும் வரை காத்திருக்க வேண்டும்.

கடைக்கண் பார்வை என்பதற்கு அக்காலத்தில் அர்த்தமே இது தானோ என்னவோ!

கடைக்காரர் கண் பார்வை நம் மீது பட வெகு நேரம் காத்திருந்து, கால் கடுக்க தவமிருந்து, காலம் பல கடந்து, சமயத்தில் என்ன வாங்க வந்தோம் என்பதே மறந்துவிடும். சும்மா நின்றால் நன்றாக இருக்காதென்று 'அண்ணாச்சி சௌக்கியமா. ரொம்ப நாளாச்சு பார்த்துட்டு போலாம்னு வந்தேன்' என்று வழிய வேண்டியிருக்கும்.

கடைக்காரர் கண் பார்வைக்கு ஏங்கித் தவித்த இந்தப் போராட்ட மெல்லாம் நாம் வாங்க வேண்டிய பொருள் கடையில் இருந்தால் தான். நமக்கு குரு பலன் அமைந்து, நல்ல காலம் இருந்து வாங்க வந்த பொருள் கைக்குக் கிடைத்தால்தான். சாதாரண பொருளுக்கே டிமாண்ட் எகிறி வெயிட்டிங் லிஸ்ட் இருந்த காலம் ஆச்சே அது. 'பஜாஜ்' ஸ்கூட்டரை புக் பண்ணி மூன்று வருடங்கள் காத்திருந்தவர் களைக் கேளுங்கள், கதை கதையாய்ச் சொல்வார்கள், ஷோரூமில் புக் செய்து, காலம்காலமாய் காத்திருந்து ஸ்கூட்டர் கைக்குக் கிடைப்பதற்குள் ஸ்கூட்டர் ஓட்டவே மறந்து போன விஷயத்தை!

அதை விடுங்கள். ஃபோன் கனெக்ஷன் பெற புக் செய்து காத்திருந்து கிடைத்து முதல் ஃபோன் செய்ய ஐந்து வருடம்கூட காத்திருந்தோமே. டெலிஃபோன் அட்லாட்மெண்ட் ஆன சந்தோஷத்தைப் பார்த்தவர்களுக்கெல்லாம் பார்ட்டி கொடுத்து பரவசப்பட்டோமே!

எப்பேர்ப்பட்ட காலத்தைக் கடந்து வந்திருக்கிறோம் பாருங்கள்.

இப்போதுநிலைமையே தலைகீழ். இன்று வாடிக்கையாளர்தான் ராஜா, ராணி, மந்திரி சகலமும். மார்க்கெட்டர் அவரை மரியாதை யுடன் மாலையிட்டு மண்டியிட்டு மன்றாடி மனதார சேவிக்கிறார்கள். கடையில் காதுகுடைந்த காலம் போய் வந்த வாடிக்கையாளரிடம் 'வாங்க சார், என்ன வேண்டும். ஒரு ஃபோன் போட்டா வீட்டுக்கே வந்து தருவோமே' என்று கெஞ்சிக் கூத்தாடுகிறார்கள்.

வாங்கிய பொருளைத் திருப்பி எடுக்கமாட்டோம் என்ற நிலை மாறி 'எங்கள் பொருளை உபயோகித்துப் பாருங்கள். பிடிக்கவில்லையா, திருப்பித் தந்து விடுங்கள், பணம் வாபஸ்' என்று கூறுகிறார்கள். ஏதோ இந்த மட்டும் 'பாரத் மேட்ரிமோனி', 'ஷாதி' போன்ற மேட்ரிமோனியல் சைட் ப்ராண்டுகள் இவ்வகை ரிடர்ன் பாலிசி அமுல்படுத்தவில்லை. யார் கண்டது? கண்ட ப்ராண்டுகளும் எக்ஸ்சேஞ்ச் மேளா நடத்தும் காலம் இது. மேட்ரிமோனியல் ப்ராண்டுகள் செய்தாலும் ஆச்சரியப்படுவதற்கில்லை!

'ஃபோன் வேண்டுமா, வீட்டு ஹாலில் உட்கார்ந்து ஹாயாக ஆர்டர் செய்யுங்கள். கனெக்ஷனோடு உங்கள் வீட்டு மொட்டை மாடியில் ஸ்பெஷல் டவரே வைத்துத் தருகிறோம்' என்று கூற ரெடியாய் இருக்கின்றன டெலிஃபோன் கம்பெனிகள்.

சில கம்பெனிகளோ டவரை விட இன்னும் ஒரு படி மேலே சென்று 'அடுத்த கம்பெனியை விடுங்கள். எங்கள் ஃபோன் கனெக்ஷன் வாங்கினால் உங்கள் வீட்டுக்குள் பிரத்யேக டெலிஃபோன் எக்ஸ்சேஞ்சே வைக்கிறோம்' என்று கூறக் காத்திருக்கிறார்கள்.

போட்டியாளர் யுகம் இது. பாட்டி வாங்கும் பொருள்களுக்குக்கூட போட்டி அதிகமாகி போட்டுத்தள்ளக் காத்திருக்கும் ப்ராண்டுகள் உள்ள பொல்லாத மார்க்கெட்டிங் உலகம் இது. இங்கு வாடிக்கையாளர் கைதான் ஓங்கியிருக்கும். 'ஓங்கி அடிச்சா ஒன்றை டன் வெயிட்டுடா, பார்க்கறியா' என்று வாடிக்கையாளர் மிரட்டுகிறார். மார்க்கெட்டர் வாய் மூடி கேட்டுக் கொண்டிருக்க வேண்டும்.

மார்க்கெட் என்னும் ஊருக்கு இன்று வாடிக்கையாளரே தாதா. ரவுண்ட் கட்டி அடிக்க அவரே ரவுடி. தட்டிக் கேட்பவரை என்கவுண்டர் செய்ய அவரே போலீஸ்!

நெருக்கித் தள்ளும் போட்டியாளர்கள்

அந்தக் காலத்தில் எந்தப் பொருள் பிரிவை எடுத்தாலும் அதில் தொட்டுக்கோ துடைத்துக்கோ என்று ஒன்றிரண்டு ப்ராண்டுகள் இருந்தால் எதேஷ்டம். கடையைக் கொஞ்சம் பெரியதாகக் கட்டித் தொலைத்துவிட்டால் ப்ராப்ளம்தான். அடுக்கி வைத்து இடத்தை நிரப்ப ப்ராண்டுகள் பத்தாது. கடைக்காரர் தன் காரை கடைக்குள் நிறுத்தினால்தான் உண்டு.

கார் என்றதும் ஞாபகத்துக்கு வருகிறது. அக்காலத்தில் கார் என்றால் 'அம்பாஸடர்', அதை விட்டால் 'ஃபியட்' என்ற கதியற்ற நிலையில் தானே இருந்தோம். இன்றோ திரும்பிய பக்கமெல்லாம் கார்

கம்பெனிகள் முளைத்து சைஸ் வாரியாய், ரக வாரியாய், கலர் வாரியாய் சாரை சாரையாய் கார்கள். பெயர் ஞாபகத்தில் வைத்துக் கொள்ள முடியாத அளவுக்குச் சிறிது சிறிதாய் பிறந்து புதிது புதிதாய் ரோட்டில் பறந்து கொண்டிருக்கின்றன.

சரி வெளியே ரோட்டில்தான் இந்தக் கதை என்று டிபார்ட்மெண்ட் ஸ்டோர் சென்றால் அந்தக் கூத்தை என்னவென்று சொல்வது. தேங்காய் எண்ணெய் செக்ஷன் சென்றால் தென்னந்தோப்புபோல் குலைகுலையாய் ப்ராண்டுகள். சோப்பு வாங்கலாம் என்றால் அங்கே நுரைக்க நுரைக்க ஏகத்துக்கும் ப்ராண்டுகள். ஊதுவத்தி வாங்கலாம் என்றால் ஊதுவத்தி ஸ்டாண்டில் உள்ள ஓட்டைகளை விட அதிகமாக ப்ராண்டுகள். இந்த ப்ராண்டு கூட்டத்தில் மூச்சு முட்டுகிறது. கண் பிதுங்குகிறது. மூர்ச்சையாகி தலைமாட்டில் ஊதுவத்தி கொளுத்தி வைக்கவேண்டும் போலிருக்கிறது!

இன்று இந்தியாவில் சில பொருள் பிரிவிலுள்ள ப்ராண்டுகளின் எண்ணிக்கை தருகிறேன். மனதைத் திடப்படுத்திக்கொண்டு தைரியமாகப் படியுங்கள். எதற்கும் உட்கார்ந்து கொண்டு படிப்பது உசிதம்.

- பைக் மார்க்கெட்டில் வெவ்வேறு ரகங்கள், வகைகள் என்று நண்டும் சிண்டுமாக இருக்கும் ப்ராண்டுகளின் எண்ணிக்கை ரொம்ப அதிகமில்லை, வெறும் 181தான்.
- இந்தியாவில் பப்ளிக், ப்ரைவேட், அந்நிய, கோஆபரேட்டிவ் என்று மொத்தம் உள்ள வங்கிகளின் எண்ணிக்கை 2,293. கிளைகளைச் சொல்லவில்லை. வெறும் ப்ராண்டுகளின் எண்ணிக்கை மட்டும் இது. அதன் அனைத்து கிளைகளையும் கணக்கெடுத்து எழுத ஆறேழு கேல்குலேட்டர்கள் தேவை.
- செய்தி மற்றும் ஒளிபரப்புத் துறை கணக்குப்படி இந்தியாவிலுள்ள சாட்டிலைட் சானல்களின் எண்ணிக்கை 798. இதுவும் 2015 வருட ஜூலை மாத கணக்குதான். உங்கள் ஊரில் திருட்டுத்தனமாக ஒளிபரப்பப்படும் ஜிங் டீவி, ஜங் டீவி, ஜில்லோ டீவி போன்ற லோக்கல் கேபிள் சேனல்கள் இந்தக் கணக்கில் சேர்க்கப்படவில்லை என்பதை நினைவில் கொள்க!
- இந்தியாவிலுள்ள சிமெண்ட் கம்பெனிகளின் எண்ணிக்கை 40க்கும் மேல். அடுக்கி வைக்கப்படும் சிமெண்ட் மூட்டைகளை விட சிமெண்ட் ப்ராண்டுகள் அதிகம்.

புதிய ப்ராண்டை அறிமுகப்படுத்துவோம் என்று நாம் நினைத்து முடிப்பதற்குள் நாம் நினைத்த ப்ராண்டை போலவே வேறு இரண்டு

கம்பெனிகள் தயாரித்துக் கொண்டிருக்க, இன்னும் மூன்று கம்பெனிகள் மார்க்கெட்டில் அறிமுகப்படுத்தியேவிடுகின்றன. போட்டியின் உக்கிரத்தில், போட்டியாளரின் வக்கிரத்தில், மார்க்கெட் சக்கரத்தில் சிக்கி சின்னாபின்னாகி பல கம்பெனிகள் சீரழிந்து வருகின்றன.

இவ்வளவு ஏன், நம் நாட்டில் ரிஜிஸ்தர் செய்யப்பட்டிருக்கும் அரசியல் கட்சிகளின் எண்ணிக்கை 856 என்று தேர்தல் கமிஷன் புள்ளி விவரக்கணக்கு கூறுகிறது. பெட்டர் கட்சிகள் முதல் லெட்டர் பேட் கட்சிகள்வரை இதில் அடக்கம்.

இப்போது எதற்குத் தேவையில்லாமல் அரசியல் கட்சிகளின் கணக்கைத் தருகிறாய் என்றா கேட்கிறீர்கள். பிசினஸ் பற்றிப் பேசும்போது கட்சிகளைப் பற்றி பேசவில்லை என்றால் எப்படி சார்!

வளர்ந்து வரும் பொருள் பிரிவுகள்

ப்ராண்டுகள் ஒருபுறம் பெருகி வருவதைப் பார்த்துக்கொண்டிருக்கும் போது மறுபுறம் புதிய பொருள் பிரிவுகள் புற்றீசல் போலப் பெருகி வருகிறது. சென்னையில் 1975 ஆகஸ்ட் மாதம் பதினைந்தாம் தேதி டீவி ஒளிபரப்பு துவங்கியது. சாதாரண ப்ளாக் அண்ட் ஒயிட் டீவியாய் இருந்த பொருள் வகை பின் கலரானது. அதன் பின் கேபிள் டீவி என்று ஒன்று வந்தது. கேபிள் டீவி வளர்ந்து வயதுக்கு வருவதற்குள் 'டைரக்ட் டு ஹோம்' என்ற டீடீஎச் வந்து சேர்ந்தது.

அதை விடுங்கள். கலர் டீவி என்று சொல்வதற்குள் எல்சிடி என்ற டீவி எட்டிப் பார்த்தது. இது என்ன என்று அக்கம்பக்கம் விசாரிப்பதற்குள் எல்இடி என்ற ஒன்று வந்து நின்றது. இது எல்சிடியின் தம்பியாக இருக்குமோ என்று யோசிப்பதற்குள் ப்ளாஸ்மா என்ற புதிய பிரிவு பூத்தது. இது ஆஸ்த்மா நோயாளிகள் பார்ப்பதற்கு போலிருக்கிறது என்று நாம் நினைப்பதற்குள் ஹை டெஃபனிஷன் என்ற ஒன்று இறங்கியிருக்கிறது. இது என்ன என்று எதற்கு விசாரித்துக்கொண்டு. எப்படியும் கூடிய விரைவில் அடுத்த பொருள் வகை அட்ரஸ் விசாரிக்காமல் அதுவாக வந்து சேரப் போகிறது. எதற்கு தேவை யில்லாமல் அலட்டிக்கொண்டு. ஏன் அனாவசியமாக அங்கலாய்த்துக் கொண்டு!

சுதந்திர தினத்தில் துவங்கிய பொருள் பிரிவு நம் சுதந்திரத்தைப் பறித்ததே என்று கவலைப்படுவதா. இல்லை, இப்படி சுதந்திரமாய் உட்பிரிவுகள் உருவாக்கி, வசவச வென்று புதிய குட்டிகள் போட்டுக் கொண்டே போகிறதே என்று வருத்தப்படுவதா?

ஆனால், மார்க்கெட்டராய் ஒரு விஷயத்துக்கு நாம் வருத்தப்பட்டே தீரவேண்டும். நாம் விற்க நினைக்கும் பொருள் பிரிவுகளும் இப்படித்தான் புதிது புதிதாய் பிரிந்து, சேர்ந்து, குட்டிப் போட்டு புதிய ரூபங்களில், நவீன விதங்களில் நமக்கு போட்டியாய் வந்து தலைவலி தருகிறதே என்பதற்காக விஸ்தாரமாய் வருத்தப்படலாம். இன்னும் ஒரு படி மேலே சென்று 'வருத்தப்படும் வியாபாரிகள் சங்கம்' என்ற ஒன்றைக்கூட விமரிசையாக ஆரம்பிக்கலாம்!

இது ஏதோ டீவி போன்ற எலக்ட்ரானிக்ஸ் சமாசாரத்தில் மட்டுமே என்றில்லை. பல பொருள் பிரிவுகளில் இதே கதைதான். சாதாரண பல்பொடி எடுப்போம். அது முதலில் பேஸ்ட்டானது. பேஸ்ட் மெதுவாக ஜெல் ஆனது. அதுவும் போதாதென்று டூ இன் ஒன் என்றானது. சென்சிடிவ் டூத்பேஸ்ட் என்று ஒன்று வந்திருக்கிறது. சந்தடி சாக்கில், சைக்கிள் கேப்பில் ஹெர்பல் டூத்பேஸ்ட் என்று ஒன்று எட்டிப் பார்க்கிறது. இன்னொரு பேஸ்ட்டில் உப்பு இருக்கிறதாம். அடுத்த பேஸ்ட்டில் கரி இருக்கிறதாம். இப்படியே போனால் அதில் பேஸ்ட்டைத் தவிர வேறு அனைத்தும் இருக்கும் போலிருக்கிறது!

இதில் வேடிக்கை என்னவென்றால், ஒரு காலத்தில் கரியும் உப்பும் கொண்டு நாம் பல் தேய்த்துக் கொண்டிருந்தபோது இதே டூத்பேஸ்ட் கம்பெனிகள் 'கண்டதை பல்லில் தேய்க்க வெக்கமாக இல்லையா? இதைத் தேயுங்கள்' என்று பேஸ்ட்டைக் கொடுத்தார்கள். நாம் தூர எறிந்த பழைய கரியையும் உப்பையும் இன்று அவர்கள் எடுத்து பேஸ்ட்டில் வைத்து தருகிறார்கள். நாமும் ஈயென்று இளித்துக் கொண்டு அதில் பல் தேய்க்கப் பழகிவிட்டோம்!

இது இப்படியே போய் முப்பத்திரண்டு பல்லுக்கும் தனித்தனியாக பேஸ்ட் வந்து அதை வாங்கி நாம் ஒவ்வொரு பல்லாய் தேய்த்தாலும் தேய்க்கலாம். யார் கண்டது!

இந்த மட்டும் டூத்பேஸ்ட் பத்தாதென்று மவுத்வாஷ் என்ற ஒன்று வந்திருக்கிறது. பல் தேய்த்தால் மட்டும் பத்தாதாம். இதைப் போட்டு கொப்பளிக்கவேண்டுமாம். சொல்கிறார்கள். இந்த மவுத்வாஷ் வளர்ந்து எத்தனை குட்டிகள் போடப்போகிறதோ. புதிது புதிதாய் பல் சம்பந்தப்பட்ட சமாசாரங்கள் வேறென்ன வரப்போகிறதோ. இனி காலை எழுந்து பல் தேய்த்து முடிப்பதற்குள் பகல் நேரம் ஆகிவிடும் போலிருக்கிறது!

மாறி வரும் தொழில்நுட்பம்

நீங்கள் எதைச் செய்ய முடியாதென்று நினைத்து மலைக்கிறீர்களோ அதையே நான்கு பேர் செய்தே முடித்துவிடுகிறார்கள். இன்று

தொழில்நுட்ப வளர்ச்சி அத்தகையது. அசாத்தியமானது. பழைய ப்ராண்டுகளும் பொருள் பிரிவுகளும் வழக்கொழிந்து போய் புதிய ப்ராண்டுகள், புதிய பொருள் பிரிவுகள் பிறப்பதற்கு பெருகி வரும் டெக்னாலஜியும் ஒரு முக்கிய காரணம்.

ஒரு காலத்தில் குழாய் ஸ்பீக்கரில் ஜி.வி. ராமனாத ஐயர் பாடல்களைக் கேட்டு மகிழ்ந்த நாம் பின் கறுப்பு ரிக்கார்டுகளில் விஸ்வநாதன்–ராமமூர்த்தி இசையில் நனைந்தோம். எழுபதுகள், எண்பதுகளில் இசைஞானி இளையராஜா இன்னிசையை காஸட்டுகளில் வாங்கி கேட்டு மகிழ்ந்த நாம் தொன்னூறுகளில் சிடியிலும், பிறகு டிவிடியிலும் கேட்டு அதுவும் போதாமல் இப்போதுபென் ட்ரைவ்களில் கேட்டுக் கொண்டாடுகிறோம். இளையராஜா என்கிற மாமேதையின் ராஜாங்கம் எழுபதுகளில் துவங்கி இன்றுவரை கோலோச்சுவது ஒரு பக்கம் இருந்தாலும் இசையைப் பதிவு செய்து அதைக் கேட்கும் விதம் எத்தனை மாறிவிட்டது பாருங்கள்.

பல சமயங்களில் தொழில்நுட்பம் வளரும் வேகத்தைக்கூடப் பார்க்க முடிவதில்லை. எங்கிருந்து அதை கணிப்பது. பின் அதை எப்படிக் கையாள்வது என்று சிந்திப்பது? அசுர வேகத்தில் வந்த பேஜர் அதைவிட வேகமாகக் காணாமல் போனது செல்ஃபோன் என்ற டெக்னாலஜி வந்ததால்தானே.

டேபிளை அடைத்து உட்கார்ந்த டெஸ்க்டாப் கம்யூட்டர் உடல் இளைத்து லேப்டாப்பாய் நம் மடியில் அமர்ந்ததும் டெக்னாலஜியின் தயவால்தானே. அதே லேப்டாப்புகள் மேலும் உடல் சிறுத்து சின்னதாகி டேப்ளட் என்றல்லவா டெக்னாலஜியால் சுருங்கி விட்டது. அடுத்து எந்த டெக்னாலஜி வந்து இந்த டேப்ளட்டை நசுக்கி பவுடராக்கி கேப்ச்யூலாக, ஸிரப்பாக மாற்றப் போகிறதோ, நான் என்ன கண்டேன்!

ஒரு பக்கம் பெரிய விஷயங்களைச் சிறியதாக்கியது டெக்னாலஜி என்றால் மறு பக்கம் சிறிய டீவிகளை தியேட்டர் ஸ்க்ரீன் சைஸுக்கு மாற்றியதும் டெக்னாலஜி தானே. ஹோமிலிருந்து தியேட்டர் போய் படம் பார்த்த காலம்போய் ஹோமிலேயே தியேட்டர் அல்லவா வந்துவிட்டது!

சென்ற நூற்றாண்டின் இறுதியில் பிறந்து உறுதியாய் நம் வாழ்வை பல விதங்களில் பாதித்திருக்கும் விஷயம் இண்டர்னெட். செய்தி சேகரிக்கும் முறை முதல் பொருள் வாங்கும் விதம்வரை பலவிதத்தில் மார்க்கெட்டிங்கைப் பாதித்திருக்கிறது. இன்று வெங்காயம் விற்பவர்கூட வெப்சைட் வைக்க வேண்டியிருக்கிறது. இஞ்சி மொறப்பா விற்ககூட இணையதளம் தேவைப்படுகிறது.

இண்டர்னெட் அசுரத்தனமாக வளர்ந்து பொருள் வாங்கும் முறையைப் புரட்டிப் போட்டு பல ப்ராண்டுகளை மிரட்டி, சுவற்றில் விரட்டிபோல் அடித்துக் காயப்போட்டிருக்கிறது. 'லேண்ட்மார்க்', 'ஓடிசி' போன்ற புத்தகக் கடைகள் இன்று இருக்கும் இடம் தெரியாமல் போனது 'அமேஸான்' போன்ற இண்டர்னெட் ப்ராண்டின் வருகையால். 'யூனிவர்சல்', 'பூர்விகா' போன்ற செல்ஃபோன் கடைகள் செல்லரிக்க ஆரம்பித்திருப்பது 'ஃப்ளிப்கார்ட்', 'ஸ்னாப் டீல்' போன்ற சைட்டுகளால்.

இன்றைய 'ஈ-காமர்ஸ்' யுகத்தில் எத்தனையோ கடைகளில் வியாபாரம் குறைந்து 'ஈ காகா இல்லா காமர்ஸ்' ஆகியிருக்கிறது!

வாங்க விரும்பும் பொருள் எந்த இடத்தில் குறைந்த விலையில் கிடைக்கும் என்று தேடி அங்கு வாங்குவது முதல் வாங்கிய பொருளின் தரம் சரியில்லையென்றால் அதை 'ஃபேஸ்புக்', 'ட்விட்டர்' மூலம் உலகத்துக்குத் தெரியப்படுத்துவது வரை இண்டர்னெட் மக்களுக்கு மகத்தான சக்தியைக் கொடுத்திருக்கிறது. இன்று நெட்டில் உள்ள ஒவ்வொருவரும் ஒரு ஒளிப்பரப்பு மீடியா. அவரைப் பகைத்துக்கொண்டால் மார்க்கெட்டர்களின் கதை கந்தல்.

மாறி வரும் வாடிக்கையாளர்கள்

புதிய ப்ராண்டுகள், புதிய பொருள் பிரிவுகள் வளர்வது ஒருபுறம் என்றால் வாடிக்கையாளர்கள் தாங்கள் யாருக்கும் சளைத்தவர்களல்ல என்பதுபோல் தங்கள் பங்குக்கு தாறுமாறாய் மாறிவிட்டார்கள். பொருள் விரும்பும் விதத்திலிருந்து அதை வாங்கும் முறை வரை எக்குத்தப்பாய் ஏகத்துக்கும் மாறிவிட்டார்கள்.

ரயில் பயணத்துக்குக் கால் கடுக்க நாள் கணக்காய் நின்று டிக்கெட் வாங்கி, எடுத்த கையோடு அப்படியே ஸ்டேஷன் சென்று ரயிலில் ஏற ரெடியாய் இருந்தவர்கள் பின் சௌகரியம் பார்க்கத் துவங்கி ட்ராவல் ஏஜென்சி மூலம் டிக்கெட் வாங்கி இன்று அதுவும் போறாதென்று லேப்டாப்புடன் குப்புற படுத்துக்கொண்டு கூதூகலத்துடன் இண்டர்னெட் மூலம் டிக்கெட் வாங்குவேன் என்று அநியாயத்துக்கு அழிச்சாட்டியம் செய்கிறார்கள். இதனால் வழிவழியாய் வந்த ட்ராவல் ஏஜெண்ட் என்ற விஷயம் வழுக்கி விழுந்து வழக்கொழிந்து போகும் நிலையில் இருக்கிறது.

ஒரு காலத்தில் கடன் வாங்கக் கூனிக்குறுகி யாருக்கும் தெரியாமல் வாங்கி செய்யக்கூடாத பாவத்தைச் செய்ததுபோல் வருந்தியவர்கள் இன்று வாங்கிய கடனைப் பெருமையாக பாவித்து ஃபேஸ்புக்கில்

ஸ்டேடஸ் அப்டேட் செய்யுமளவுக்கு வளர்ந்திருக்கிறார்கள். வீட்டுக் கடன் முதல் கார் லோன் வரை காசைக் கடனாகக் கொடுக்க வங்கிகள் ரெடி. கூச்சப்படாமல் கடன் வாங்கிப் பொருள் வாங்க வாடிக்கையாளர்கள் ரெடி. கடன்பட்டாற் நெஞ்சம்போல் கலங்கிய இலங்கை வேந்தனே இன்று இருந்தால் கடையில் கடனில் சாமான் வாங்கிக் கடைத்தேறுவான்!

பெருகி வரும் ப்ரமோஷன் செலவுகள்

ஒரு காலத்தில் டீவியில் விளம்பரம் செய்ய பர்ஸிலிருந்து பணம் எடுத்துத் தந்தால்போது ம். அதற்கே சேனல்காரர்கள் செலவு போக மீதி பணத்தை திருப்பித் தருவார்கள். இன்று விளம்பரம் செய்ய வங்கியிலிருந்து பணம் எடுத்துத் தந்தாலும் போதமாட்டேன் என்கிறது. வங்கியையே தந்தால்கூடப் பத்தமாட்டேன் என்கிறது.

ஒரு சின்ன உதாரணம் தந்தால் உங்களுக்குப் புரியும். 2017 சேம்பியன்ஸ் கோப்பை இறுதி ஆட்டத்தில் இந்தியா ஆடுகிறது; நாடே உட்கார்ந்து பார்க்கும் என்று அன்று மாட்சின்போது ஒரு முப்பது செகண்ட் விளம்பரத்தின் ரேட் என்ன தெரியுமா?

ஒரு கோடி ரூபாய்!

திறந்த வாயை மூடுங்கள். சும்மாவா பின்னே, நாடே பார்க்கும் என்று நப்பாசையில் நான் முந்தி நீ முந்தி என்று ஏகப்பட்ட டிமாண்ட். கொள்ளையடித்தனர் சேனல்காரர்கள்.

பல கோடிகள் செலவழித்தால் என்ன, இந்த மட்டும் இந்தியா முழுவதும் உட்கார்ந்து நம் விளம்பரத்தைப் பார்த்ததே, பரவாயில்லை என்று தானே நினைக்கிறீர்கள். அதுதான் இல்லை. டீஆர்பி ரேட்டிங் படி அந்த மாட்சைப் பார்த்த இந்தியர்களின் சதவீதம் 20% மட்டுமே. அதுவும் அவர்கள் அனைவரும் மாட்ச் முழுவதும் பார்த்தார்களா என்றால் அதுவும் இல்லை. அன்று மாட்ச் நடக்கும்போது ஒரு பத்து பதினைந்து நிமிடமாவது பார்த்த அதிகபட்ச எண்ணிக்கை இது. அவ்வளவே.

சரி ஒழிந்து போகிறது, அட்லீஸ்ட் 20% மக்களாவது பார்த்தார்களே என்றால் அங்கும் வயிற்றெரிச்சல் வரிந்து கட்டிக்கொண்டு நிற்கிறது. 20% மக்கள் மாட்ச் பார்த்தார்கள் என்றுதான் டீஆர்பி கூறுகிறது. விளம்பர இடைவேளையின்போது அந்த 20% மக்களில் சிலர் கிச்சன் சென்றிருக்கலாம். பாத்ரூம் போயிருக்கலாம். டைனிங் ரூம் படையெடுத்திருக்கலாம். படு கேவலமாய் ஆடிய இந்திய அணியை காண சகிக்காமல் பாதி மேட்சில் டீவியைக்கூட உடைத்திருக்கலாம். யாருக்குத் தெரியும்.

ஆக, எத்தனை பேர் விளம்பரத்தைப் பார்த்தார்கள் என்பது தெரியாது. பார்த்தவர்களில் எத்தனை பேர் கவனித்தார்கள் என்பது தெரியாது. ஆனால், ஒன்று நிச்சயமாய் தெரியும். விளம்பரத்துக்குப் பணம் செலவழிப்பது என்பது லாட்டரி.

இதே கதைதான் ந்யூஸ் பேப்பர், பத்திரிகை விளம்பரங்களிலும். ஏகப்பட்ட எதிர்பார்ப்புகளோடு, ஏராளமாகச் செலவு செய்தாலும் அதனால் எலி குஞ்சு சைஸுக்காவது பயன் உண்டா என்பது அந்த ஏழுமலையானுக்கே வெளிச்சம்!

டீவி, ரேடியோ விளம்பரங்களில் தானே இந்தத் தலையெழுத்து, இதை விட்டொழித்து ரோடுகளில் விளம்பரப் பலகைகள் வைப்போம் என்றால் அதை வைக்காதே என்று மிரட்டும் கோர்ட்டுகள். சரி, போஸ்டராவது ஒட்டித் தொலைப்போம் என்றால் நம் போஸ்டரை ஒட்டித் திரும்புவதற்குள் அதன் மீதே தங்கள் போஸ்டர்களை ஒட்ட க்யூ கட்டி நிற்கும் போட்டியாளர்கள். ஒழிந்து போகிறது, காலை பேப்பரோடு பிட் நோட்டீஸ் மாதிரி கொடுப்போம் என்றால் நாற்பது பக்க நோட்புக்கைக் கிழித்துவைத்ததுபோல் நம்மை போலவே பிட் நோட்டீஸ் தரும் ஏராளமானவர்கள்.

இனிமேல் ப்ராண்டை பற்றி வாடிக்கையாளருக்குத் தெரியப்படுத்த ஒரே வழிதான். அவரை அப்படியே குண்டுக்கட்டாக கடத்திக் கொண்டுபோய் நம் ப்ராண்டைப் பற்றி விலாவரியாய் விளக்கினால் தான் உண்டு. ஆனால் சொல்ல முடியாது, நாம் கடத்திக்கொண்டு போகும் வழியிலேயே நம்மை மறித்து அவரோடு நம்மையும் கடத்திக்கொண்டுபோய் அவரோடு சேர்ந்து நம்மிடமும் தங்கள் ப்ராண்டைப்பற்றி விளக்க வேறு எத்தனை பேர் ரெ(ள)டியாய் காத்திருப்பார்களோ!

பெருக்கெடுக்கும் உலகமயமாக்கம்

இத்தனை மாற்றங்களுக்கும் ஒரே காரணமாக இல்லாவிட்டாலும், ஒரு முக்கிய காரணமாக விளங்குவது உலகமயமாக்கம் (Globalization). உலகை ஆக்கிரமித்து வரும் இந்த சித்தாந்தம் பூகோளத்தால் பிரிந்திருக்கும் நாடுகளை ஒரே கிராமமாக மாற்றி வருகிறது. இதைக் குறைகூறிக்கொண்டு ஒரு கூட்டமே திரிந்து கொண்டிருக்கிறது.

உலகமயமாக்கம் நல்லதா, கெட்டதா என்று பட்டிமன்றும் வைத்துப் பயனில்லை. இது நமக்கு தேவையா தேவையில்லையா என்று சிந்திப்பதே சிறுபிள்ளைத்தனம். உலகமயமாக்கம் உலகை ஆட்கொண்டு உங்களையும் என்னையும் ஆள வந்து அனேக காலம் ஆகிவிட்டது. இதன் நல்லது கெட்டதை அலசி ஆராய்வதைவிட உலகமயமாக்கம்

மார்க்கெட்டுகளை எப்படி பாதிக்கிறது; வாடிக்கையாளர் வாழும் முறையை, வாங்கும் பொருள்களை எவ்வழிகளில் பாதிக்கிறது, அதைச் சமாளித்து எப்படித் தொழில் செய்வது என்பதில் சிந்தனையைச் செலுத்துவதுதான் நாம் செய்யக்கூடியது. செய்யவேண்டியது.

ஒன்று புரிந்துகொள்ளுங்கள். உலகமயமாக்கத்தை நீங்களோ நானோ துவங்கவில்லை. நீங்களோ நானோ நிறுத்தவும் முடியாது.

பெருகி வரும் உலகமயமாக்கத்தால் மார்க்கெட்டும் மார்க்கெட்டிங்கும் வெகு வேகமாக மாறி வருகின்றன. உலகமயமாக்கத்தால் இன்று கம்பெனிகள் தங்களுக்குத் தேவையான மூலப்பொருட்களை விலை குறைந்த நாடுகளிலிருந்து வாங்க முடிகிறது. இதனால் தாங்கள் தயாரிக்கும் பொருட்களைக் குறைவான விலைக்கு விற்க முடிகிறது. எந்த நாடுகளில் உற்பத்திச் செலவு குறைவோ அந்த நாடுகளுக்கு பொருள் தயாரிப்பை எளிதாக மாற்ற முடிவதால் பொருளை விலை குறைத்து விற்க முடிகிறது. இதனால் கீழ் தட்டு மக்களும் பொருள் வாங்க முடிகிறது.

பரந்து விரிந்த உலகம் முழுவதும் இன்று ஒரே மார்க்கெட்டாக மாறி வருகிறது. விற்பவர்களுக்கும் வாங்குபவர்களுக்கும் உள்ள இடைவெளி குறைந்து வருகிறது. வாடிக்கையாளருக்குத் தேவையான பொருள் உலகில் எந்த மூலையில் இருந்தாலும் அதை ஆர்டர் செய்து வாங்க முடியும். இதனால் விற்பவர்களுக்கு ஒரு விதத்தில் கொண்டாட்டம். தங்கள் மார்க்கெட் விரிவடைவதால். ஆனால் இன்னொரு வகையில் பார்க்கும்போது உலகிலுள்ள அனைத்து கம்பெனிகளும் போட்டி யாளர்கள்தான். ஆக, உலகமயமாக்கத்தால் மார்க்கெட் விரிவடைவ தோடு போட்டியும் பெருகுகிறது.

இனி உங்கள் ப்ராண்டுக்கு போட்டி தெருக்கோடி கடை, அடுத்த தெரு கம்பெனி, பக்கத்து ஊர் நிறுவனம் மட்டுமல்ல; போட்டியாளர் கண்காணாத தேசத்திலிருந்துகூட வரலாம். கண் இமைக்கும் நேரத்தில் உங்கள் வாடிக்கையாளரை இழுத்துச் செல்லலாம். உள்ளூர்காரனிடம் உதைபட்டது போதாதென்று இன்று உலகமெங்கு மிருந்தும் உருட்டு கட்டையடி வாங்கவேண்டும். உஷாராக இருங்கள்!

மாற்றங்கள் ஒன்றே நிலையானது

1960ல் அமெரிக்க பொருளாதார நிபுணர் 'வால்ட் விட்மன் ராஸ்டோ' பொருளாதார வளர்ச்சியின் பரிணாமத்தை விளக்கும் வகையாக நாட்டின் பொருளாதார வளர்ச்சி ஐந்து படிகளைக் கடக்கிறது என்றார். அந்த படிகளுக்கு 'ராஸ்டோ ஸ்டேஜஸ் ஆஃப் எகனாமிக் க்ரோத்' (Rostow's Stages of Economic Growth) என்று பெயர்.

முதல் படி, பாரம்பரிய சமுதாயம் (Traditional society). இந்த ஸ்டேஜில் நாடு விவசாயத்தை மட்டுமே முழுவதும் நம்பியிருக்கிறது. தொழில் நுட்பம் என்பது பெயரளவுக்குக்கூட இருப்பதில்லை.

அடுத்த படி, வளர்வதற்கான ஆயத்த கட்டம் (Pre-conditions for take off). நாட்டில் விவசாயம் முதல் மற்ற துறைகள் வரை தொழில் நுட்பம் கொஞ்சத்துக்கு கொஞ்சம் எட்டிப் பார்க்க ஆரம்பிக்கிறது. சமுதாயம் மாற்றங்களை வரவேற்கத் துவங்குகிறது.

மூன்றாவது, டேக் ஆஃப் (Take off) ஸ்டேஜ். தொழில் புரட்சி துவங்கி பல துறைகள் வளர்ச்சி காண ஆரம்பிக்கிறது. மக்களின் வாங்கும் சக்தி அதிகரிக்கிறது. நாட்டுக்கும் நாட்டு மக்களுக்கும் தாம் வளர முடியும், நன்றாக வளர வேண்டும் என்ற வைராக்கியம் வளர ஆரம்பிக்கிறது.

நான்காவது, ட்ரைவ் டு மெச்யூரிட்டி (Drive to maturity). தொழில் துறை மேலும் விரிவடைகிறது. வளர்கிறது. புதிய தொழில்கள் பிறக்கின்றன. பழைய தொழில்கள் அபரிமிதமான வளர்ச்சி காண்கின்றன. கட்டுமானத் துறை கடகடவென்று வளர்கிறது. மக்களின் வாழ்க்கைத் தரம் வேகமாக அதிகரிக்கத் துவங்குகிறது.

ஐந்தாவது, அதிகப்படியான நுகர்வு (Age of mass consumption). விவசாயத் துறையைத் தாண்டி நாடு தொழில் துறை மற்றும் சேவைத் துறையின் வளர்ச்சியைக் காண்கிறது. பணப்புழக்கம் அதிகரிக்கிறது. வசதி வளம் பெருகுகிறது. வீட்டுக்கு ஒரு கார் வைத்துக்கொள்ள முடிகிறது. கையில் காசு அதிகமாகி எங்கு செலவழிக்கலாம், எதை வாங்கலாம் என்று மக்களின் கை அரிக்கத் துவங்குகிறது. முன்னேறிய நாடுகள் என்ற வரிசையில் சேர முடிகிறது.

நாடு வளரவும் தன்னை நவீனப்படுத்திக்கொள்ளவும் அதன் சமுதாயம் பொருளாதார வளர்ச்சியின் அடிப்படை விதிமுறையான பொருள்முதல்வாதத்தை (Materialistic norms) ஒத்துக்கொள்ள ஆரம்பிக்கும் என்கிறார் ரோஸ்தோ.

ரோஸ்தோவின் படிகளை ஒத்துக்கொள்ள மறுக்கும் பொருளாதார நிபுணர்கள் இருக்கவே செய்கிறார்கள். ஒரு வாதத்துக்கு ரோஸ்தோ கூறிய படிகள் சரி என்று வைத்துக்கொள்வோம். நம் நாடு இன்று எந்த படியில் இருக்கிறது என்று நினைத்துப் பாருங்கள். எதை நோக்கி, என்ன வேகத்தில் பயணிக்கிறோம் என்று சிந்தியுங்கள்.

அடுத்தடுத்து முன்னேறும்போது பழைய படிகளைப் பார்த்துக் கொண்டிருக்க முடியுமா? புதிய ஸ்டேஜை அடைந்த பின்னும் பழைய ஸ்டேஜில் இருந்ததைப்போலவே நடந்துகொள்ள முடியுமா? வேகமாக முன்னேறும் சமுதாயத்தில் இருந்துகொண்டு பழையை

பஞ்சாகங்களை படித்துக் கொண்டிருக்க முடியுமா? வளர்ச்சி விஸ்வரூபம் எடுத்து வரும் நேரத்தில் நேற்று செயல்படுத்திய நிர்வாக முறைகளை மட்டுமே கட்டிக்கொண்டு அழ முடியுமா?

மாறி வரும் மார்க்கெட்டில், பெருகி வரும் போட்டியில், வளர்ந்து வரும் வாடிக்கையாளர் தேவை மத்தியில், தெறித்துப் பறக்கும் தொழில் நுட்பச் சூழலில் உங்களுக்குத் தேவை புதிய சிந்தனைகள். உங்கள் தொழிலுக்குத் தேவை புதிய நிர்வாக முறைகள். உங்கள் வெற்றிக்குத் தேவை புதிய வியூகங்கள்.

அதோடு அடிப்படை மாற்றங்களை ஏற்றுக்கொள்ளும் மனப்பக்குவம் வேண்டும். புதிய பாதைகளில் பயணிக்கும் சாதுர்யம் வேண்டும். புதிய அணுகுமுறைகளை அரவணைக்கும் ஆற்றல் வேண்டும். இவை இருந்தால் மட்டுமே இன்றைய போட்டி உலகில் உங்களுக்கு விமோசனம். உங்கள் தொழிலுக்கு வளர்ச்சி.

இல்லை, இது வேண்டாம், ஓல்ட் ரூட்தான் பெட்டர் என்றால் பழையபடி மாட்டு வண்டியில்தான் பயணிக்கவேண்டும். உலகம் ராக்கெட்டுகளில் சென்று சேரும். நீங்கள் பின்னால் ஆடி அசைந்து வந்து சேர்வீர்கள். ஒரு வேளை வந்து சேர்ந்தால்!

யேசு கிறிஸ்து பிறப்பதற்கு ஐநூறு வருடங்கள் முன்பே க்ரேக்க தத்துவ ஞானி 'ஹெராக்ளிடஸ்' இதை ஒரே வரியில் விவரித்தார்: 'மாற்றங்கள் ஒன்றே மாறாதது'.

2

மாற வேண்டிய மார்க்கெட்டிங்

மார்க்கெட்டிங் என்றால் என்ன?

இது என்ன கேனத்தனமான கேள்வி என்று உங்களுக்கு தோன்றலாம். இது கூடத் தெரியாதா என்று என்னைக் கேட்கலாம்.

ஆனால், பலர் மார்க்கெட்டிங்கை சரியாகப் புரிந்துகொள்ளவில்லை என்பதே நிதர்சனமான உண்மை. அழுத்திக் கேட்டால் 'மார்க்கெட்டிங் என்றால் விற்பனை' என்பார்கள்.

நீங்கள் அந்த ரகமா? அப்படியென்றால் உங்களை அந்த ஆண்டவன் தான் காப்பாற்ற வேண்டும். மார்க்கெட்டிங்கும் விற்பனையும் வேறு வேறு.

மார்க்கெட்டிங் என்பது ஒரு செயல்முறை, பல படிகள் கொண்ட ப்ராரஸ். உங்கள் வாடிக்கையாளர் யார் என்று தெரிந்து, அறிந்து, புரிந்து, அவர் தேவையை மற்ற போட்டியாளர்களை விடச் சிறந்த முறையில் பூர்த்தி செய்து, அவரை மகிழ்விக்கும் ஒரு செயல்முறை.

மார்க்கெட்டிங் என்பது அறிவியல் அல்ல; கலையும் அல்ல. இரண்டின் கலவை. கலவையின் அளவு அதைப் பிரயோகிப்பவருக்கு ஏற்ப மாறுபடும், அவ்வளவே.

மார்க்கெட்டிங் என்ற இயல் ஏதோ சந்தையிலோ சூப்பர்மார்க் கெட்டிலோ சுயம்புவாக எழுந்தருளி அடியார்களுக்கு

அருள்பாலிக்கத் துவங்கிய அதிசயமல்ல. சைக்காலஜி, சோஷியாலஜி, பொருளாதாரம் போன்ற இயல்களைப் பிரித்து மேய்ந்து, ஆழ படித்து, அலசி, ஆராய்ந்து, தோண்டித் துருவி, நெம்பி நொங்கெடுத்து அனைத்திலிருந்தும் கொஞ்சத்துக்குக் கொஞ்சம் பிய்த்தெடுத்துக் கோக்கப்பட்ட புதிய இயல்.

மனிதனின் அடிப்படை தேவைகளையும், அடிமனதில் அவனுக்குள்ள ஆசைகளையும் அவனே உணராத அபிலாஷைகளையும் அவன் உள்ளத்திலிருந்து உள்ளபடி உணர்ந்து அவனை வாங்கத் தூண்டும் உந்துசக்திகளின் உண்மைகளை உணர உதவும் புதிய இயல். இந்தியாவுக்கு இது புது இயல். மார்க்கெட்டிங்கின் முக்கியத்துவம் மலர்ந்து வளர்ந்ததே மார்க்கெட் மாறத் துவங்கிய இருபது, முப்பது வருடங்களாகத்தான்.

தெரிந்ததைச் செய்தோம். செய்ததை விற்போம் என்பது ஒரு காலத்தில் ஓர்க் அவுட் ஆகியிருக்கலாம். இன்று வேலைக்கு ஆகாது. தொழிலதிபர்கள் உடம்புக்கும் ஆகாது.

அதனால்தான் மார்க்கெடிங்கை இன்னமும் சரியாய் புரிந்து கொள்ளாமல் அதை விற்பனை என்று பலர் நினைக்கின்றனர். தங்கள் விற்பனையாளர்களை மார்க்கெட்டிங் எக்ஸக்யூடிவ் என்கின்றனர். இது அநியாயத்துக்குத் தவறு. அக்கிரமத்துக்குத் தப்பு.

விற்பனையைத் தேவையற்றதாக ஆக்கத்தான் மார்க்கெட்டிங். வாடிக்கையாளரை இனங்கண்டு, அவர் தேவையை புரிந்து, அதை பூர்த்தி செய்யும் செயல்கள்தான் மார்க்கெட்டிங் என்கிறபோது இதில் விற்பனை என்பதே வரவில்லையே.

இதை தெளிவாக தெரிந்துகொள்ள விரும்பினால் ‘மார்க்கெட்டிங் பஞ்ச மாபாதகங்கள்’ என்ற என் புத்தகத்தைப் படித்துப் பார்க்கவும். அதன் சாரம்சத்தை வேண்டுமானால் இங்கு சுருக்கித் தருகிறேன்.

மார்க்கெட்டிங் என்பது பொருள்களைப் பற்றிய சமாச்சாரமே அல்ல. நீங்கள் விற்பது பொருளாக இருக்கலாம். ஆனால் வாடிக்கையாளர் வாங்குவது பொருள் அல்ல. அவர் வாங்குவது ஒரு வேல்யூ. ஒரு பயனை.

வாடிக்கையாளர் பல்ப் வாங்கவில்லை, வெளிச்சத்தை வாங்குகிறார்!

வாடிக்கையாளருக்குத் தேவை வெளிச்சம். இன்று அதை அளிப்பது பல்ப் என்பதால் அதை வாங்குகிறார். வெளிச்சம் தரும் ஃபேன் கண்டுபிடிக்கப்பட்டால் எதற்கு பல்பை வாங்கிக்கொண்டு. பேசாமல் அந்த ஃபேனை வாங்கினால் போகிறது. அதனால்தான் அவர்கள் வாங்குவது பல்ப் அல்ல, வெளிச்சத்தை. நாம் வாடிக்கையாளருக்கு

விற்பது பொருளை அல்ல; அவருடைய தேவையைப் பூர்த்தி செய்யும் ஒரு பயனை.

பொருளை விற்கிறோம் என்று நினைப்பவர்களுக்கு மார்க்கெட்டிங் இரண்டு படிகளை கொண்ட சமாச்சாரம்போல் தோன்றும்:

முதல் படி, பொருள் தயாரிப்பது.

இரண்டாவது படி, செய்த பொருளை விற்பது.

இப்படி நினைப்பது தப்பாட்டம். தாறுமாறாய் தடம்புரள வழி. தோல்வியைக் கேட்டு வாங்கும் தொலைபேசி அழைப்பு. விற்க முடியாமல் பொருட்கள் மார்க்கெட்டில் விக்கி, போட்டியில் சிக்கி, கடையில் மக்கி மண்ணாகிப் போக மூல காரணம்.

ஒரு உதாரணம் கொண்டு இதைப் பார்ப்போம். சில காலம் முன் 'டிவிஎஸ்' கம்பெனி 'ஜைவ்' என்ற ப்ராண்டை அறிமுகப்படுத்தியது நினைவிருக்கலாம். கியர் இல்லா பைக்குகள் என்றார்களே, அதே ப்ராண்ட். அமோக டெக்னாலஜி, அமர்க்கள சவாரி, அட்டகாசமான பைக் என்று அநியாயத்துக்கு அலறினார்கள். வாடிக்கையாளர்களுக்கு அந்த அலறல் சத்தம் கேட்டதா? பைக் பிடித்ததா?

'க்ளட்சையும் கியரையும் ஒரு சேர பிடித்து பிரயோகிக்கும் அந்த அளவில்லா ஆனந்த சுகத்தை அனுபவிக்கவே பைக் ஓட்டுகிறேன். அது தராத இதை வாங்குவதற்கு பதில் பேசாமல் மொபெட் வாங்கி ஓட்டலாமே' என்று மக்கள் நினைக்க, ஜைவ் பக்கம் ஒருவரும் டைவ் அடிக்கவில்லை. வந்த சுவடு தெரியாமல் காணாமல் போனது.

பொருளைச் செய், அதன் பின் விற்க முற்படு என்று மார்க்கெட்டிங்கை இரண்டு படிகளாகப் பார்த்ததால் பெற்ற அடி, விளைந்த சோகம், விதிக்கப்பட்ட சாபம். இப்படி மார்க்கெட்டர் நினைப்பதால் தான் தங்கள் பொருள் வாடிக்கையாளருக்கு பயன்படுமா, அவர்களுக்கு தேவையா, அவர்கள் தேவையை பூர்த்தி செய்ய முடியுமா என்று சிந்திக்க மறக்கிறார்கள். தோல்வியைச் சந்திக்க விரைகிறார்கள்.

விற்கும் பொருளோ, சேவையோ பற்றியதல்ல மார்க்கெட்டிங். மார்க்கெட்டிங் என்பது வாடிக்கையாளருக்கு நாம் கொடுக்கும் 'வேல்யூ என்று தெளிவாகப் புரிந்து அந்தக் கண்ணோட்டத்தில் பார்க்கும்போது மார்க்கெட்டிங் என்ற இயலுக்கு மூன்று படிகள் இருப்பது புரியும்.

முதல் படி: வேல்யூவைத் தேர்ந்தெடுப்பது

மார்க்கெட்டிங்கின் முதல் படி வாடிக்கையாளருக்கு என்ன வேல்யூவை வழங்குவது என்பதைத் தேர்ந்தெடுப்பது. எடுத்தோம்

கவிழ்த்தோம் என்று பொருளைத் தயாரிக்காமல் எந்த வேல்யூவைக் கொடுத்தால் அது வாடிக்கையாளருக்குப் பயன்படும் என்பதை முதலில் தெரிந்துகொள்ளவேண்டும். இதைச் செய்ய மூன்று விஷயங்கள் தேவை. வகைப்படுத்தல், குறி வைத்தல், இடம் பிடித்தல். அதாவது Segmentation, Targeting, Positioning (STP).

மார்க்கெட் என்பது பலதரப்பட்ட, பல வகையான மக்களால் ஆன ஒரு சங்கமம். அவர்களின் தேவைகள், குணாதிசயங்கள், விநோதங்கள் போன்றவற்றைக் கொண்டு ஒரு பொருளின் மார்க்கெட்டைப் பல பிரிவுகளாகப் பிரிக்கலாம். பிரிக்க வேண்டும்.

மார்க்கெட்டர்தான் போட்டியிட நினைக்கும் மார்க்கெட்டை தேர்ந்தெடுத்து அதில் உள்ள பிரிவுகளில் எந்தப் பிரிவை சேர்ந்த வாடிக்கையாளர்களைத் திருப்தி செய்ய முடியும் என்பதைக் கண்டறிந்து அதற்கேற்ப ஒரு ப்ராண்டை வடிவமைத்து விற்பனை செய்ய வேண்டும். இம்மூன்று அம்சங்கள் கொண்ட செயல் முறைக்குத்தான் STP என்று பெயர்.

முதல் காரியமாக மார்க்கெட்டிலுள்ள வெவ்வேறு பிரிவுகளையும் அப்பிரிவுகளில் உள்ள வாடிக்கையாளர்களையும் வகைப்படுத்த வேண்டும். இதற்கு பெயர் ‘வகைப்படுத்தல்’. அதாவது Segmentation.

வகைப்படுத்தப்பட்ட பிரிவுகளில் இருந்து ஒன்று அல்லது இரண்டு பிரிவுகளைத் தேர்ந்தெடுத்து அப்பிரிவிலுள்ள வாடிக்கையாளர்களின் தேவையைக் குறிவைத்து பொருட்களை வடிவமைக்க முற்படுவது ‘குறி வைத்தல்’. அதாவது Targeting.

தேர்ந்தெடுத்த பிரிவுகளின் வாடிக்கையாளர்களைக் கவரும் வகையில் பொருள் பற்றிய எண்ணத்தை வாடிக்கையாளர்கள் மனதில் பதிய வைக்கும் வழியை வரையறுப்பது ‘இடம் பிடித்தல்’. அதாவது Positioning.

STP என்கிற இந்த மூன்றின் கலவைதான் மார்க்கெட்டிங்கின் முதல் படி. அதாவது வேல்யூவைத் தேர்ந்தெடுப்பது.

இரண்டாவது படி: வேல்யூவை வடிவமைப்பது

என்ன வேல்யூ என்று முடிவு செய்தபின் அடுத்த படி தேர்ந்தெடுத்த வேல்யூவைப் பொருளாய் வடிவமைப்பது. தேர்ந்தெடுத்த வாடிக்கையாளர்களின் தேவையைப் பூர்த்தி செய்யும் வகையில் பொருளை வடிவமைப்பது. வடிவம் கொடுப்பது.

ஆர் அண்ட் டி, பொருள் வடிவமைப்புத் துறை, தயாரிப்பு நிர்வாகம், ஆபரேஷன்ஸ் அனைவரிடமும் ஐடியாவை விளக்கி ‘இதோ

பாருங்கப்பா, இதுதான் ஐடியா. இதை வாடிக்கையாளருக்கு தோதான பொருளாய் மாற்றுவது உங்கள் கைகளில்' என்று பொறுப்பை அவர்களிடம் விட வேண்டியது.

மூன்றாவது படி: வேல்யூவை வழங்குவது

நமக்கு தேவையான பொருள் நமக்கு தேவையான வடிவில் வாடிக்கையாளர் கைக்கு கொண்டு சேர்க்கும் படி இது. இங்கு நீங்கள் தெரிந்து கொள்ள வேண்டிய இன்னொரு முக்கிய மேட்டர் 'மார்க்கெடிங் மிக்ஸ்'.

மார்க்கெட்டர் என்கிற முறையில் நாம் வாடிக்கையாளருக்கு ஒரு வேல்யூ தருகிறோம் அல்லவா. அவர் தேவையைப் பூர்த்தி செய்யும் பொருளை தயாரிக்கிறோம். அதன் பின், அப்பொருள் வாடிக்கையாளருக்கு எளிதாகச் சென்றடையத் தேவையான விநியோக முறைகளை வரையறுக்க வேண்டும். மூன்றாவதாக, அப்பொருளுக்கு என்ன விலை தர வாடிக்கையாளர் முன்வருவர் என்பதைக் கண்டறிந்து அப்பொருளுக்கான விலையை நிர்ணயம் செய்ய வேண்டும். இறுதியாக, அப்பொருளை வாடிக்கையாளருக்கு அறிமுகம் செய்து அவரைக் கவர்ந்து வாங்கச் செய்யத் தேவையான விற்பனை மேம்பாட்டு செயல்களைச் செய்யவேண்டும்.

மேற்கூறிய இந்த வேல்யூவின் நான்கு அம்சங்கள் – பொருள், விலை, விநியோகம், விற்பனை மேம்பாடு – இவையும் உங்கள் வெற்றியை நிர்ணயிப்பவை. இந்த நான்கு அம்சங்களையும் ஆங்கிலத்தில் ப்ராடக்ட் (Product), ப்ரைஸ் (Price), ப்ளேஸ் (Place), ப்ரமோஷன் (Promotion) என்று சுருக்கமாக '4P', அதாவது 'நான்கு பி' என்பார்கள். இந்த நான்கு அம்சங்களின் கலவைதான் மார்க்கெடிங் மிக்ஸ்.

இம்மூன்று படிகள் கொண்ட வழிமுறையே மார்க்கெட்டிங்கின் புதிய பரிமாணம். போட்டி நிறைந்த மார்க்கெட்டில் வெற்றி பெறும் வழி.

மாற்றம் வேண்டும் என்கின்றனர் மார்க்கெட்டர்கள்

வேகமாக மாறி வரும் மார்க்கெட்டுக்கு ஈடு கொடுத்து மாறவேண்டிய கட்டாயத்தில் மார்க்கெட்டிங் உள்ளது. உலக அளவில் நடத்தப்பட்ட ஆய்வில் 80% தொழலதிபர்கள் மார்க்கெட்டிங் மாறவேண்டிய நிர்பந்தத்தில் உள்ளது என்றனர். அந்த மாற்றம் உடனே நடந்தாக வேண்டிய நிர்பந்தத்தில் உள்ளது என்றும் கூறுகின்றனர்.

செய்யும் தொழில் எதுவாக இருந்தாலும் சரி – பலசரக்கு கடை முதல் பன்நாட்டு நிறுவனம் வரை, அரிசி மண்டி முதல் ஆயுள் காப்பீடு

கம்பெனி வரை, ப்யூட்டி பார்லர் முதல் பாய்லர் ஃபேக்டரி வரை - மார்க்கெட்டிங் தேவையில்லாத தொழில் கிடையாது என்று அடித்துக் கூறலாம். பணம் பண்ணும் தொழில்களை விடுங்கள். 'உதவும் கரங்கள்' போன்ற பொது நல அமைப்புகள் முதல் பொது வாழ்விலுள்ள பிரபலங்கள்வரை இன்று மார்க்கெட்டிங் தேவைப்படுகிறது.

அப்பேர்ப்பட்ட மார்க்கெட்டிங் இயலுக்கே இப்போது மார்க்கெட்டிங் தேவைப்படுகிறது. மார்க்கெட்டிங்கின் முக்கியத்தை உணராமல் பிசினஸ் செய்பவர்கள் இன்றும் ஏராளம் இருக்கின்றனர். தொட்டுக்கோ துடைத்துக்கோ என்று கடனுக்கு மார்க்கெட்டிங் செய்யும் தொழிலதிபர்கள் ஏகப்பட்டவர்கள் இருக்கின்றனர். அந்தக் காலத்தில் தொழில் துவங்கியபோது மார்க்கெட்டிங் செய்தா முன்னேறினான் என்று இன்று மார்தட்டி மார்க்கெட்டிங்கை மறுப்பவர்கள் இருக்கவே செய்கிறார்கள். காலம் மாறிவிட்ட கதை அவர்களுக்குப் புரியவில்லை. மார்க்கெட் மாறிவிட்ட விதம் அவர்களுக்குத் தெரியவில்லை.

முதல் அத்தியாயத்தில் மார்க்கெட்டுகள் மாறியவிதங்களைப் பட்டியலிட்டோம். இரண்டாவது அத்தியாயத்தை நீங்கள் படித்து முடிப்பதற்குள் இன்னமும்கூட மார்க்கெட்டுகள் மாறியிருக்கும். இதை விரைவில் உணர்ந்து, விவரமாய் புரிந்து, விலாவாரியாய் வியூகம் அமைக்கும் வழிகளை உணர்வதுதான் விமோசனத்துக்கு வழி. மார்க்கெட்டிங் முக்கியத்துவத்தை விளையாட்டாக நினைப்பவர்களுக்கு விபரீதம் காத்திருக்கிறது. வில்லங்கம் வலைவிரித்திருக்கிறது!

மார்க்கெட்டிங்கை மறுப்பவர்கள் கூறும் இன்னொரு காரணம்: 'மார்க்கெட்டிங் வீண் செலவு. எதற்கு அனாவசியமாய் அதைச் செய்துகொண்டு'.

நாம் முன்னே பார்த்ததுபோல் மார்க்கெட்டிங் என்பது வாடிக்கையாளர்களைச் சரியாக இனங்கண்டு அவர்கள் தேவையை புரிந்து அவர்களுக்கு தகுந்த வேல்யூவைக் கொடுப்பது. இதில் செலவு எங்கிருந்து வருகிறது?

மார்க்கெட்டிங் என்றால் விளம்பரம் என்று கருதுவதால்தான் இந்த தவறான கருத்து. ஒரு வாதத்துக்கு மார்க்கெட்டிங் என்பது விளம்பரம் என்றே வைத்துக்கொள்வோம். அந்த விளம்பரம் எப்படிச் செலவாகும்?

பிரசவத்துக்கு மனைவியை எதற்கு ஆஸ்பத்திரியில் அட்மிட் செய்வது? வீண் செலவு. வீட்டிலேயே அக்கம் பக்க ஆயாக்களை வைத்து பார்க்கலாமே. செலவு மிச்சமாகுமே. செய்வோமா?

பிறந்த குழந்தையை எதற்கு ஸ்கூலில் சேர்த்துக்கொண்டு? வீண் செலவு. வீட்டில் வைத்து நாமே கற்றுக்கொடுக்கலாமே? செலவை மிச்சப்படுத்தலாமே, செய்வோமா?

ஏன் செய்வதில்லை. சுகப் பிரசவம் ஆகவேண்டும் என்ற விருப்பம். தாயும் சேயும் நலமாக இருக்கவேண்டும் என்ற கவலை. குழந்தை நன்றாக படிக்கவேண்டும் என்ற ஆசை. படித்து முடித்து நல்ல வேலையில் சேர்ந்து கை நிறைய சம்பாதித்து சந்தோஷமாக செட்டில் ஆகவேண்டும் என்ற கனவு.

உங்கள் தொழில் மட்டும் என்ன பாவம் பண்ணியது? உங்கள் ப்ராண்ட் மட்டும் என்ன தவறு செய்தது? அதுவும் உங்கள் குழந்தைதானே. அதையும் பதவிசாய் பராமரித்து, பக்குவமாய் பாதுகாத்து, பார்த்து பார்த்து வளர்க்கவேண்டாமா? நீங்கள் மார்க்கெட்டரா மாற்றான் தாயா?

விளம்பரம் என்பது செலவு அல்ல, முதலீடு. விளம்பரத்துக்கான பணம் அநாவசியம் அல்ல. அது ஆயுள்காப்பீடு. உங்கள் தொழிலை விழாமல் தடுக்கும் சேஃப்ட்டி நெட். நாட்டின் எல்லையை எதிரிகளிடமிருந்து பாதுகாக்கச் செலவழிக்கப்படும் டிஃபென்ஸ் பட்ஜெட்போல் ப்ராண்டை போட்டியாளர்களிடமிருந்து பாதுகாக்கச் செலவழிக்கும் டிஃபென்ஸ் பட்ஜெட்தான் விளம்பரச் செலவு. இதில் கஞ்சத்தனப்பட்டால் காணாமல் போய்விடுவோம். செலவு பார்த்து செய்யாமல் விட்டால் செல்லரித்துப் போவோம். செலவு கணக்கு பார்க்க மார்க்கெட்டிங் காஸ்ட் செண்டர் இல்லை, ப்ராஃபிட் செண்டர். இதை அறிவது அவசியம் மட்டுமல்ல, காலத்தின் அவசரமும் கூட.

மனதில் பதிக்க வேண்டிய மார்க்கெட்டிகிங் மகிமை

பல தொழிலதிபர்கள் தயாரிப்புத்துறைக்கும், ஃபைனான்ஸ் விஷயங் களுக்கும் தரும் மரியாதையில் கால்வாசியைக்கூட மார்க் கெட்டிங்குக்குத் தருவதில்லை. அப்படியே தந்தாலும் மார்க் கெட்டிங் நுனிப்புல் மேய்கிறார்கள்.

எந்த கம்பெனியிலும் அக்கவுண்டிங், ஆள் சேர்ப்பு, ஆர் அண்ட் டி, ஆபரேஷன்ஸ் என்று ஆயிரம் துறைகள் இருக்கும், ஆயிரம் வேலையிருக்கும். ஆனால், எந்தத் தொழிலுக்கும் பிரதான நோக்கம் ஒன்று மட்டுமே இருக்கும். இருக்கவேண்டும். அது மார்க்கெட்டிங். அதை சரியாய் பிரயோகித்து வாடிக்கையாளரை வளர்ப்பதுதான் கம்பெனியின் குறிக்கோளாய் இருக்கவேண்டும் என்கிறார் 'பீட்டர் ட்ரக்கர்' என்னும் நிர்வாகவியல் விற்பன்னர். மார்க்கெட்டிங்

மட்டுமே தொழிலின் வருவாய் ஈட்டி தரும் துறை. தொழிலின் மற்ற துறைகள் அனைத்துமே செலவுகள் என்கிறார்.

கம்பெனிகளின் வெற்றிக்கு மூல காரணம் மார்க்கெட்டிங். பல கம்பெனிகளில் மற்ற துறைகள் சரியில்லாமல், சுமாராய் பணி புரிவதைப் பார்த்திருக்கிறேன். இருந்தும் அந்த கம்பெனிகள் மார்க்கெட்டிங்கைத் திறம்படச் செய்ததால் வெற்றி பெற்றதைப் பார்த்திருக்கிறேன். ஆனால், எனது அனுபவத்தில் மார்க்கெட்டிங் வெகு சுமாராய் செய்து ஆனாலும் வெற்றி பெற்ற கம்பெனியை இது வரை நான் கண்டதில்லை.

மார்க்கெட்டிங்கின் மகிமை மக்களுக்கு கொஞ்சத்துக்கு கொஞ்சம் புரிய ஆரம்பித்திருக்கிறது. அதன் முக்கியத்துவம் மெதுவாக உணரப்பட்டு வருகிறது. அட் லீஸ்ட் போட்டி நெருக்கித் தள்ளும் பொருள் பிரிவுகளில் மார்க்கெட்டிங் பற்றிய விழிப்புணர்வு பெருகி வருகிறது. இது படிப்படியாய் வளர்ந்து மற்ற தொழில்களுக்கும் பரவவேண்டும். பரவும். பரவினால் மட்டுமே பிரயோஜனம்.

காலம் மாறிவிட்டது. போட்டி பெருகிவிட்டது. வாடிக்கையாளர் தேவை கூடிவிட்டது. இனியும் பழைய பஞ்சாங்கங்கள் பலிக்காது. பழைய வழிமுறைகள் தேறாது. இது வரை செய்து வந்த செயல் முறைகள் எடுபடாது. முதலில் நீங்கள் மாறுங்கள். மார்க்கெட்டிங் பற்றிய எண்ணங்களை மாற்றுங்கள். மார்க்கெட்டிங் செய்யும் முறையை மாற்றுங்கள்.

புதிய மார்க்கெட்டிங் முறைகளுக்கு உங்களைத் தயார்படுத்திக் கொள்ளுங்கள். ஒரு நடை போய் எம்பிஏ படித்துவிட்டு வாருங்கள் என்று சொல்லவில்லை. அட்லீஸ்ட் எம்பிஏ படித்தவர்களை கம்பெனியில் சேர்த்துக்கொள்ளுங்கள். மார்க்கெட்டிங் என்பது ஒரு ஸ்பெஷலிஸ்ட் சமாச்சாரம் என்பது புரிந்தால் அதுவே நல்ல ஆரம்பம். உங்களுக்கும், உங்கள் தொழிலுக்கும்.

கம்பெனி குறிக்கோளை நிர்ணயிப்பது முதல் அதை செயல்படுத்தும் விதங்களை வகுப்பது வரை தொழிலதிபர்களுக்கு மார்க்கெட்டிங் கண்ணோட்டம் தேவை. மார்க்கெட்டிங் என்ற கண்ணாடி மூலம் கம்பெனியின் அனைத்து செயல் திட்டங்களைப் பார்த்துத் தீட்டுவது பயன் தரும். ஏனெனில், கம்பெனியின் ஆதியும் அந்தமும் வாடிக்கையாளர்களே. அந்த வாடிக்கையாளர்களைப் பேணி, பாதுகாத்து, பராமரித்து பரிசாரகம் செய்வது மார்க்கெட்டிங். இதை உணர்ந்தால் மட்டுமே வியாபார வியூகங்களில் மார்க்கெட்டிங்கின் பங்களிப்பும் புரியும். முக்கியத்துவமும் புரியும்.

இப்புத்தகம் எழுதப்பட்டிருப்பதே இந்தக் கண்ணோட்டத்தில்தான்!

3

மலர வேண்டிய புதிய நிர்வாக முறை

அமெரிக்கா போன்ற மேலை நாடுகளில் நிர்வாகவியல் தோன்றி எழுபது வருடங்களுக்கு மேலாகிறது. இந்தியாவில் நிர்வாகவியல் எழுபதுகளில் ஆரம்பித்தாலும் பெரியதாக வளர்ந்து முக்கியத்துவம் பெறத் துவங்கியது தொன்னூறுகளுக்குப் பிறகுதான்.

அதுவரை விவசாயத்தை மட்டுமே கட்டிக்கொண்டு உழுதோம். அரசாங்க நிறுவனங்களை அரவணைத்துத் தொழுதோம். தம்பிடிக்கு பயன்படாத சோஷலிச கொள்கைகளைக் கட்டிக்கொண்டு அழுதோம். பிசினஸ் என்பது லவலேசம் இல்லாத, இருந்தும் மருந்துக்கு உதவாத அன்றைய தரித்திர நிலைக்கு நிர்வாகவியல் ஒரு கேடா.

கம்யூனிசக் கண்றாவியைத் தூக்கி எறிந்து, தொழில் வளர்ச்சிக்கு வித்திட வேண்டும் என்று பிரஞ்ஞை நம்மிடையே வளர துவங்கியதே 1991க்குப் பிறகுதான். யார் செய்த புண்ணியமோ நாட்டைத் தாராளமயமாக்கினோம். செல்லரித்துப் போயிருந்த பொருளாதாரத்தைத் துடைப்பம் கொண்டு பெருக்கி, வேக்யூம் க்ளீனர் கொண்டு க்ளீன் செய்து, சுருணை துணி கொண்டு சுத்தம் செய்தோம்.

வளரவிடக்கூடாது என்று கங்கனம் கட்டி சட்டதிட்ட கயிறு போட்டு கட்டியிருந்த இந்தியத் தொழில்களைக் கட்டவிழ்த்தோம். கூண்டில் அடைத்து அதன் மேல் கூடையை கவிழ்த்து எங்கே உருப்பட்டு விடுவார்களோ என்று அழுத்தி வைத்திருந்த தொலதிபதிர்களை

விடுவித்தோம். புதிய தொழில்கள் தானாய் பிறந்து, தூணாய் வளர்ந்து மேன்மேலும் சிறக்க, ஓடியாடிப் பறக்க ஓரளவேனும் சிறகுகள் கொடுத்தோம்.

இன்று உலகிலேயே வேகமாக வளர்ந்து வரும் நாடாக வந்திருக்கிறோம். வளர்ந்திருக்கிறோம். இந்த வளர்ச்சி பத்தாது, இன்னமும் வளர வேண்டும் என்றாலும் ஏதோ இந்த நிலைக்காவது வந்து சேர்ந்திருக்கிறோமே என்று சந்தோஷப்படுவோம்.

இதனால் தொழிலில் மாற்றங்கள். தொழிலை நிர்வகப்படுத்தும் முறையில் மாற்றங்கள். நிர்வாகவியலில் மாற்றங்கள்.

கடந்த இருபது வருடங்களில் நிர்வாகவியிலில் நினைத்துப் பார்க்க முடியாத மாற்றங்கள் நடந்தேறியிருக்கிறது. தொழிலை அணுக வேண்டிய புதிய அணுகுமுறைகள், பிசினஸை நடத்த உதவும் புதிய சிந்தனைகள், வியூகங்களைச் சரியாக பிரயோகப்படுத்த புதிய டெக்னிக்குகள் என்று நிர்வாகவியல் அடையாளம் தெரியாத வகையில் மாறியிருக்கிறது. மாறிக்கொண்டிருக்கிறது. இன்னமும் வேகமாக மாறப் போகிறது.

பாம்பு சட்டையை கழட்டி புதிய சட்டை அணிவதுபோல் நிர்வாகவியல் பல மாற்றங்கள் கண்டிருக்கிறது. டவுன்ஸைசிங், ரைட்சைஸிங், டோட்டல் க்வாலிடி மானேஜ்மெண்ட், எகனாமிக் வேல்யூ அனாலிசிஸ், பென்ச்மார்க்கிங், ரீஎன்ஜினியரிங் என்று ஹாலிவுட் படங்களின் பெயர்கள்போல் எத்தனை புதிய சிந்தனைகள், எத்தகைய புதிய சித்தாந்தங்கள். எப்பேர்ப்பட்ட புதிய டெக்னிக்குகள்.

இவை அனைத்தும் தொழிலை எப்படி நடத்துவது என்று நமக்கு உதவும் ‘எப்படி-செய்வது-கருவிகள். அதாவது 'how to do tools'. ஆனால் வேகமாக மாறி வரும் தொழில் உலகில், போட்டி நெருக்கித் தள்ளும் மார்க்கெட் யுகத்தில் நிர்வாகங்களுக்குத் தேவை அதிவேகத்தை அனுசரித்துப் போகும் விதங்கள். புதிய போட்டியை சாதுர்யமாய் சமாளிக்கும் வழிமுறைகள்.

அதனால்தான் தொழில்களுக்குத் தேவை ‘எப்படி-செய்வது-கருவிகள்’ மட்டுமல்ல. ‘என்ன-செய்வது-வழிமுறைகளும்’ கூட. அதாவது ‘what to do methods’ இன்றைய பிசினஸ் உலகின் தலையாய சவால் இதுவே.

மொத்தமாய் மாறியது மட்டும் போதாதென்று ஒவ்வொரு தொழிலின் ஒவ்வொரு பிரிவும் மாறிவிட்டது. எதையாவது கண்டு பிடித்து எப்படியாவது உருவாக்குவோம் என்ற ‘ரிசர்ச் அண்டு டெவலெப்மெண்ட்’ (Research - Development) இன்று

வாடிக்கையாளர் தேவையை அவர்களுக்குத் தெரிவதற்கு முன்பே தெரிந்து அத்தேவையை பூர்த்தி செய்யும் 'சர்ச், ரிசர்ச் அண்டு டெவலப்மெண்ட்' (Search, Research - Development) துறையாக மாறியிருக்கிறது.

ஒரு காலத்தில், என்ன தேவையோ அதை மொத்தமாய் செய்ய மட்டுமே என்றிருந்த 'தயாரிப்புத் துறை' (Production Department) இன்று தயாரிக்கும் ஒவ்வொரு பொருளும் மக்களின் தேவைக்கேற்ப கஸ்டமைஸ் செய்யும் துறையாக (Customization Department) மாறியிருக்கிறது.

உட்பொருட்களை சீப்பாக வாங்குவதே மட்டுமே தன் வேலை என்றிருந்த 'பர்ச்சேசிங் துறை' (Purchasing Department) இன்று தரகட்டுப்பாடு கோட்பாடுகளோடு வாங்கவேண்டிய 'ப்ரொக்யூர்மெண்ட் துறையாக' (Procurement Department) மாறியிருக்கிறது.

ஒப்புக்கு ஓரமாய் இருந்த மார்க்கெட்டிங் துறை இன்று நிர்வாகத்தை யும் மற்ற துறைகளையும் இழுத்துச் செல்லும் என்ஜினாய், தொழிலையே முன்னிருந்து நடத்திச் செல்லும் வழிகாட்டியாக மாறியிருக்கிறது.

த்ரைவிங் ஆன் கேயாஸ் (Thriving on chaos)

கூச்சலும் குழப்பங்களும் கூத்துக்களும் நிறைந்த இன்றைய வியாபார உலகத்தை 'கேயாஸ்' என்கிறார் 'டாம் பீட்டர்ஸ்' என்ற நிர்வாகவியல் ஆசிரியர். கேயாஸ் என்பதற்கு சிக்கல் நிறைந்த குழப்பம் என்று அர்த்தம். இப்பேர்ப்பட்ட கேயாஸ் உலகில் எப்படி பிசினஸ் செய்து கொழிப்பது? போட்டியாளர்களின் காட்டுக் கத்தலுக்கிடையில் எப்படி கடை விரித்து கரையேறுவது?

இங்குதான் கம்பெனியின் நிர்வாகத்துக்கு முக்கிய பங்களிப்பு இருக்கிறது. அந்த நிர்வாகத்தின் அணுகுமுறை எப்படி இருக்க வேண்டும்?

பிசினஸில் சிறக்க சிறந்த வழி கேயாஸ் மீது வளர்வது. கேயாஸ் மீதே கொழிப்பது. அது முதல் அடி எடுப்பதற்குள் உத்தியை ப்ரொஆக்டிவாக ரெடியாய் வைத்திருப்பது. இதைத்தான் 'த்ரைவிங் ஆன் கேயாஸ்' என்கிறார் பீட்டர்ஸ். இது அவர் எழுதிய புத்தகத்தின் தலைப்பும் கூட.

கேயாஸை மறந்து பிசினஸ் செய்ய நினைப்பது வடிகட்டின மடத்தனம். பூனை கண்ணை மூடிக்கொண்டால் பூலோகம் இருண்டுவிடாது. அதேபோல் கேயாஸை அடக்கித் தொழில் செய்ய முயல்வது

முழுமையான முட்டாள்தனம்; பட்டவர்த்தனமான பைத்தியக்காரத்தனம். நம் சக்திக்குட்படாத கேயாஸைச் சாதிக்க நினைப்பது மடமை. கழுத்தறுக்கும் கேயாஸ் எப்படி என்று பார்த்து அதற்கேற்ப தொழில் செய்ய முயல்வதும் மூடத்தனம். அப்படி செய்தால் உங்கள் உத்திகள் ரியாக்டிவாகத்தான் இருக்கும். கேயாஸ் சொல்பேச்சு கேட்டுதான் ஆடவேண்டி வரும்.

கேயாஸ் உலகை சமாளிக்கத் தேவை நிர்வாகப் புரட்சி; பிசினஸ் ரெவல்யூஷன், மார்க்கெட்டிங் போராட்டம். புதிய வியூகங்கள். புதுமையான சிந்தனைகள்.

உங்கள் தொழிலின் ஒவ்வொரு அம்சத்தையும் கேள்வி கேளுங்கள் என்கிறார் பீட்டர்ஸ். பிசினஸின் எல்லா அம்சங்களிலும் புதுமைகளைப் புகுத்துங்கள். கேயாஸ் மீது உங்கள் பிசினஸ் கொழித்து வளர ப்ரொ ஆக்டிவாக நிர்வாகம் நடத்துங்கள் என்கிறார்.

தொழிலதிபர்கள் நிர்வாகத்தை அணுக வேண்டிய முறையை, புரிய வேண்டிய செயல்களைத் தன் புத்தகத்தில் விவரமாக விளக்கியுள்ளார். அவர் நமக்குத் கூறுவது ஐந்து முக்கிய அறிவுரைகளை. இந்த பஞ்ச பூதங்களை வஞ்சகமில்லாமல் கொஞ்சினால் போதும், எந்த கேயாஸிடமும் நாம் அஞ்சத் தேவையில்லை.

1. வாடிக்கையாளரை மானசீகமாகக் காதலியுங்கள்

வாடிக்கையாளர்களின் தேவைகளைப் பூர்த்திசெய்வதை பூஜை புனஸ்காரம்போல் பயபக்தியுடன் செய்யவேண்டியது கேயாஸ் உலகின் கட்டாயம். ஏசி ஆபிஸில் காலாட்டியவாறே கம்ப்யூட்டரைக் கட்டிக்கொண்டு அழாமல் வாடிக்கையாளர்களை தேடிப் போய் பேசுங்கள். அவர்கள் சொல்வதைக் காது கொடுத்துக் கேளுங்கள். தரமான பொருளைத் தராமல், தாறுமாறான சர்வீஸைத் தந்தால் வாடிக்கையாளர் சாமியாடி, சாட்டையடி கொடுப்பார். தெய்வ குத்தமாகிவிடும்.

ஒரு சின்ன டெஸ்ட்: டவுன் பஸ்ஸில் கடைசியாக எப்போது பயணம் செய்தீர்கள்?

என்ன, ரொம்ப நாள் ஆகிவிட்டதா? சாதாரண மக்களின் வீடேறிதான் பேசவில்லை, குறைந்தது அவர்களோடு பயணிக்கக்கூட மனமில்லையா? பிறகு அவர்களை எப்படி உணர்ந்துகொள்வதாக உத்தேசம்? அவர்களை எப்படிப் புரிந்துகொள்வதாக ப்ளான்? உங்களுக்குப் படியளிக்கும் வாடிக்கையாளர்களைப் புரிந்துகொள்ளா விட்டால் என்ன பிசினஸ் செய்து என்ன பிழைக்கப் போகிறீர்கள்?

மாதம் ஒருமுறையாவது டவுன் பஸ்ஸில் போய் பாருங்கள். பக்கத்திலிருப்பவர்கள் பேசுவதைக் கேளுங்கள். ரயிலில் செகண்ட் க்ளாஸ் வகுப்பில் சென்று பாருங்கள். இப்படிச் செய்வதால் உங்கள் ப்ராண்டுகள் பிய்த்துக்கொண்டு பறக்கும் என்று சொல்லவில்லை. உங்கள் வாடிக்கையாளர்களை ஓரளவேனும் புரிந்துகொள்ள முடியும் என்கிறேன்.

2. புதுமைகளை மனமுவந்து புகுத்துங்கள்

பிசினஸ் முழுவதும் புதுமைகள் புகுத்துவதை ஒரு ஜுர வேகத்துடன் செய்யுங்கள். நேற்று பெய்த மழையில் முளைக்கும் காளான்கள் உங்களைக் காணாமல் ஆக்கும் கேயாஸ் உலகமிது. ஹிந்துஸ்தான் யூனிலீவரின் 'ஆக்ஸ்' டியோடரண்ட் நம்பர் ஒன் ஸ்தானத்தில் மமதையுடன் மல்லாக்கப் படுத்திருக்க, நேற்று முளைத்த 'ஃபாக்' என்ற டியோடரண்ட் 'மற்றது போலில்லாமல் எங்களை எண்ணூறு முறை பயன்படுத்தலாம்' என்று கூறி ஆக்ஸை பாக்ஸ் செய்துவிட்டதை நினைவில் வையுங்கள்.

சொந்தமாய் தோன்றவில்லையென்றால் அட்லீஸ்ட் மற்ற பொருள் வகைகளிலிருந்து காப்பியடித்தாவது புதுமைகளை புகுத்துங்கள். மார்க்கெட்டிங்குக்குத் தனி டீம் அமையுங்கள். முடிந்தால் மார்க்கெட்டிங் ஆலோசகரை அமர்த்துங்கள். 'நானே ஒரு மார்க்கெட்டிங் எக்ஸ்பர்ட்' என்று கூறாதீர்கள். எல்லாருக்கும் எளிதாக வரும் கலையல்ல மார்க்கெட்டிங். அதற்கு மரியாதையாக மரியாதை தாருங்கள்!

உங்களிடம் ஒரு கேள்வி: பெருமைப்படத்தக்க வகையில் உங்கள் பிசினஸில் கடந்த மூன்று மாதங்களில் நீங்கள் செய்த புதுமை என்ன?

எதுவும் இல்லையா? புதிது புதிதாய் வாடிக்கையாளர் வேண்டும். பெரிது பெரிதாய் லாபம் வேண்டும். ஆனால் பழையதை மட்டுமே கட்டிகொண்டு அழுவேன் என்றால் எப்படி சார்? மூன்று மாதத்துக்கு ஒரு முறையாவது தொழிலில் ஏதாவது புதுமையை புகுத்தவிட்டால் புதுமை விரும்பி என்று இன்னொரு முறை நீங்களே உங்களைப் பற்றி சொல்லிக் கொள்ளாதீர்கள்.

3. வேலையாட்களை பார்ட்னர்களாகப் பாவியுங்கள்

கேயாஸ் உலகில் உங்களுக்குப் பக்கபலமாக இருக்கப்போவது உங்கள் ஸ்டாஃப். அவர்களை பார்ட்னர்களாகப் பாவியுங்கள். செஸ் போர்டில் ராஜா, ராணி, குதிரை, பிஷப் இருந்தாலும் முன் நின்று

போரிடுவது சிப்பாய்கள். அந்த சிப்பாய் போன்ற உங்கள் சக தோழர்களுக்கு ஊக்கமளியுங்கள். உற்சாகப்படுத்துங்கள்.

1989ல் இந்திய டீமோடு பாகிஸ்தான் செல்கிறான் மீசைகூட முளைக்காத ஒரு பதினாறு வயது சிறுவன். ஆடப் போவது நான்கு டெஸ்ட் மாட்சுகள். அதுவும் பாகிஸ்தோனோடு. ஆட்டம் நடக்கப் போவது பாகிஸ்தான் மண்ணில். முதல் டெஸ்ட் துவங்குவதற்கு முந்தின இரவு இந்திய அணி காப்டன் கிருஷ்ணமாச்சாரி ஸ்ரீகாந்த் டீம் டின்னர் முடிந்த பின் அச்சிறுவனை அழைத்துக்கொண்டு வாக்கிங் செல்கிறார். அவன் தோள் மீது கை போட்டு 'ஆடப்போவது பாகிஸ்தானிடம் என்று பயப்படாதே. உன் திறமை மீது எனக்கு நம்பிக்கை இருக்கிறது. என்ன ஆனாலும் நான்கு டெஸ்டிலும் நீ ஆடுவாய். உன்னை ட்ராப் செய்யமாட்டேன். அதற்கு நான் காரண்டி. தைரியமாக ஆடு. உன் ஆட்ட ஸ்டைலை மாற்றாமல் அப்படியே மெய்ண்டேயின் பண்ணு' என்கிறார்.

காப்டனின் முழு நம்பிக்கை பெற்று, உற்சாகமும், உத்வேகமும் அளிக்கப்பட்டு ஆடிய அந்த சிறுவன்தான் பிற்காலத்தில் கிரிக்கெட் உலகையே தன் பேட்டின் காலடியில் கிடத்திய 'சச்சின் ரமேஷ் டெண்டுல்கர்'. உங்கள் டீமை அதுபோல் எப்படி உற்சாகப்படுத்தப் போகிறீர்கள்?

4. மாற்றத்தை ஏற்படுத்தும் தலைவராக மாறுங்கள்

'தன்னை தானும் அறிந்துகொண்டு ஊருக்கு சொல்பவர்கள் தலைவர்கள் ஆவதில்லையா' என்றார் கவிஞர் கண்ணதாசன்.

உங்களை புரிந்துகொண்டு உங்கள் கம்பெனிக்கும் விஷனை உருவாக்குங்கள். இலக்கை நிர்ணயித்து அதை நோக்கிச் செல்ல டீமுக்கு அதிகாரத்தைப் பகிர்ந்து கொடுங்கள். கம்பெனி முழுவதும் பரபரப்பை உண்டாக்குங்கள். போதும் என்ற மனதைப் புதைத் தெறியுங்கள். லீடராய் லட்சணமாய் டீமுக்கு எடுத்துக்காட்டாக இருங்கள். இதைச் செய்யும் முறைகளை இப்புத்தகத்தின் மூன்றாவது பாகத்தில் படிக்கப்போகிறீர்கள்.

1983 உலகக் கோப்பையில் ஜிம்பாப்வே அணியுடன் இந்திய அணி மோதுகிறது. அந்த ஆட்டத்தில் வெற்றி பெற்றால்தான் அடுத்த கட்டத்துக்கு முன்னேற முடியும் என்ற நிலை. அப்பேர்ப்பட்ட முக்கியமான மாட்சில் முதலில் ஆடிய இந்திய அணி மகா மோசமாய் ஆடி மாட்ச் துவங்கிய பதினைந்து நிமிடத்துக்குள் ஐந்து விக்கெட்டு களை இழந்து 17 ரன்களே எடுத்து கந்தர கோலத்துடன் மார்னிங் ஷோ மலையாள பட ஹீரோயின்போல் நிர்கதியாய் நிற்கிறது.

அப்போது ஆட உள்ளே நுழைகிறார் இந்திய அணியின் காப்டன் கபில் தேவ் நிகஞ். இருபத்து நான்கு வயதே ஆன இளைஞர். தனி ஆளாக நின்று எந்த பவுலிங்கிடம் மற்றவர்கள் ஆட முடியாமல் அவஸ்த்தைப் பட்டு அவுட் ஆனார்களோ அதே பவுலிங்கை அடித்து, பிடித்து, நெறித்து, மிதித்து, இழுத்து, கடித்து, குதறி, நையப் புடைத்து 175 ரன்கள் எடுக்கிறார். அந்த உலகக் கோப்பையில் இந்திய அணி குவித்த அதிக பட்ச ஸ்கோர் பெற உதவுகிறார். பத்தாததற்கு ஜிம்பாப்வே பாட்டிங் செய்தபோது அபாரமாகப் பந்து வீசி இரண்டு விக்கெட்டுக்களைச் சாய்த்து இந்தியா வெற்றி பெற செய்து அணியிடம் 'பார்த்தீர்களா, நினைத்தால் முடியாதது ஏதுமில்லை' என்று டீமை உற்சாகப்படுத்தி போட்டியின் மற்ற மாட்சுகளில் இன்னமும் சிறப்பாக ஆட வைத்து உலகக் கோப்பையைக் கைப்பற்றுகிறார். உங்கள் ஊழியர்களுக்கு நீங்கள் எப்படி எடுத்துக்காட்டாக இருப்பதாக உத்தேசம்?

5. கம்பெனியை வலுவுள்ளதாக மாற்றுங்கள்

வெறும் கையில் முழம் போட்டால் கை சிராய்த்து ரத்தம்தான் வரும். கம்பெனிக்குத் தேவையான சப்போர்ட் சிஸ்டங்களை உருவாக்குங்கள். 5% வளர்ந்தால் போதும், 6% வளர்ந்தால் எதேஷ்டம் என்று நினைத்தால் கேயாஸின் கோரப்பிடியில் சிக்கி சின்னாபின்னமாக வேண்டியதுதான். அபரிமிதமான வளர்ச்சிக்கு அங்குலம்கூட குறைக்காதீர்கள். அதற்கென்ன தேவையோ அதற்கு ஒரு படி மேலேயே செய்யுங்கள்.

குண்டு சட்டியில் குதிரை ஓட்டாதீர்கள். பரந்து விரிந்த உலகம் முழுவதும் உங்கள் மார்க்கெட். சிறகை விரியுங்கள். சேல்ஸ்மென்னைக் கூட்டுங்கள். சூப்பர்வைசர்களை நியமியுங்கள். வருடத்துக்கு ஒருமுறையாவது அவர்கள் திறனுக்குப் புதிய ரத்தம் என்னும் பயிற்சியைப் பாய்ச்சுங்கள்.

இந்த பஞ்ச பூதங்களையும் கொஞ்சம்கூடப் பஞ்சமில்லாமல் கொஞ்சினால் சக்ஸஸ் மட்டுமே மிஞ்சும். ஒன்று புரிந்து கொள்ளுங்கள். கேயாஸிடம் சிக்கி தூள் தூளாய் போவதும் கேயாஸ் மீதே ஏறி தூள் கிளப்புவதும் உங்கள் கையில்தான் இருக்கிறது.

ஸ்ட்ரடீஜிக் மேனேஜ்மெண்ட் ப்ராசஸ்

இதையெல்லாம் தெளிவாக அறிந்து திறமையாகப் பிரயோகப்படுத்த இன்றைய அவசிய, அவசரத் தேவை ஒரு புதிய நிர்வாக அமைப்பு (Strategic management process). மாறி வரும் பிசினஸ் உலகில் தம்

பிடித்து முன்னேறத் தேவை புதிய நிர்வாக செயல்முறை. வெற்றி வியூகங்களை அமைத்து தொழிலுக்கு ஒரு காம்படிட்டிவ் அட்வாண்டேஜ் (Competitive advantage) கொடுக்கும் அணுகுமுறை.

ஸ்ட்ரடீஜிக் மேனேஜ்மெண்ட் ப்ராசஸ் என்பது சிஸ்டமாடிக்காய், தொலைநோக்கு பார்வையோடு கம்பெனி இருக்கும் சூழ்நிலையை அலசி, ஆராய்ந்து, தேர்ந்த திட்டங்கள் வடித்து அதைத் தெளிவாகச் செயல்படுத்தி அதன் செயல்பாட்டைத் திறமையாய் சீர்தூக்கிப் பார்க்கும் செயல்முறை.

ஸ்ட்ரடீஜிக் மேனேஜ்மெண்ட் என்பது ப்ராண்டுக்கு மட்டும் பொருந்தும் விஷயமல்ல. கம்பெனியை உருவாக்கும் விஷயத்தி லிருந்து பார்த்துச் செதுக்க வேண்டியது. கம்பெனியின் ஒவ்வொரு அங்குல திட்டமைப்பிலும் வியாபிக்க வேண்டிய ஒன்று. பிசினஸ் சூழலை ஆராய்வது முதல் கம்பெனி பாதையை வகுப்பது வரை, குறிக்கோள்களை அறுதியிடுவது முதல் அதைச் செயல்படுத்தும் நிர்வாக முறையை வகுப்பதுவரை அனைத்துமே ஸ்ட்ரடீஜிக் மனேஜ்மெண்டின் அங்கங்கள்தான். கடந்த காலத்தைப் படித்து, நிகழ்காலத்தின் நிலை புரிந்து, எதிர் காலத்தைக் கணித்துத் திட்டங்களை வகுப்பதில்தான் நிர்வாகத்தின் வெற்றி அடங்கி யிருக்கிறது. இதுவே ஸ்டரடீஜிக் மானேஜ்மெண்டின் சாரம்சம். இதைச் செய்யத் தேவையானவற்றைத் தெரிந்துகொள்ளப் போகிறீர்கள், இப்புத்தகத்தின் இரண்டாவது பகுதியில்.

மார்க்கெட் மாறி வருகிறது என்று அலறினாயே? வாடிக்கையாளர்கள் தேறி வருகிறார்கள் என்று கூப்பாடு போட்டாயே. மார்க்கெட்டிங் மாற வேண்டும் என்று வாய் கிழியப் பேசினாயே. காலம் மாறி வருகிறது என்றால் கடந்து போன காலம் போல், இக்காலமோ வருங்காலமோ இருக்காதே. அப்படியென்றால் எதற்குக் கடந்த காலத்தை கணக்கிலெடுப்பது என்று சிலருக்கு கேட்கத் தோன்றும்.

காலம், கஸ்டமர்கள் மாறிக் கொண்டிருந்தாலும், வருங்காலம் கடந்த காலத்தை பிரதிபலிக்காமல் இருந்தாலும் இனம் புரியாத வருங்காலத்தை ஓரளவேனும் புரிந்துகொள்ளவும் அம்மாற்றங் களுக்கு ஏற்ப சுதாரித்து நம்மைத் தயார்படுத்திக்கொள்ளவும் ஸ்டரடீஜிக் மேனெஜ்மெண்ட் அவசியம். அவசரமும் கூட.

நமக்கு என்ன தெரிந்திருக்கிறது என்பது மட்டும் முக்கியமல்ல. நமக்கு என்ன தெரியாமல் இருக்கிறதோ அதற்கேற்ப எப்படி நம்மைத் தயார்படுத்தி அதற்கு ரியாக்ட் செய்ய ரெடியாய் இருக்கிறோம் என்பதும் முக்கியம். அறியப்படாத அந்த வருங்காலத்துக்கு நம்மை தயார்படுத்த உதவுவது நமது கடந்த கால அனுபவங்கள்.

அதற்காகவாவது கடந்து வந்த காலத்தை படித்து, படிப்பினை பெற்று அதற்கேற்ப வருங்கால திட்டங்களை வகுத்து அதை வரவேற்க தயாராயிருப்பதற்கு தேவை ஸ்டரடீஜிக் மானேஜ்மெண்ட்.

நிர்வாகத் திறமை என்பது நமக்கு நன்கு தெரிந்த, புரிந்த, அறிந்த சூழ்நிலைக்கு எப்படி ரியாக்ட் செய்கிறோம் என்பது மட்டுமல்ல. அதை யார் வேண்டுமானாலும் செய்யலாம். ஆனால் கேயாஸ் நிறைந்த நமக்கு தெரியாத, இதுவரை புரியாத, யாரும் அறியாத பிசினஸ் சூழலில் எப்படி ரியாக்ட் செய்கிறோம், எப்படித் திட்டங்கள் வகுக்குகிறோம் என்பதே. இதை செவ்வனே செய்யும் நிர்வாகமே வெற்றிப் பெறுகிறது. இவ்வகை நிர்வாகத்துக்குத் தேவை ஸ்ட்ரடீஜிக் மானேஜ்மெண்ட்

தலைமையும் தலையாய கடமையும்

ஸ்டரீடிஜிக் மானேஜ்மெண்ட்டுக்கு முக்கியமான தேவை அதை வழிநடத்திச் செல்லும் தலைமை. தெளிவான சிந்தனை, திறமையான சிந்தனை, விரைவான செயலாக்கம் இவை மூன்றும் கொண்ட தலைவன் நிர்வாகத்துக்கு மிக முக்கியம். கம்பெனி செல்ல வேண்டிய பாதையை இட்டு, குறிக்கோள்களை வகுத்து, பயணத்தை நேர்படுத்தி, வேகத்தை பிரயோகிக்கும் தலைமை அவசியம். அதோடு தேவைப்படும்போது செல்லும் பாதையை, பயணத்தை, வேகத்தை மாற்றும் வல்லமையும், மன உறுதியும் கொண்ட தலைமை நிர்வாகத்துக்குத் தேவை.

இன்றைய கேயாஸ் பிசினஸ் உலகில் கம்பெனித் தலைவனுக்கு, நிர்வாக நாயகனுக்கு தவறுகள் செய்யாமலிருக்க வேண்டும் என்பதில்லை. தவறு என்பது தவறாமல் நடந்தே தீரும். ஆனால் செய்த தவறை உணரும் தெளிவு வேண்டும். தவறை ஒத்துக் கொள்ளும் பக்குவம் அவசியம். அந்தத் தவறிலிருந்து பாடங்கள் படிப்பினைகள் கற்றுக்கொள்ளும் மனோதிடமும் முக்கியம். இந்தக் குணங்கள் உள்ளவனே நிர்வாகத்தை நடத்திச் செல்லத் தகுதி பெற்ற தலைவன்.

வேகமான இன்றைய உலகில் ஒருவனே எல்லா வேலைகளையும் செய்யமுடியாது. செய்யவும் கூடாது. பணியை டெலிகேட் செய்ய கற்றுக்கொள்ளவேண்டும். பணியாட்களுக்கு அவசியமான அதிகாரத்தை அளிக்கவேண்டும். தவறு நேர்ந்தாலும் பரவாயில்லை, புது முயற்சிக்குத் தயங்காதீர்கள் என்று தைரியம் தரவேண்டும்.

பிசினஸ் ஆரம்பிப்பது ஊசியில் நூல் கோர்ப்பதுபோல. எடுத்த மாத்திரத்திலேயே ஊசி துவாரத்தில் நூலைச் செலுத்தமுடியாது.

நான்கு முறை கையைக் குத்திக்கொள்ள வேண்டியிருக்கும். குத்துகிறதென்று கவலைப்பட்டால் கிழிந்த சட்டையைப் போட்டுக் கொண்டு அலையவேண்டும். பிச்சைக்காரனைப்போல் தெரியும். பரவாயில்லையா?

ஆரம்ப நாள் முதல் பிசினஸ் பிய்த்துக்கொண்டு பறக்காது. பிரயத்தனப்படவேண்டும். போராடவேண்டும். இதற்குத் தேவை தைரியம், போராடும் குணம். மன உறுதி. முதுகெலும்பு இல்லாதவன் முன்னேற முடியாது.

குண்டு பல்ப்பைக் கண்டுபிடிக்கும் முயற்சியில் தாமஸ் ஆல்வா எடிசன் சுமார் இரண்டாயிரம் முறை தோற்றார். இத்தனை முறை தோற்று விட்டீர்களே, இது தேவையா என்று கேட்டபோது 'நான் தோற்கவில்லை. குண்டு பல்ப் செய்ய தேவையில்லாத இரண்டாயிரம் முறைகளைக் கண்டுபிடித்தேன். அதைச் சரியாய் செய்யும் ஒரே வழியையும் கண்டுபிடித்துவிட்டேன்' என்றார்!

இருட்டான இரண்டாயிரம் விஷயங்களை இதுவரை நீங்கள் அறிந்திருக்கலாம். வெளிச்சம் தரும் வெற்றிக்கான வழிகளை, அதைப் பிரயோகிக்கும்விதங்களை அடுத்து வரும் அத்தியாயங்களில் அறிந்துகொள்ளப்போகிறீர்கள்!

ரவுண்ட் 2

UNDERGROUND

கிரிக்கெட் மாட்ச் ஆட பந்து, பாட், பேட், க்ளவுஸ், கார்ட் மட்டும் பத்தாது. ஆடுகளம் பற்றி அறியவேண்டும். சீதோஷ்ண நிலையைச் சீர்தூக்கிப் பார்க்கவேண்டும். எதிராளி அணி எப்பேர்ப்பட்டது என்று தெரியவேண்டும்.

உங்களிடம் உள்ள அதே பந்து, பாட், பேட், க்ளவுஸ் அவர்களிடமும் உண்டு. நீங்கள் அறியும் ஆட்ட விதிகளை அவர்களும் அறிவார்கள். உங்களிடமுள்ள அதே அளவு ஆட்ட அறிவு அவர்களிடமும் உண்டு.

கிரிக்கெட்டிலாவது ஒரு க்ரவுண்ட், ஒரு எதிராளி மட்டுமே. பிசினஸ் பல மார்க்கெட்டில் ஆடவேண்டும். பல எதிராளிகளுடன் மோத வேண்டும். பல சூழ்நிலைகளைச் சந்திக்கவேண்டும். அதுவும் எல்லாம் ஒரே நேரத்தில்.

அதற்கு பிசினஸ் சூழலை அறியவேண்டும். பொருள் பிரிவு தன்மை புரியவேண்டும். போர்களம் பற்றி புரியவேண்டும். தொழில் சூட்சமம் தெரியவேண்டும்.

போட்டியிடும் ஆடுகளத்தை அறிந்துகொள்ள வியூகங்கள் உண்டு. செய்யும் தொழிலின் தன்மையைப் புரிந்துகொள்ள தந்திரங்கள் உண்டு. பிசினஸ் சூட்சமம் விளங்கத் திறனாய்வு கருவிகள் உண்டு.

பிசினஸ் அண்டர்க்ரவுண்ட், தொழில் அடித்தளம் அறிய தேவையான திறனாய்வுகளை, தெரிந்துகொள்ள வேண்டிய வியூகங்களை ஊற்றப்போகிறோம் இந்த ரவுண்டில்!

4

சுற்றுப்புறச் சூழல் திறனாய்வு

கடலில் படகு ஓட்டிய பழக்கம் இருக்கிறதா?

இவன் ஏன் தண்ணி சம்பந்தப்பட்ட மேட்டராகவே பேசுகிறான் என்று நினைக்காதீர்கள். சீரியஸாய் கேட்கிறேன். பழக்கம் இல்லையென்றால் அட்லீஸ்ட் கற்பனை செய்து பாருங்கள். நடுக்கடலில் படகில் இருக்கிறீர்கள். நாலா பக்கமும் அலைகள் படகை அடித்துத் தள்ளுகிறது. வானம் இருட்டிக்கொண்டு வருகிறது. தூரத்தில் ஒரு அமானுஷ்ய வடிவம் உங்களை நோக்கி வருவதுபோல் தெரிகிறது. கரை இருக்கும் திசை தெரியவில்லை. கலங்கரை விளக்கத்தின் ஒளி கண்ணில் தென்படவில்லை.

நினைக்கவே பகீரென்று படுகிறதா? படித்துக் கொண்டிருக்கும் புத்தகத்தில் நீர் திவலைகள் தெறித்ததுபோல் இருக்கிறதா? உட்கார்ந்திருக்கும் சேர்கூட அலைமேல் இருப்பதுபோல் ஆடுகிறதா?

செய்யும் தொழிலும் அது போலவே. நீர் சூழ்ந்து, நிலம் தெரியாத, நிர்கதி சூழ்நிலை. நிர்மூலமான நித்ய கண்ட பூர்ண ஆயுசு நிலைப்பாடு.

தொழிலின் சுற்றுப்புறச்சூழல் நம்மைக் கேட்டுக்கொண்டு வருவதில்லை. நம்மிடம் சொல்லிக் கொண்டு போவதும் இல்லை. நம்மால் அதைக் கட்டுப்படுத்தவும் முடியாது. அதன் தாக்கத்தைத் தடுக்கவும் முடியாது. இதனால்தான் பிசினஸைப் பாதிக்கும்

சுற்றுபுறச்சூழலை Non-controllables அதாவது கட்டுப்படுத்த முடியாதவை என்கிறார்கள்.

சுற்றுப்புற சூழலை அறிந்துகொள்ள முடியும். அறிந்துகொண்டால் அதன் தாக்கத்தை ஓரளவேனும் குறைத்துக்கொள்ள முடியும். செய்யும் தொழிலை, செயல்களை மாற்றிக்கொள்ள முடியும். அதைச் செய்ய வழிகள், வியூகங்கள் உண்டு.

நம் ஆதிக்கத்துக்குள் அடைக்க முடியாத சுற்றுச்சூழலை அட்லீஸ்ட் ஆராய்ந்து பார்க்கவாவது வழி இருக்கிறதே என்று திருப்திபட்டுக் கொள்ளலாம். கடல், அலை, மழை, புயல் போன்றவற்றைக் கட்டுப்படுத்த முடியாவிட்டால் என்ன. துடுப்பைப் பயன்படுத்தி, கலங்கரை விளக்க ஒளியின் உதவியுடன் கரை தெரியும் பக்கம் படகைச் செலுத்தி நம்மை காப்பாற்றிக்கொள்ள முடிவது போல.

சுற்றுப்புறச்சூழல் காரணிகளை (Environmental factors) பொதுவாக இரண்டு வகையாகப் பிரிக்கலாம். 'மேக்ரோ காரணிகள்' (Macro factors) என்பது நாட்டின் மொத்த பொருளாதாரத்தைப் பாதித்து அதன் ஒவ்வொரு அங்கத்திலும் தாக்கத்தை ஏற்படுத்தும் சக்தியுள்ளவை. அரசாங்க விதிகள், பணவீக்க அளவு, மாற்று விகிதம் (Exchange rate), வட்டி விகிதம், புதிய தொழில் நுட்பம் போன்றவை.

'மைக்ரோ காரணிகள்' (Micro factors) அளவில் சிறியவை. ஆனால், ஆதிக்கத்தில் முன்னதுக்குக் குறையாதவை. இவை சிறிய பரப்பளவில், சில கம்பெனிகளை மட்டும் பாதிக்கும் தன்மையுள்ளவை. வெள்ள பாதிப்பு, புதிய சாலை வசதி, ரயில் பாதை போன்றவை. இந்த இரண்டு காரணிகளும் தொழிலைப் பாதிக்கும் விதங்களில், அளவில் மாறுபடும்.

ஸ்ட்ரடீஜிக் ப்ளானிங் (Strategic Planning)

தொழிலைத் திட்டமிடும்போது எந்தக் காரணிகள் எந்தவகையில், எத்தனை ஆழமாக பிசினஸைப் பாதிக்கும் என்று ஆய்வு செய்வது அவசியம். தொழிலைப் பாதிக்கும் சுற்றுப்புறச் சூழல் காரணிகளை ஓரளவேனும் கணிக்க முடியும். கணிக்க முடிந்ததால்தான் அதைக் கட்டுப்படுத்த முடியும் என்றில்லை. கணிக்க முடிந்தாலே ஓரளவேனும் அந்தக் காரணிகளின் பாதிப்பிலிருந்து தற்காப்பு நடவடிக்கைகள் எடுக்க முடியும். வருமுன் காப்பது விவேகம் மட்டுமல்ல ஸ்ட்ரடீஜிக் ப்ளானிங்கின் நோக்கமும் கூட.

பிசினஸ் திட்டமிடும் முறை துவங்குவதற்கு முன் நாம் செய்ய வேண்டியது தொழிலின் சூழ்நிலையை முழுவதுமாகப் புரிந்து கொள்வது. சொல்வதற்கு எளிதாக இருக்கும் இது செய்வதற்குக் கடினமானது. ஆனால், செய்ய முடியாததல்ல.

ஸ்ட்ரடீஜிக் ப்ளானிங் ப்ராசஸ்ஸின் முக்கிய நோக்கம் புறச்சூழல் காரணிகளின் தாக்கத்தின் இடையே தொழிலை எப்படி நேர்படுத்தி நடத்திச் செல்வது என்பது. அப்படி நேர்படுத்த வகுக்கப்படும் வியூகங்கள் சில கோட்பாடுகளுக்கு உட்பட்டு இருப்பது கம்பெனிக்கு நல்லது.

- வியூகம் சுற்றுச்சூழல் கட்டுப்பாட்டுகளுக்கு இடையே சாத்தியப் பட்டு, செயல்படக்கூடியதாக இருக்கவேண்டும்.
- வியூகம் கம்பெனிக்கு நீண்ட கால காம்பெடிட்டிவ் அட்வாண்டேஜ் (Competitive advantage) தரக் தக்கதாக இருக்க வேண்டும். அதாவது போட்டியாளர்களிடமிருந்து வித்தியாசப் பட்டு, விஸ்தாரமாய் வெற்றி பெறத் தேவையான திறன்.
- கம்பெனியோடு சம்பந்தப்பட்ட அங்கத்தினர் அனைவருக்கும் பயன்படும் வகையில் வியூகம் அமைய வேண்டும். கம்பெனியோடு சம்பந்தப்பட்டவர்களை ஸ்டேக்ஹோல்டர்ஸ் (Stakeholders) என்பார்கள். நிர்வாகம், முதலீட்டாளர்கள், கடன் கொடுத்தவர்கள், பணியாளர்கள், அரசாங்கம், கம்பெனி சார்ந்த சமூகம் ஆகியோர்.
- வியூகம் நிலையானதாக (sustainable) இருக்கவேண்டும். வாராவாரம், மாதாமாதம் மாற்றிக்கொண்டிருக்கும்படி அமைவது வியூகமாக இருக்காது. இருக்க முடியாது. நீண்ட காலம் நின்று கம்பெனிக்கு பயன் தரக்கூடியதாக இருப்பது அவசியம்.

பெஸ்ட் திறனாய்வு (PEST Analysis)

சுற்றுப்புறச் சூழலைக் கணித்து, நிர்ணயித்து அதன் தாக்கத்தை உணர நமக்கு உதவும் கருவிகளில் ஒன்று பெஸ்ட் திறனாய்வு. பெஸ்ட் திறனாய்வு என்பது தொழிலைப் பாதிக்கும் மேக்ரோ வகை சுற்றுச் சூழல் காரணிகளை அலசி ஆராய்ந்து புரிந்துகொள்ள உதவும்.

பொருளாதாரம், தொழில், கம்பெனி, மார்க்கெட் போன்ற அனைத்தை யும் அதீதமாகப் பாதிக்கும் சக்தியுள்ள மேக்ரோ காரணிகள் சில உண்டு:

- அரசியல் (Politial)
- பொருளாதாரம் (Economic)
- சமூகம் (Social)
- தொழில் நுட்பம் (Technological)

இந்த நான்கையும் முறைப்படி, ஆராய்ந்து அதன் தாக்கத்தை முழுமையாக உணர நமக்கு உதவும் கருவிதான் பெஸ்ட் திறனாய்வு.

PEST என்பது இந்த நான்கு காரணிகளின் ஆங்கில வார்த்தைகளின் முதல் எழுத்தின் சுருக்கம் என்பது இந்நேரம் உங்களுக்குப் புரிந்திருக்கும்.

இந்த நான்கு காரணிகளும் எல்லா தொழில்களையும் ஒரே மாதிரி, ஒரே அளவு, ஒன்று சேர பாதிக்கும் என்றில்லை. வெவ்வேறு தொழில்கள், கம்பெனிகள், பொருள் வகைகளை வெவ்வேறு விதமாகப் பாதிக்கும் தன்மையும் ஆற்றலும் கொண்டவை. திறம்பட பெஸ்ட் ஆய்வு செய்தால் கம்பெனியின் சுற்றுப்புறச்சூழலைப் படம் வரைந்து பாகங்களைக் குறிக்கலாம். பெஸ்ட் ஆய்வின் முக்கிய அங்கங்களை, அதன் தன்மைகளை, அவை பாதிக்கும் விதங்களை ஒவ்வொன்றாகப் பார்ப்போம்.

அரசியல் (Politics)

நம் நாட்டு அரசியலில் எந்த அளவுக்கு பிசினஸ் இருக்கிறதோ அதே அளவுக்கு நம் நாட்டு பிசினஸில் அரசியல் இருக்கிறது. அரசியலின் தாக்கம் அபரிமிதமாக இருக்கிறது. இருபது வருடங்களுக்கு முன்பு வரை அதிபயங்கரமான அளவு இருந்த அரசாங்கத்தின் ஆதிக்கம் 1991 முதல் படிப்படியாகக் குறைந்தாலும் அரசாங்கத்தின் ஆதிக்கம் தொழிலில் இன்னமும் அளவில்லாமல்தான் இருக்கிறது.

அரசாங்க நடைமுறைகள், சட்ட திட்டங்கள் போன்றவை நம் வாழ்வின் ஒவ்வொரு அங்கத்தையும் பாதிக்கும்போது பிசினஸ் மட்டும் விதிவிலக்காக இருக்க முடியுமா? அரசாங்கமும் அரசியலும் தொழிலை எப்படி பாதிக்கின்றன, எவ்வாறு பாதிக்கும் என்பதை உணர்ந்துகொண்டால்தான் அதற்கேற்ப வியூகங்கள் அமைக்க முடியும்.

- விற்கும் பொருளின் தயாரிப்புச் செலவிலிருந்து, அதன் விலை வரை, கம்பெனி லாபத்திலிருந்து முதலாளி வருமானம் வரை அரசாங்கம் விதிக்கும் வரிகள் வரிந்து கட்டிக்கொண்டு பாதிக்கும். சுங்க வரி, கலால் வரி, சேல்ஸ் வரி என்று சைஸ் வாரியாக வரிக்குதிரைக் கூட்டம் இன்று ஜிஎஸ்டி என்ற ஒரே வரிக்குதிரையாகக் குறைந்தாலும் உங்கள் பொருளுக்கான வரி விகிதத்தை நிர்ணயிப்பது அரசாங்கம்தானே. வருமான வரியும் கார்ப்பரேட் வரியும்கூட அவர்களின் கைங்கரியம் தானே.

- அரசாங்கப் பொதுச் செலவினங்கள் (Public investment) நாட்டின் டிமாண்ட் அளவைப் பாதிக்கும். உதாரணத்துக்கு, திரு. வாஜ்பாய் தலைமையிலான பாஜக அரசு நாடெங்கும் நெடுஞ்சாலைகள் அமைக்கப் பெரும் நிதி ஒதுக்கி மாநிலம் தோறும் பெருவாரியாக செலவழித்தபோது ஜல்லி, சிமெண்ட், ஸ்டீல் போன்ற கட்டுமானத் துறை பொருள்களுக்கு டிமாண்ட் ஏகத்துக்கும் ஏறியது. அதோடு வேலை வாய்ப்புகளும் பெருகியதால்

லட்சக்கணக்கானவர்கள் வருமானம் பெருகி அவர்கள் வாங்கும் சக்தி உயர்ந்து அத்தியாவசிய பொருட்கள் முதல் ஆடம்பர ப்ராண்டுகள் வரையான டிமாண்ட் கூடியது.

- அரசாங்கப் பொருளாதாரக் கொள்கை சிறு தொழில் முதல் பெரிய தொழில் சாலை வரை பாதிக்கும் தன்மை கொண்டது. கேரளா அரசாங்கம் திடீரென்று மாநிலம் முழுவதும் மதுவிலக்குக் கொள்கையைக் கொண்டு வந்தது. இதனால் மது குறைந்து சுபிட்சம் பெருகி தெருவில் தேனும் தினை மாவும் பெருக்கெடுத்து ஓடி கேரள நாட்டிளம் பெண்கள் வல்லியமா யிட்டு வாழ்ந்தார்களா என்று தெரியாது. ஆனால் சரக்கை நம்பி இருக்கும் ஹோட்டல்கள், பார்கள், சுற்றுலா துறையைச் சேர்ந்த தொழில்கள் பசியால் பட்டினி கிடந்தன என்பது தெரியும். இத்துறை தொழில்கள் அரசுக் கொள்கைக்கேற்ப தங்கள் தொழிலை மாற்றிக்கொண்டன என்பது தெரியும்.

- சர்வதேச அரங்கில் அரசாங்கத்தின் கொள்கைகளும் அது செய்து கொள்ளும் ஒப்பந்தங்களும் தொழிலை வெகுவாகப் பாதிக்கும். சில காலம் முன் சீனா உலக வணிக அமைப்பில் (World Trade Organization) உறுப்பினராகச் சேர்ந்தது. அதனால் அந்த அமைப்பின் விதிகளுக்கு இணங்கி அதுவரை மற்ற நாடுகளுக்கு மூடி வைத்திருந்த தன் நாட்டு பொருளாதாரத்தைத் தாராளமய மாக்கியது. இதனால் வெளி நாடுகள் சைனாவில் கடை விரித்து பிசினஸ் செய்யும் வாய்ப்பு அமைந்தது. நம் நாட்டுத் தொழில்கள் பல இதைப் பயன்படுத்தி சீனாவில் கடை விரித்து வணிகம் செய்யத் துவங்கியிருக்கின்றன.

- அரசியல்ரீதியாக இரு நாடுகளுக்கிடையே லடாய் முற்றினால் இது இரு நாட்டுத் தொழில்களையும் சேர்த்து பாதிக்கும். உதாரணத்துக்கு, நமக்கும் பாகிஸ்தானுக்கும் ஏற்கனவே ஏழாம் பொருத்தம். அதோடு எல்லைக்கோட்டை மீறி அத்துமீறல், அரசாங்கப் பேச்சுவார்த்தை முறிவு, எல்லை தாண்டிய பயங்கரவாதம் என்று ஏகப்பட்ட பிரச்னைகளால் நமக்கும் பாகிஸ்தானுக்கும் உள்ள வர்த்தக உறவு வெகுவாகப் பாதிக்கப்படுகிறது.

- அரசாங்கம் நிலையற்று நித்திய கண்ட பூர்ண ஆயுசாக இருந்து தொலைத்தாலும் நாட்டின் பொருளாதாரமும் தொழில்களும் பாதிப்படையும். அரசாங்கம் எப்போது விழும், வேறு எந்தப் புதிய அரசாங்கம் வரும், அவர்கள் கொள்கைகள் என்னவாக இருக்கும், இருக்கும் கொள்கைகளில் மாற்றம் வருமா என்ற கவலையில் கம்பெனிகள் இருந்தால் தொழில் எப்படி உருப்படும். வெளிநாட்டு முதலீடு எப்படி வரும். பொருளாதாரம்

எப்படி வளரும். வேறு எங்கும் போகவேண்டாம் அஇஅதிமுக உடைந்து ஆட்சிப் பொறுப்பில் அறுந்து தொங்கிக்கொண்டு கிடப்பதால் தமிழக தொழில் துறை கந்தர கோலத்தில் இருப்பதைப் பார்த்தாலே புரியவில்லையா!

பொருளாதாரம்

நாட்டின் பொருளாதார அமைப்புகள், அதில் தோன்றும் மாற்றங்கள் போன்றவை தொழிலைப் பாதிக்கும். அதனால் பொருளாதாரக் காரணிகளை ஆய்வு செய்வதும் அவசியமாகிறது. செய்யும் தொழில் பொருளாதாரத்தின் ஒரு அங்கம்தானே.

- நாட்டின் பொருளாதாரம் ஒரே சீராய் இருப்பதில்லை. இருக்கவும் முடியாது. வர்த்தகச் சுழற்சியில் (Business cycle) அதிக வளர்ச்சி கண்டு, பிறகு வளர்ச்சி குறைந்து, பின் தேக்க நிலை அடைந்து கடைசியில் ரிசஷன் (Recession) என்னும் பொருளாதார மந்த நிலையை அடைகிறது. மீண்டும் பொருளாதாரச் சக்கரம் சுழன்று படிப்படியாக வளர்ந்து அதிக வளர்ச்சி காண்கிறது. இந்தச் சுழற்சியினால் தொழில்கள் பலவிதங்களில் பாதிப்படையும். பொருளாதாரத் தேக்கநிலையில் விலையுர்ந்த பொருட்களின் விற்பனை வீழ்ச்சியைச் சந்திக்கும். கார், வீடு, நகை விற்பனை மட்டுமல்ல. விலை அதிகமுள்ள நல்லெண்ணெய் போன்ற பொருட்களின் விற்பனை கூடக் குறைந்து மக்கள் சமையலுக்கு விலை குறைந்த பாமாயில், ரிஃபைண்ட் ஆயில் வாங்கத் துவங்குவார்கள்.

- பட்ஜெட் என்பது நாட்டின் வரவு செலவு கணக்கு, அதில் விழும் துண்டுதான் நிதிப் பற்றாக்குறை (Fiscal deficit). இது வட்டி விகிதத்தை நிர்ணயம் செய்யும். நிதிப் பற்றாக்குறை அதிகமாகும் போது வட்டி விகிதம் அதிகரிக்கிறது. இதனால் மாதாந்திரத் தவணையில் மக்கள் வாங்கும் பொருட்களின் டிமாண்ட் குறைகிறது. ஹோம் லோன், டூவீலர் லோன், கார் லோன், பர்சனல் லோன் எல்லாம் பெருமளவு குறையும். பற்றாக் குறையைச் சமாளிக்க அரசாங்கம் வங்கிகளிலிருந்து கடன் பெறும். இதனால் வங்கி பணம் நிதி பற்றாக்குறையை சமாளிக்கவே முழுவதும் சென்று விடும். தனியார் துறையும், தொழில்களும் வங்கிகளிலிருந்து கடன் பெற முடியாத சூழ்நிலை ஏற்படும். இதற்கு Crowding out of private investment என்று பெயர்.

- நிதிப் பற்றாக்குறை நாட்டின் பணவீக்கத்தின் அளவையும் நிர்ணயிக்கும். பண வீக்கம் அதிகமாகும்போது பொருட்களின் விலை தாறுமாறாய் ஏறி அதன் டிமாண்ட் குறையும். இது

நாட்டுப் பொருளாதாரத்தை, தொழில்களைப் பாதிக்கும். மக்கள் வாங்கும் சக்தி குறையும். இதனால்தான் பண வீக்கமே ஏழைகளின் பெரிய வில்லன் என்கிறார்கள் பொருளாதார நிபுணர்கள்.

- பொருளாதாரம் ஓங்குவதற்கும் ஒடுங்குவதற்கும் இன்னொரு காரணம் நாட்டு தொழிலதிபர்களின் நம்பிக்கை. கான்ஃபிடன்ஸ் அளவு. பொருளாதாரம் முன்னேறும் என்ற நம்பிக்கையிருந்தால் புதிய தொழில் துவங்குவது, இருக்கும் தொழிலை விரிவு படுத்துவது என்று தைரியமாகக் கடன் வாங்கி முதலீடு செய்வார்கள். பொருளாதாரத்தின் மீது நம்பிக்கை குறையும் போது பணத்தை இறுக்கிப் பூட்டி பாங்கில் வைத்துவிட்டு வீட்டுக்குள்ளே இழுத்து போர்த்திக்கொண்டு தூங்குவார்கள்.

சமூகம்

பெஸ்ட் ஆய்வில் சமூகத்தையும் சமூக, கலாசார மாற்றங்களையும் ஆய்வு செய்வதும் அவசியம். முன்பெல்லாம் சமூக மாற்றங்கள் தடாலடியாக நிகழாமல் மெதுவாகவே நடந்தது. ஆனால் இன்று பெருகி வரும் தகவல் தொடர்பு சாதனங்கள், வளர்ந்து வரும் சமூக வளைத்தளங்கள் போன்றவை மூலம் சமூகத்தில் ஏற்படும் மாற்றங்களின் அளவும், வேகமும், வீரியமும், விஸ்தாரமும் ஏகத்துக்குப் பெருகி வருகிறது. முன்புபோல் இல்லாமல் மக்கள் பிறந்த ஊரிலிருந்து புலம் பெயர்ந்து புது ஊர்களுக்கு குடிபுகும் பழக்கமும் அதிகரித்து வருகிறது. இதனாலும் சமூக மாற்றங்கள் அதிகரித்து வருகிறது.

- நம் நாட்டு ஜனத்தொகை பெருக்கத்தால் மார்க்கெட்டுகள் அபரிமிதமான வளர்ச்சி கண்டு வருகிறது. பாரதியார் இந்தியாவை முப்பது கோடி முகமுடையாள் என்றார். அந்த முப்பது கோடி அசுர வேகத்தில் குட்டி போட்டு, அந்த குட்டிகள் தங்கள் பங்குக்கு அலறும் ரேஞ்சுக்கு முட்டை போட்டு இன்று அதே பாரதியார் வந்தால் 'சார், இங்க இந்தியா என்ற ஒரு நாடு இருந்ததே, இப்ப எங்கே' என்று கேட்கும் அளவுக்கு நாடே மாறி நூறு கோடியை, தடகளப் போட்டிபோல் தாண்டி போய் கொண்டிருக்கறது. இத்தனை முகங்களும் க்ரீம், பவுடர், சோப் போட ஆரம்பித்ததால் க்ரீம், பவுடர், சோப் மார்க்கெட்டுகள் அழகாயிருக்கின்றன. அத்தனை ஆண் முகங்களும் ஷேவ் செய்து கொள்வதால் ஷேவிங் மார்க்கெட் வழவழவென்றிருக்கிறது. இன்னமும்கூட பல தொழில்கள் பிழைக்கின்றன. தழைக்கின்றன.

- ஜனத்தொகை வளர்ச்சியால் இளைஞர்களின் எண்ணிக்கை எகிறியிருக்கிறது. இந்தியாவில் இருப்பத்தி நான்கு வயதுக்கு

உட்பட்டோரின் எண்ணிக்கை சுமார் ஐநூறு கோடியாம். உலக இளைஞர்களில் மூன்றில் ஒருவர் இந்தியர் என்று புள்ளி விவரம் கூறுகிறது. ஜீன்ஸ், டிஷர்ட், சால்லேட், பைக், சினிமா, ம்யூசிக், மொபைல் ஃபோன், காஸ்மெடிக்ஸ் மார்க்கெட்டுகள் படு பயங்கர ஸ்பீடில் பயணிப்பதற்கு இதுவே காரணம்.

- ஒரு காலத்தில் இந்தியா கிராமங்களில் வாழ்கிறது என்றார்கள். இன்று தமிழ் சினிமாதான் அங்கு வாழ்கிறது. பல கிராமத்துக்காரர்கள் கெட்டாலும் பட்டணம் போவோம் என்று ரயிலேறிவிட்டார்கள். மீதி இருப்பவர்கள் கெடுவது என்று முடிவு செய்த பின் எதற்கு உள்ளூரில் கெட்டுக்கொண்டு என்று வெளிநாடுகளுக்கு சென்று செட்டில் ஆகி வருகிறார்கள். இதனால் கிராமத்தில் உள்ளவர்களின் எண்ணிக்கை ஓரளவேனும் குறைகிறது. ஆனால் வெளியூரிலிருந்து அங்கிருப்பவர்களுக்கு வரும் பணம் கூடியிருப்பதால் கிராமத்தில் பொருட்களின் டிமாண்ட் அதிமாகியிருக்கிறது.

- சமூக மாற்றங்கள் மனித மனங்களையும் அவர்களுடைய தேவைகளையும் வாழும் முறையையும் மாற்றுகிறது. கடன் வாங்க வெட்கப்பட்ட காலம் போய் கடன் வாங்கவே பிறந்தோம் என்பதுபோல் வாங்குகிறோம். இதனால் ஒரு காலத்தில் வாங்கமுடியாது என்று நினைத்த பொருள் பிரிவுகளான கார், ஏசி, விடுமுறைக்கு ஃபாரின் ட்ரிப், பண்ணை வீடு போன்றவற்றின் விற்பனை அதிகரித்து வருகிறது.

- சமூக மாற்றத்தின் இன்னொரு வெளிப்பாடு மக்களிடம் மறைந்து வரும் ‘இந்தியனாய் இரு. இந்தியப் பொருட்களையே வாங்கு’ என்ற மனப்பான்மை. தேவையான பொருட்களை நல்ல தரம், குறைந்த விலையில் யார் தந்தால் என்ன என்று நினைக்க துவங்கி விட்டார்கள் விநாயகர் சதுர்த்திக்கு சீனாவில் தயாரிக்கப்பட்ட விநாயகர் பொம்மையை இறக்குமதி செய்து வாங்கும் அளவுக்கு வளர்ந்திருக்கிறோம். விநாயகரே இதற்குக் கவலைப்படாத போது மக்கள் மட்டும் கவலைப்படப் போகிறார்களா என்ன!

- படிப்பறிவு பெருகி வருவதால் நியூஸ் பேப்பர் படிக்கும் வழக்கம் கூடியிருக்கிறது. பத்திரிகை விற்பனை இதனால் அதிகரித்திருப்பதை விடுங்கள். உலகைப் பற்றிய விழிப்புணர்வும் பெருகி யிருக்கிறது. உலக மக்களைப்போல் உயரவேண்டும், அவர்கள் வாங்கும் பொருட்களை நாமும் வாங்கவேண்டும் என்று சமூகம் உணரத் துவங்கியிருக்கிறது. வருடாந்திர லீவுக்குக் குல தெய்வத்தை பார்க்க கிராமத்துக்கு போனது போய் ஹாலிடேவுக்கு ஃபாரின் செல்லப் பழகி வருகிறோம். இதனால்

புதிய தொழில்கள் பெருகி, இருக்கும் தொழில்கள் பலவும் வளர்ந்து வருகின்றன.

- சுற்றுபுறச்சூழல் மீது மக்களில் ஒரு சிலருக்காவது கரிசனம் கூடிவருகிறது. தீபாவளிக்கு பட்டாசு கொளுத்துவதால் புகை அதிகமாகி பொல்யூஷன் பெருகுகிறது என்று பட்டாசை ஒதுக்கித் தள்ளப் பழகிவிட்டன சமூகத்தின் புதிய குழந்தைகள். ப்ளாஸ்டிக் கெடுதல் என்று அதைத் தள்ளிவைக்கும் கும்பலும் வளர்ந்து வருகிறது.

இன்னமும்கூட சமூக மாற்றங்கள் சப்ஜாடாய் உண்டு. இந்த மாற்றங்கள் என்னென்ன என்று புரிந்து, புதியதாய் தோன்றும் மாற்றங்கள் எப்படி என்று அறிந்து அவை நம் தொழிலை, நாம் விற்கும் பொருட்களை எந்த வழியில் பாதிக்கின்றன என்று அறிவது அவசியமாகிறது.

தொழில் நுட்பம்

இருபதாம் நூற்றாண்டின் மிகப் பெரிய நிகழ்வுகளில் ஒன்று தொழில் நுட்பப் புரட்சி. கடந்த ஐம்பது வருடங்களில் அறிவியல் கண்ட வளர்ச்சி அபரிமிதமானது. புதிய தொழில் முறைகள் கண்டு வரும் மாற்றம் ஆச்சரியமானது. மாற்றங்களின் வேகம் அதிர்ச்சியளிப்பது. பழகிய தொழில் நுட்பம், புதிய தொழில் திறன், பிறக்கப் போகும் புதிய டெக்னாலஜி எப்படி மார்க்கெட்டை, தொழிலை, பொருட்களைப் பாதிக்கின்றன, பாதிக்கப் போகின்றன என்பதும் பெஸ்ட் ஆய்வில் ஒன்று.

- கம்பெனிகள் ஆர் அண்டு டி-க்குச் செலவழிக்கும் தொகை அதிகரித்து வருகிறது. அதிகரிக்கவில்லை என்றால் எதிர்காலமே அரிதாகிவிடும் போட்டி யுகமாயிற்றே. இதனால் எதிர்பாராத இடங்களிலிருந்து போட்டி கிளம்பி போட்டுத் தள்ளுகிறது. உலகை ஒரு காலத்தில் ஆண்டு வந்த 'நோக்கியா' ஃபோன் களுக்கு போட்டி பிசாசு டச் ஸ்க்ரீன் தொழில் நுட்பத்தை அறிமுகப்படுத்திய 'ஆப்பில்' என்ற கம்யூட்டர் கம்பெனியிட மிருந்துதானே வந்தது.

- புதிய தொழில் நுட்பத்தால் புதிய மார்க்கெட்டுகள் புற்றீசல் போல் பிறந்து கொண்டே இருக்கின்றன. 'சென்னைத் தொலைக் காட்சி'தான் டீவி என்று பார்த்து வந்த காலம் சட்டென்று மாறி கேபிள், சேட்டிலைட் என்று வளர்ந்து டீடீஎச் என்று இன்று வந்திருப்பதால்தான் எத்தனை மாற்றம்; எத்தனை கம்பெனி களுக்கு ஏற்றம்; எத்தனை தொழில்களுக்கு ஏமாற்றம்!

- நவீன டெக்னாலஜி தயாரிப்பு செலவுகளைத் தவிடு பொடியாக்கி வருகின்றன. கம்யூட்டரை எடுத்துக்கொள்ளுங்கள். லட்சம் ரூபாய்க்கு கிடைத்த அதே கம்ப்யூட்டர் இன்னும் பல மடங்கு சிறந்ததாக மாறி லேப்டாப் வடிவில் பத்தாயிரம் ரூபாய்க்கு சல்லிசாகக் கிடைக்கிறது. வீட்டு ஹாலின் ஓரத்தில் தேமே என்றிருந்த சின்ன டீவி ஒரு பக்கம் வளர்ந்துகொண்டே போய் அதற்கே தனி ஹால் கட்டவேண்டிய ஹோம் தியேட்டராக வளர்ந்துவிட்டது.

- புதிய தொழில் நுட்பத்தை மக்கள் ஏற்றுக்கொள்ளும் மனப்பாங்கு அதிகரித்து வருகிறது. அந்தக் கால கருப்பு டெலிஃபோனை உபயோகிக்கத் தெரியாமல் 'சார், இந்த நம்பருக்கு ஒரு ஃபோன் போட்டுக் கொடுங்களேன்' என்று கேட்டவர்கள் ஸ்மார்ட்ஃ போனைக் கையில் வைத்துக்கொண்டு 'வாட்ஸ் அப் செய்யட்டா இல்ல அட்டாச்மேண்ட்டா மெயில் பண்ணட்டா' என்று கேட்கும் அளவுக்கு வளர்ந்திருக்கிறார்கள்.

- அதோடு இந்த இண்டெர்னெட் வந்தாலும் வந்தது. பெருகி வரும் புதிய இண்டர்னெட் கட்டமைப்பும் அதன் தன்மைகளும் தகவல் சேகரிக்கும் முறையிலிருந்து பொருளை வாங்கும் வசதி வரை பல விஷயங்களைப் புரட்டிப் போடப்போகிறது. இதை ஆய்வு செய்து ஐடியாவை ரெடியாக வைத்திருக்காதவர்கள் ஐயமற அழியப் போகிறார்கள்.

இதுவரை இங்கு பார்த்தது முழுமையான பெஸ்ட் ஆய்வு அல்ல. இது ஒரு சாம்பிள்தான். நீங்கள் செய்யும் தொழிலுக்கேற்ப பெஸ்ட் ஆய்வு மாறுபடும். மாறுபட வேண்டும். உங்கள் தொழிலை பெஸ்ட் ஆய்வு கொண்டு ஆராயுங்கள். எப்படி, எங்கிருந்து, எப்போது பாதிப்புகள் வரலாம் என்று கண்ணில் விளக்கெண்ணெய் விட்டுத் தேடுங்கள்.

வட்டி விகிதம் டூ வீலர் விற்பனையைப் பாதிப்பதுபோல் பேக்கரி பிசினஸைப் பாதிக்காமல் போகலாம். உங்கள் பிசினஸ் என்னவோ அதைப் பாதிக்கும் காரணிகளைக் கணக்கெடுத்து, பாதிக்கும் விதங்களைப் புரிந்துகொண்டால்தான் அதைச் சமாளிக்கும் வியூகங்களை அமைக்கமுடியும். அதனாலேயே பெஸ்ட் ஆய்வு பிசினஸ் செய்ய மஸ்ட் ஆய்வு!

5

போட்டியாளர் திறனாய்வு

செய்து வரும், செய்ய நினைக்கும் தொழிலுக்கு வலிமையான ஸ்ட்ரடீஜிக் ப்ளான் அமைக்கும்போது நாம் இடம் பெற்றிருக்கும், இடம்பெற நினைக்கும் பொருள் பிரிவைப் போட்டி சக்திகளின் ஆதிக்கத்தையும் புரிந்து ஆராய்வது அவசியமாகிறது. இதற்கு Industry and Competitive Analysis என்று பெயர். ஆராய்ந்தால் தானே வியூகம் அமைக்க முடியும்? போட்டியைப் புரிந்து அதைச் சமாளித்து சக்சஸ் ஆவதுதானே வியூகம் அமைப்பதன் நோக்கமே.

ஆனால், தொழிலதிபர்கள் முதல் மேலாளர்கள்வரை பலர் போட்டியின் தன்மையை முழுவதுமாய் புரிந்துகொள்ள மறக்கிறார்கள். தெரிந்து கொள்ள மறுக்கிறார்கள். நேரடியாக மோதும் போட்டியாளர்கள்தான் தங்கள் போட்டி என்று குறுகிய நோக்கோடு இந்த ஆய்வை அணுகுகிறார்கள்.

லாபத்தை நிர்ணயிக்கும் போட்டியின் உக்கிரம் நேரடி போட்டியாளர் களால் மட்டுமில்லாமல் பிற சக்திகளாலும் உண்டு. இதைத்தான் இந்த அத்தியாயத்தில் பார்க்கப் போகிறோம்.

No industry is a closed system. எந்தப் பொருள் பிரிவும் மூடப்பட்ட ஒரு வரையறைக்குள் இருக்கும் அமைப்பல்ல. புதிய போட்டி சக்திகள் நுழைவதும் பழைய போட்டியாளர்கள் வெளியேறுவதும், புதிய தொழில் நுட்பம் அறிமுகப்படுத்துவதுமான அதிவேகமாக

மாறும் அமைப்பு. எந்த ஒரு டைனமிக் சிஸ்டத்திலும் போட்டியாளர் மத்தியில் நிகழும் மோதல்கள் மட்டுமே போட்டியின் உக்கிரத்தை நிர்ணயிப்பதில்லை. அதனால் நேரடி போட்டியைப் போட்டுத் தள்ளினால் போதும், பெட்டி பெட்டியாய் பணத்தை கல்லாவில் கட்டலாம் என்று நினைப்பது தப்பாட்டம்.

போட்டியின் உக்கிரத்தை, லாபத்தின் அளவை, பொருள் பிரிவின் தன்மையை ஐந்து சக்திகள் நிர்ணயிக்கின்றன என்கிறார் 'ஹார்வர்ட் யூனிவர்ஸிட்டி' பேராசிரியர் 'மைக்கேல் போர்ட்டர்'. 'ஹாவர்ட் பிசினஸ் ரெவ்யூ' ஜர்னலில் 'How competitive forces shape strategy' என்ற கட்டுரையில் அந்த ஐந்து சக்திகளை அறிமுகப்படுத்துகிறார்.

- புதிய வரவுகளின் தாக்கம் (Threat of New Entrants)
- போட்டியாளர்களுக்குள் நிலவும் மோதல் (Rivalry among existing competitors)
- மாற்றுப் பொருட்களின் தாக்கம் (Threat of substitutes)
- வாடிக்கையாளர்களின் பேரம் பேசும் வலிமை (Power of buyers)
- சப்ளையர்களின் பேரம் பேசும் வலிமை (Power of suppliers)

நீங்கள் எந்தத் தொழில் புரிபவராக இருந்தாலும் சரி, உங்கள் தொழில் சார்ந்த போட்டியின் உக்கிரத்தை, உங்கள் பிசினஸைப் பாதிக்கும்

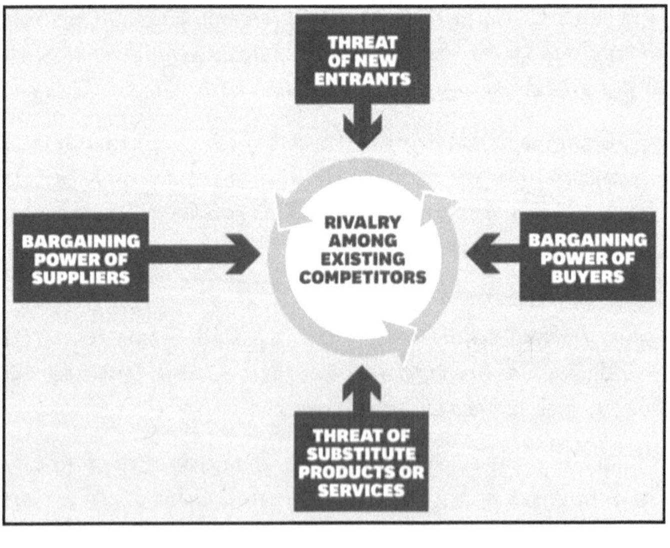

Source: 'How competitive forces shape strategy' by Michael Porter

சக்தியை, லாபம் நிர்ணயிக்கப்படுவதன் அளவைப் புரிந்துகொள்ள உங்கள் பொருள் பிரிவின் அடிப்படையான இந்த ஐந்து சக்திகளின் ஆதார வடிவமைப்பை அறிவது அவசியம்.

இது ஏதோ பெட்ரோலியத் துறை போன்ற பெரும் பொருள் வகைகளுக்கும் பன்னாட்டு நிறுவனங்களுக்கும் மட்டுமே என்று நினைக்காதீர்கள். இந்த ஐந்து சக்திகளின் வடிவமைப்பு சர்வதேச கார் மார்க்கெட் முதல் சத்து மாவு தயாரிக்கும் பிசினஸ் வரை எல்லா தொழிலுக்கும் பொருந்தும். இந்த ஐந்து சக்திகளையும், அதன் தாக்கத்தையும் விலாவாரியாகத் தன் ஆய்வுக் கட்டுரையில் விவரமாக விளக்கியுள்ளார் போர்ட்டர்.

புதிய வரவுகளின் தாக்கம்

ஒரு பொருள் பிரிவில் புதிய ப்ராண்டுகள் எவ்வளவு எளியதாக நுழையமுடிகிறது என்பது போட்டியின் உக்கிரத்தை நிர்ணயிக்கும். பலவிதக் காரணங்களால் இது சாத்தியப்படுகிறது. புதிய வரவுகள் பொருள் பிரிவின் தயாரிப்பு அளவை அதிகப்படுத்துவதால் போட்டி உக்கிரமடையும். 'டிடிஎச்' பொருள் பிரிவில் 'டிஷ்', 'டாடா ஸ்கை' என்று இரண்டு ப்ராண்டுகள் மட்டுமே இருந்த நிலை மாறி, 'ஏர்டெல்', 'வீடியோகான்', 'சன் டைரக்ட்', 'ரிலையன்ஸ் பிக்' போன்ற புதிய ப்ராண்டுகள் நுழைந்ததால் அப்பொருள் பிரிவில் போட்டி உக்கிரமடைந்தது.

கம்பெனிகள் தங்கள் செயல்பாட்டை விரிவுபடுத்தும் வகையில் தங்கள் பொருள் பிரிவைச் சார்ந்த பிரிவுகளில் நுழையும் போதும் அவர்கள் நுழையும் புதிய பொருள் பிரிவில் போட்டி உக்கிரமடைகிறது. 'பெப்ஸிகோ' கம்பெனி குளிர்படுத்தப்பட்ட பானங்கள் பொருள் பிரிவில் இருந்தது. அப்பொருள் பிரிவில் வலுவாய் நிலைநிறுத்திய பின் தங்களை மேலும் வளர்த்துக் கொள்ளவும் தங்கள் விற்பனை மற்றும் வினியோக சக்தியை விரிவாக்கும் வகையிலும் மினரல் வாட்டர் பொருள் பிரிவில் 'அக்வா ஃபீனா' என்ற ப்ராண்ட் கொண்டு நுழைந்தது. இதேபோல் 'கோகோ கோலா' நிறுவனமும் இதே காரணத்துக்காக மினரல் வாட்டர் பிரிவில் 'கின்லி' என்று புதிய ப்ராண்டுடன் நுழைந்தது. இது போன்ற புதிய வரவுகளால் ஈரமாய் இருந்த மினரல் வாட்டர் இன்று காரமாய் மாறியிருக்கிறது!

புதிய தொழில்நுட்பம் கொண்டு வருவதன் மூலமும் பொருள் பிரிவில் நுழையும் புதிய கம்பெனிகள் போட்டி ப்ரெஷரை அதிகரிக்கும். செல்ஃபோன் துறையில் டச் ஸ்க்ரீன் தொழில்

நுட்பத்தை அறிமுகப்படுத்தி அப்பொருள் பிரிவையே புரட்டிப் போட்ட 'ஆப்பில்' நிறுவனம் செய்தது இதையே.

பண பலம் கொண்ட பெரிய கம்பெனி புதிய பொருள் பிரிவில் நுழைவதன் மூலமும் அதில் போட்டி உக்கிரம் அதிகரிக்கலாம். சிகரெட் விற்று சம்பாதித்த கோடிகளை பிஸ்கெட் பொருள் வகையில் 'சன்ஃபீஸ்ட்' ப்ராண்டோடு நுழைந்து அந்த மார்க்கெட்டில் போட்டியின் உக்கிரத்தை அதிகப்படுத்தியிருக்கும் 'ஐடிசி' கம்பெனி செய்ததுபோல.

இந்தியாவின் பட்டி தொட்டி தோறும் சென்று கடைசி கடை வரை ஐடிசி கம்பெனியின் வினியோக கரம் நீண்டிருக்கிறது. அவர்கள் நினைத்தால் 'நிஜாம்', 'க்ரேன்', 'ரோஜா'போல ஒரு புதிய பாக்கு ப்ராண்டை ஈசியாக அறிமுகப்படுத்தி விற்க முடியும். ஏனோ இதுவரை செய்யவில்லை. அப்படியொரு ப்ராண்டை அவர்கள் அறிமுகப்படுத்தினால் அதுவரை பாக்கு கம்பெனிகள் நுழையாத மார்க்கெட்டுகளிலும், விற்காத கடைகளிலும்கூட ஐடிசி கம்பெனியால் சென்று விற்க முடியும். அதோடு ஐடிசியின் அபரிமிதமான பண பலத்தால் தங்கள் புதிய பாக்கு ப்ராண்டை விளம்பரப்படுத்தி ப்ரமோட் செய்யவும் முடியும். அப்போது பாக்கு பொருள் பிரிவின் உக்கிரம் எப்படி இருக்கும் என்று நினைத்துப் பாருங்கள். இதை நினைத்துப் பார்த்தாலே நிஜாம், க்ரேன், ரோஜா போன்ற கம்பெனிகளுக்கு பாக்கு பாக்கு என்றிருக்கும், ஐ மீன் பக்கு பக்கு என்றிருக்கும்!

சில பொருள் பிரிவுகளில் நுழைவுத் தடைகள் (Entry barriers) அதிகம் இருக்கலாம். எளிதில் பொருள் பிரிவில் நுழைய மார்க்கெட் விதிகள், மார்க்கெட் தன்மை, சட்டங்கள் இடம் தராது. ஆயுள் காப்பீட்டுத் துறையில் நுழைய ஒரு கம்பெனி குறைந்தது நூறு கோடி ரூபாய் முதலீடு செய்யவேண்டும் என்று சட்டம் கூறுகிறது. அதனால் இத்துறையில் எல்லாராலும் எளிதில் நுழைய முடியாது. ஆனால் ரைஸ் மில் ஆரம்பிக்க நுழைவு தடை இல்லை. அதனால் தெருக்கு தெரு ரைஸ் மில் துவங்கப்பட்டு அந்த போட்டிச் சத்தம் ரைஸ் மில் சத்தத்தைவிட அதிகமாகி காது ஜவ்வு கிழிகிறது.

சட்டதிட்டங்கள் என்பதால் முதலீடு சம்பந்தப்பட்ட கட்டுப்பாடுகள் தான் இருக்கும் என்றில்லை. வேறுவிதங்களிலும் நுழைவுத் தடைகள் இருக்க முடியும். உதாரணத்துக்கு, சென்னை விமான நிலையத்தில் எல்லா வாடகை டாக்ஸி கம்பெனிகளின் கார்கள் நிறுத்தி வைக்க முடியாது. இடமின்மை காரணமாக ஒரு சில கம்பெனிகள் மட்டுமே டெண்டர் மூலம் இடம் பிடித்து தங்கள் கார்களை நிறுத்த முடிகிறது. அதனால்தான் சென்னை விமான நிலையத்தில் வந்து

இறங்குபவர்கள் அங்கிருக்கும் ஒன்றிரண்டு டாக்சி கம்பெனிகளை மட்டுமே நம்பவேண்டியிருக்கிறது. இதனால் போட்டியின் உக்கிரம் அங்கு குறைவு. அதனால்தான் அங்கிருக்கும் டாக்சி கம்பெனிகள் பிரயாணிகளிடம் அநியாயத்துக்கு வாடகை வசூலிக்கிறது. ப்ளேனில் டிக்கெட் வாங்கிய பணத்தை விட அதிகம் கொடுத்து வீட்டுக்குச் செல்லவேண்டிய தலையெழுத்து!

போட்டியாளர்களுக்குள் நிலவும் மோதல்

பொருள் பிரிவில் உக்கிரத்தோடு போட்டியிடும் போட்டியாளர்கள் பலர் இருந்தால் அங்கு அதிக விலை குறைப்பு, அமோக விளம்பரப் பிரயோகம், அதீத விளம்பர மேம்பாட்டுத் திட்டங்கள் என்று அப்பொருள் பிரிவே அல்லோலகல்லோலப்படும். போட்டி அனலாய் தகிக்கும். அந்த அலறலில் நுழைய புதிய கம்பெனிகள் தயங்கும்.

மொபைல் சர்வீஸ் மார்க்கெட்டில் இன்று ஏகத்துக்கும் ப்ராண்டுகள். அவர்களுக்குள் அடிதடி, வெட்டுக்குத்து, கத்தி வீச்சு, கன் ஃபைட் என்று ரத்தக்களறி. மாமியார் மருமகள் சண்டை தோற்றது. இதனால்தான் இப்பொருள் பிரிவில் லாபம் ஈட்டும் தன்மை குறைந்து வருகிறது. இனிமேல் புதிய வரவுகளுக்கு செல்ஃபோன் மார்க்கெட் செல்லரித்துப்போன மார்க்கெட்தான்.

பொதுவாகவே போட்டியாளர்களுக்குள் நடக்கும் குடுமிப்பிடி சண்டையில் ‘விலைக் குறைப்பு’, ‘ஆடி தள்ளுபடி’, ‘ஆடாத தள்ளுபடி’, ‘அதிக விளம்பரங்கள்’, ‘புதிய மாடல் அறிமுகம்’ என்று ஏகப்பட்ட தடபுடல் நடக்கும். போட்டியின் உக்கிரம் அதிகமாகி லாப அளவு கணிசமாய் குறையும்.

பொருள் பிரிவில் ஒத்த சைஸ் மற்றும் சரிசமமான சக்தியுள்ள போட்டியாளர்கள் அதிகமிருந்தால் அங்கு போட்டியின் உக்கிரம் அதிகமாகும். சோப் மார்க்கெட்டில் ஏகப்பட்ட ப்ராண்டுகள். அனைத்தும் கிட்டத்தட்ட ஒத்த அளவுள்ளவை. அதனால்தான் அப்பொருள் பிரிவில் கடுமையான போட்டி. லாபம் ஈட்டும் தன்மையும் குறைவு.

ஆனால், பெண்களுக்கான சிவப்பழகு க்ரீம் மார்க்கெட்டில் போட்டியாளர்கள் அதிகம் இருந்தாலும் அப்பொருள் பிரிவில் போட்டியின் உக்கிரம் குறைவு. காரணம், அப்பொருள் பிரிவில் ‘ஃபேர் அண்டு லவ்லி’ சுமார் 80% மார்க்கெட்டை கைப்பற்றி தனிக் காட்டு ராணியாக ஆள்கிறது. மற்ற ப்ராண்டுகள் அனைத்தும் சேர்ந்தால்கூட ஃபேர் அண்டு லவ்லியின் கணுக்கால் அளவுகூட இல்லை. அந்த மார்க்கெட்டில் பேர் அண்டு லவ்லி இட்டதுதான் சட்டம். அவள் வைத்ததுதான் விலை. அவள் சம்பாதிப்பதுதான் லாபம்!

அதேபோல் பொருள் பிரிவின் வளர்ச்சி குறையும்போதோ வீழ்ச்சியைச் சந்திக்கும் போதோ போட்டியின் உக்கிரம் அதிகமாகிறது. முகப்பவுடர் மார்க்கெட் மெதுவாக வீழ்ச்சியடைந்து வருகிறது. மக்கள் பவுடர் போடுவதற்கு பதில் டியோடரண்ட், ஃபேஸ் க்ரீம் என்று புதிய பொருள் பிரிவுகளுக்கு மாறி வருகிறார்கள். அதனால் இப்பொருள் பிரிவு ப்ராண்டுகள் கிடைத்த மார்க்கெட்டை விடாமல் பிடிக்க 'ஒரு டப்பா வாங்கினால் இன்னொரு டப்பா இலவசம்' என்பது வரைகூட அறிவிக்கின்றன. ஏதோ இந்த மட்டும் எங்கள் பவுடரை வாங்கினால் தினம் நாங்களே உங்கள் வீடு தேடி வந்து உங்கள் முகத்துக்கு பவுடர் போட்டு விடுகிறோம் என்று சொல்லவில்லை!

சில பொருள் பிரிவுகளில் விலகல் தடைகள் (Exit barriers) அதிகமிருக்கும். எளிதாகப் பொருள் பிரிவிலிருந்து விலக முடியாதபடி விதிகள், மார்க்கெட் தன்மை, சட்டங்கள் அமையலாம். அப்பொருள் பிரிவுகளில் போட்டியின் உக்கிரம் அதிகமிருக்கும். பிழையான சட்டங்களால் நம் நாட்டில் நஷ்டத்தில் இயங்கினாலும் சில தொழில்களை அரசாங்க அனுமதி இல்லாமல் மூட முடியாது. அப்பேர்ப்பட்ட கம்பெனிகள் இயங்கியே ஆகவேண்டும் என்ற காரணத்துக்காக இயங்கித் தொலைப்பதால் விலைக் குறைப்பு, அநியாய விற்பனை மேம்பாடு என்று உத்தி அமைத்து மற்றவர் கழுத்தை அறுப்பார்கள். அப்பொருள் பிரிவில் போட்டி உக்கிரமாகி ரத்தகளறியாக மாறும்.

சில பொருள் பிரிவில் உள்ள ப்ராண்டுகள் அதிக அளவு விலை குறைப்பில் ஈடுபட்டு அப்பொருள் பிரிவையே குட்டிச்சுவராக்கி விடுவார்கள். புடவைக் கடைகள் பெரும்பாலனவை சதா சர்வ காலமும் ஏதாவது ஒரு சாக்கில் விலையைக் குறைத்து அதையே முழு நேர தொழிலாக மாற்றிவிட்டார்கள். இதனால் இப்பொருள் பிரிவிலுள்ள சின்ன கடைகளின் லாபம் ஈட்டும் தன்மை கணிசமாகக் குறைந்துவிட்டது.

சில பொருள் பிரிவுகளில் உள்ள ப்ராண்டுகள் தங்களை வித்தியாசப் படுத்தாமல் மற்ற ப்ராண்டுகள் போலவே ஒன்றுபோல வைத்திருக்கும். எல்லா ப்ராண்டுகளும் ஒன்றுபோல் இருந்தால் வாடிக்கை யாளர்களுக்கு எப்படி அவை வித்தியாசமாகத் தெரியும்? தெரியாத போது எவ்வாறு குறிப்பிட்ட ப்ராண்டைக் கேட்டு வாங்குவார்கள்? இது போன்ற பொருள் பிரிவுகளில் விலையைச் சார்ந்தே போட்டி இருக்கும். ஒவ்வொரு ப்ராண்டும் தன் விற்பனையை அதிகப்படுத்த குறைந்த விலை, விலைக் குறைப்பு, இலவச பரிசுத் திட்டம் என்று எதையாவது செய்துகொண்டே இருக்கும். இப்பிரிவுகளில்

போட்டியின் உக்கிரம் அதிகமாகி லாபம் ஈட்டும் தன்மை வெகுவாகக் குறையும். நகைக்கடை வியாபாரம் இதற்கு நல்ல ஒரு உதாரணம்.

அழுகும் தன்மை கொண்ட பொருள் பிரிவிலும் போட்டியாளர் மத்தியில் உக்கிரம் அதிகமாக இருக்கும். விற்க நேரம் குறைவாக இருக்கும்போது வாடிக்கையாளர் கை ஓங்கியிருக்குமே. பொருளை அவர் வாங்காமல் அழுக விட்டால் மார்க்கெட்டர் அல்லவா அழ வேண்டியிருக்கும்!

அழுகும் தன்மை என்றால் ஏதோ பழம், காய்கறி, பால் போன்ற பொருள் பிரிவுகளைப் பற்றிப் பேசுகிறோம் என்று நினைக்காதீர்கள். விமான சர்வீஸ் போன்ற பொருள் பிரிவும் அழுகும் தன்மை கொண்டதே. விமானம் அழுகாது சார், பயப்படாமல் ஏறுங்கள். அதன் இருக்கைகள் அழுகும். சென்னையிலிருந்து தூத்துக்குடிக்கு கிளம்பும் ப்ளேனில் 160 இருக்கைகள் இருந்து அதில் 80 இருக்கை களில் மட்டுமே மக்கள் இருந்தார்கள் என்றால் அந்த ப்ளேன் டேக் ஆஃப் ஆன மாத்திரம் மற்ற 80 இருக்கைகள் காலியாக கிடக்கும். அந்த ட்ரிப்பைப் பொறுத்தவரை அவை அழுகிப் போனவைதானே.

மாற்றுப் பொருட்களின் தாக்கம்

ஒரு ப்ராண்ட் தரும் பயனை அதேபோல் அல்லது கிட்டத்தட்ட அதை போலவே அளிக்கும் மாற்றுப் பொருட்களின் தாக்கமும் போட்டியின் உக்கிரத்தை நிர்ணயிக்கும். எஃப் எம் சேனல் பொருள் பிரிவில் போட்டியின் உக்கிரம் அதிகம் இருப்பதற்கும், அங்கு லாப அளவு குறைந்திருப்பதற்கும் இந்த மாற்றுப் பொருட்களின் தாக்கம் ஒரு காரணம். ‘ரேடியோ மிர்ச்சி’க்கும் ‘ஹலோ எஃப்எம்’முக்கும் போட்டி ‘சூரியன்’, ‘ஆஹா’ மட்டும் அல்ல. ‘சன் டீவி’யும், ‘விஜய் டீவி’யும் கூட. ‘ஆனந்த விகடன்’, ‘குமுதம்’ கூடத்தான். பொழுதுபோக எஃப்எம் கேட்கலாம், டீவி பார்க்கலாம். பத்திரிகை படிக்கலாம். அப்போது எஃப்எம் பொருள் பிரிவுக்கு மாற்றுப் பொருட்களான டீவி சேனல்கள், பத்திரிகைகள்கூட போட்டி தானே. அதனாலேயே எஃப் எம் சேனல்களில் பாடல்கள் பெரியதாக அலறினாலும் அதன் லாபம் ஈனஸ்வரத்தில்தான் இருக்கிறது!

மாற்றுப் பொருட்களின் தாக்கம் அதிகமிருக்கும் எந்த பொருள் பிரிவிலும் இந்த வில்லங்கம் விதிவிலக்கில்லாமல் வக்கணையாய் உண்டு. கூரியர் கம்பெனிகளின் வரவால் தபால் துறை படாத இடத்தில் பட்டுக்கொண்டதே. செல்ஃபோன் பெருகியதால் தந்தி துறை காலமாகி ‘ஸ்டார்ட் இம்மீடியட்லி, டெலிகிராம் டெட்’ என்று மொத்தமாய் மூடப்பட்டுவிட்டதே!

செல்ஃபோன் வந்த பிறகு ஆடியோ கேஸட்கள், கேமரா போன்றவற்றின் சந்தை வெகுவாக ஆட்டங்கண்டுவிட்டிருக்கிறது. பி.சி.ஓ. என்ற பொது தொலைபேசிகள் இருந்த இடம் தெரியாமல் அழிந்துவிட்டன.

மாற்றுப் பொருட்களை இனங்கண்டு கொள்வதே இனம் புரியாத இம்சையாய் இருக்கும். பல விமான சர்வீஸ் கம்பெனிகளுக்கு வில்லங்கம் மற்ற போட்டியாளர்களிடமிருந்து வரவில்லை. ரயில், பஸ் மூலம்கூட தோன்றவில்லை. அவர்களுக்கு வில்லனாய் வந்திருப்பது பெருகிவரும் வீடியோ கான்ஃபரென்சிங் வசதி. கம்பெனி பணியாளர்கள் வெளி ஊர்களுக்குச் சென்று வேலை நிமித்தமாய் மற்றவர்களைச் சந்திப்பதற்கு பதில் தங்கள் ஆபீஸில் அமர்ந்து வீடியோ கான்ஃபரென்சிங் மூலம் பேசுவது அதிகரித்து வருவதால் விமான சர்வீஸ் பிசினஸ் சற்றேனும் குறைந்திருக்கிறது.

வாடிக்கையாளர்களின் பேரம் பேசும் வலிமை

சில மார்க்கெட்டுகளில் வாங்குபவர்கள் பலம் அதிகம் இருந்து போட்டியின் உக்கிரத்தை அதுவே அளவுக்கு அதிகமாகத் தீர்மானிக்கும். மளிகை சாமான்கள், அழகு சாதனப் பொருட்கள் போன்ற பொருள் பிரிவுகளில் போட்டியின் உக்கிரம் அதிகமாகக் காரணம் அப்பொருட்களை விற்கும் கடைக்காரர்களின் அழிச்சாட்டியம். இந்த ப்ராண்டுகளைத்தான் வாங்கி வைப்பேன், அந்த ப்ராண்டுகளை வாங்கமாட்டேன் என்று கூறும் அசாத்திய பலம் அவர்களுக்கு இருக்கிறது. அவர்களை வாங்க வைக்கக் கூடுதல் கமிஷன் தர வேண்டியிருக்கிறது.

அதோடு விற்கும் பொருட்கள் வித்தியாசம் இல்லாமல் இருந்து விட்டால் கேட்கவே வேண்டாம். அதை விற்கும் கம்பெனிகளைக் காட்டிலும் அதை வாங்கும் கடைக்காரர்களின் பேரம் பேசும் வலிமை பன்மடங்கு உயர்ந்துவிடும். மினரல் வாட்டர், வத்திப் பெட்டி, பாக்கு போன்ற பொருள் பிரிவுகளில் ஏகப்பட்ட ப்ராண்டுகள் இருந்தாலும் அவை பெரும்பாலும் பெயரளவில்தான் வித்தியாசம் இருந்து பொருளில் எந்த வித்தியாசமும் இல்லாமல் இருக்கின்றன. இப்பொருள் பிரிவுகளில் கடைக்காரர்கள் வைப்பதுதான் சட்டம். அவர்கள் நிர்ணயிப்பதுதான் கமிஷன். அவர்கள் செய்வதுதான் விற்பனை என்றாகிவிட்டது.

அதோடு டீவி, வாஷிங் மெஷின் போன்ற பொருள் பிரிவுகளில் கடைக்காரர்களின் தயவு கம்பெனிகளுக்கு இன்னொரு வகையில் அவசியமாகிறது. இது போன்ற பொருள்களைப் பற்றிய அறிவு குறைவாய் இருக்கும் வாடிக்கையாளர்கள் கடைக்காரர்களிடம் எந்த ப்ராண்டை வாங்குவது என்று அறிவுரை கேட்டு அதன்படி வாங்குவார்கள்.

அந்த நேரங்களில் கமிஷன் அதிகம் கொடுக்கும் கம்பெனியின் ப்ராண்டுகளை கடைக்காரர்கள் விற்க முடியும் என்பதால் அவர்களின் பேரம் பேசும் வலிமை கூடுகிறது. அவர்கள் கேட்கும் கமிஷனை கம்பெனிகள் கொடுத்துத் தொலைக்கவேண்டியிருக்கிறது.

சப்ளையர்களின் பேரம் பேசும் வலிமை

விஷயம் தெரிந்த சென்னைவாசிகள் ஆட்டோ பிடிக்க ஸ்டாண்டுக்குச் செல்ல மாட்டார்கள். அங்கே அனைவரும் சேர்ந்து கோஷ்டி கானமாய் அக்கிரமத்துக்கு அதிகம் கேட்பார்கள். அவர்கள் கேட்கும் ரேட்டுக்குப் பேசாமல் ஆட்டோவையே வாங்கிவிடலாம். ஏனெனில் ஆட்டோ ஸ்டாண்டில் அவர்கள் பேரம் பேசும் வலிமை அதிகம்.

ஆனால், ரோட்டில் வரும் ஆட்டோவை நிறுத்திக்கேட்டால் ஸ்டாண்டில் கேட்ட தொகையைவிட கம்மியாய் கேட்பார். அவரோடு பேரம் பேசும்போது பின்னால் இன்னொரு ஆட்டோ வந்து நின்றால் தன் ரேட்டை இன்னமும்கூடக் குறைக்கத் தயாராயிருப்பார். அந்த இடத்தில், அந்த நேரத்தில் அவர் பேரம் பேசும் வலிமை குறைவாக இருப்பதால்.

அதேபோல் சப்ளையர், தயாரிப்பாளர் பேரம் பேசும் வலிமை கூடியிருந்தால் அங்கு போட்டியின் உக்கிரம் அதிகமிருக்கும். சில காலம் முன்பு வரை கச்சா எண்ணெய் விலை தீ வைக்காமலே கொழுந்துவிட்டு எரிய காரணம் OPEC கூட்டமைப்பு செய்த அழிச்சாட்டியம். இவ்வளவுதான் எடுப்போம், இத்தனைதான் தருவோம், இந்த விலையில்தான் விற்போம் என்று இவர்கள் செய்த அளப்பரைதான் எண்ணெய் விலை எகிற முக்கிய காரணம். அதனாலேயே இவர்களிடம் எண்ணெய் வாங்கி சுத்திகரித்து விற்கும் ரிஃபைனரிகள் இவர்கள் கட்டுப்பாட்டுக்குள் இருக்கவேண்டியிருந்தது.

பலம் வாய்ந்த சப்ளையர்கள் பொருளின் மொத்த வேல்யூவில் பெரும் பகுதியை அதிக விலை நிர்ணயித்து அவர்களே அபகரிக்க முடியும். நல்லெண்ணெயின் விலை ஏகத்துக்கும் ஏறி வங்கியில் லோன் வாங்கினால்தான் சாமான்ய மக்களால் வாங்க முடியும் என்ற நிலை இன்று இருக்கிறது. இதற்கு நல்லெண்ணெய் தயாரிப்பாளர்கள் காரணமல்ல. பாவம், அவர்களே குறைவான லாபத்தோடுதான் விற்கிறார்கள். எள்ளை விற்பவர்களின் பலம் அதிகமிருப்பதால் அவர்கள் நிர்ணயிப்பதுதான் விலை என்ற நிலை. எள் விற்கும் லாபம் எலிஃபெண்டை விட அதிகமாகியிருக்கிறது!

அதேபோல் சப்ளை செய்யும் பொருளுக்கு மாற்று இல்லாமல் போனால் அவர்கள் ஆட்டம் அதிகமாகி அவர்கள் இட்டதுதான் சட்டம் என்று நிலைமை தோன்றும். இதனால் அவர்கள் கை ஓங்கி லாபத்தில் பெரும் பங்கை அவர்களே அபகரிக்க முடியும்.

ஐம்பெரும் பலங்களை ஐயமற அறிதல்

நேரடிப் போட்டியாளர்களை மட்டுமே வைத்து எந்தப் பொருள் பிரிவையும் ஆராய்ந்து எடை போட்டு அதன் படி மட்டுமே உத்தி அமைக்கக்கூடாது என்பது இந்நேரம் புரிந்திருக்கும். மேற்கூறிய ஐந்து சக்திகள் எப்படிப் பொருள் பிரிவைத் தாக்குகின்றன, எவ்வாறு தொழிலின் லாபம் ஈட்டும் தன்மையைப் பாதிக்கின்றன என்று முழுவதுமாய் ஆராய்ந்த பின்னரே ஒரு பொருள் பிரிவில் நுழையலாமா வேண்டாமா, எப்பேர்ப்பட்ட உத்திகளை வகுப்பது என்பதைச் சிந்திக்க வேண்டும் என்கிறார் போர்ட்டர்.

பொருள் பிரிவின் இந்த ஆதார வடிவமைப்புதான் அதன் நீண்ட கால லாபம் ஈட்டும் தகுதியை நிர்ணயிக்கிறது. அதோடு பொருள் பிரிவின் பொருளாதாரப் பயன் (economic value) எப்படி பங்கிடப்பட்டு போட்டி சக்திகளுக்குப் போக கம்பெனிக்கு அதில் எத்தனை பங்கு கிடைக்கும் என்பதையும் நிர்ணயிக்கிறது.

பொருள் பிரிவின் அளவு, வளர்ச்சி விகிதம், புதிய தொழில் நுட்பம், அரசாங்க சட்டதிட்டங்கள் போன்றவற்றை மட்டுமே கணக்கிட்டு பொருள் பிரிவின் பலத்தை, லாபம் ஈட்டும் தன்மையை ஆராயக் கூடாது. ஆதிக்க சக்திகள் ஐந்தையும் மனதில் வைத்து வியூகம் அமைக்கும்போதுதான் வியூகமே முழுமையடையும்.

மார்க்கெட்டில் கம்பெனியின் பலம் மற்றும் பலவீனத்தைச் சரியாகப் புரிந்துகொள்ள இந்த ஐந்து சக்திகளின் புரிதல் அவசியம். அதோடு பொருள் பிரிவிலுள்ள நுழைவுத்தடைகள், விலகல் தடைகள் என்னென்ன என்பதும் கம்பெனி, தான் இருக்கும் பொருள் பிரிவில் தொடர்வதா, துண்டித்துக்கொண்டு எஸ்கேப் ஆவதா என்று முடிவெடுக்கவும் முடியும்.

தான் சார்ந்த பொருள் பிரிவை அப்படி சரியாய் ஆய்வு செய்து போட்டியின் உக்கிரத்தைப் புரிந்து, வாடிக்கையாளரின் பேரம் பேசும் திறனை அறிந்து மாற்றுப் பொருட்களின் தாக்கத்தைத் தெரிந்து அதற்கேற்ப வியூகம் அமைத்து வெற்றி பெறுவது எப்படி என்பதை அப்படி வெற்றி பெற்ற ஒரு கம்பெனியைப் பார்த்துத் தெரிந்து கொள்ளவோம்.

நாம் சந்திக்கப் போகும் கம்பெனி 'யுரேகா ஃபோர்ப்ஸ்'. வேக்யூம் க்ளீனரை அறிமுகப்படுத்தியவர்கள். மார்க்கெட்டில் நுழைந்தபோது இப்போது இருப்பதுபோல் அவர்கள் பெரிய கம்பெனி எல்லாம் கிடையாது. அவர்களுக்கு ஏகப்பட்ட நுழைவுத் தடைகள். அதோடு

அவர்கள் பொருள் பிரிவில் நாளொரு புதிய வரவின் தாக்கம். வாடிக்கையாளரின் பேரம் பேசும் வலிமை கொடியதாய்தான் இருந்தது. பெரிய கம்பெனிகளின் ப்ராண்டுகளை மட்டுமே கடைக்காரர்கள் வாங்குவேன் என்றதால் கடைகளில் யுரேகா ஃபோர்ப்ஸ் ப்ராண்ட் நுழைவது கடினமாகியது.

இது போதாதென்று ஏகப்பட்ட போட்டியாளர்களின் அபரிமிதமான தாக்கம் வேறு. சிறிய கம்பெனி என்பதால் அவர்களிடம் பெரிய பண பலம் ஏதும் இல்லை. அதனால் பெரிய கம்பெனிகளுக்கு ஈடாக யுரேகா ஃபோர்ப்ஸ்ஸால் விளம்பரம் செய்ய முடியவில்லை. அதோடு பெரிய விநியோக அமைப்பும் இல்லை.

இத்தனை தடைகள் அந்த கம்பெனியின் வளர்ச்சியைத் தடுத்ததா?

இல்லை. ஐந்து கொலைவெறி சமாச்சாரங்களை முதலில் தெளிவாக புரிந்துகொண்டனர். இவற்றைச் சமாளிக்க மாற்றி யோசித்தனர். கடைகாரர்கள் அநியாயத்துக்கு கமிஷன் கேட்கிறார்கள் என்பதால் அவர்களை முழுவதுமாக ஒதுக்கித் தள்ளினார்கள். விளம்பரம் செய்ய ஏகப்பட்ட செலவாகிறது என்பதால் விளம்பரங்கள் தேவையில்லை என்று அதையும் விட்டுத் தள்ளினார்கள். தங்களிடம் விநியோக அமைப்பு இல்லையென்றால் என்ன, வீடு வீடாக சென்று வாடிக்கை யாளர்களை நேரடியாக சந்தித்து, பொருளை அவர்களுக்கு விளக்கி அவர்களிடம் நேரடியாக விற்போம் என்று முடிவுசெய்து நேரடி விற்பனை முறைக்கு மாறினார்கள்.

இவை அனைத்தும் அதுவரை யாரும் முயற்சி செய்திராத புதிய மார்க்கெட்டிங் வியூகம். வேக்யூம் க்ளீனர் பொருள் பிரிவில் வேறு எந்த கம்பெனியும் அதுவரை பிரயோகிக்காத முயற்சி. அதனாலேயே தங்களைப் பாதித்த போட்டி சக்திகளின் ஐந்து தடைகளை அவர்களால் முழுவதுமாகத் தகர்த்தெறிய முடிந்தது. பெரிய போட்டி யாளர்கள்கூட இவர்களிடம் போராட முடியாமல் பொசுங்கினர். இன்று வேக்யூம் க்ளீனர் என்றாலே யுரேகா ஃபோர்ப்ஸ் என்று மக்கள் நினைக்கும்படிச் செய்தனர்.

போட்டியின் ஆதிக்க சக்திகளை ஆழமாகப் புரிந்துகொண்டு அதற்கேற்ப வியூகம் அமைத்ததால் யுரேகா ஃபோர்ப்ஸ் வீட்டிலுள்ள குப்பையை மட்டுமல்ல மார்க்கெட்டிலுள்ள போட்டியாளர்களையும் அள்ளி அப்புறப்படுத்த முடிந்தது!

நீங்களும் அதுபோல் யோசிக்கலாமே!

6

சுய திறனாய்வு

வெளி சூழ்நிலை அறிந்தாகிவிட்டது. போட்டி சக்திகள் புரிந்தாகி விட்டது. இனி நல்ல கண்ணாடியாய் பார்க்கவேண்டியதுதான் பாக்கி. பிறகென்ன, சுய திறனாய்வு செய்து கொள்ள கண்ணாடி முன்னால் நிற்காமல் கண் மூடியா நிற்க முடியும்!

சின்ன கம்பெனி முதல் பெரிய கம்பெனி வரை, பலசரக்கு கடை முதல் பன்னாட்டு நிறுவனம் வரை, ப்ரைவேட் கம்பெனி முதல் பொதுத் துறை நிறுவனம் வரை எந்த பிசினஸுக்கும் சில வளங்கள் (Resources) இருக்கும். இருந்தே தீரும். மனித வளம், கம்பெனிக்கு சொந்தமான காப்புரிமை, விநியோக பலம், R & D, மார்க்கெட்டில் நன்மதிப்பு, அபரிமிதமான பண பலம் போன்றவை அனைத்தும் கம்பெனி வளங்களே.

தொழிலை, கம்பெனியை, வியாபாரத்தை சுய திறனாய்வு செய்து அலசி ஆராய்ந்து பார்ப்பதன் நோக்கம் அதன் வளங்களை அடையாளம் கண்டு அவை எப்படி கம்பெனிக்கு காம்பெடிட்டிவ் அட்வான்டேஜ் உருவாக்கித் தருகிறது என்று தெளிவாக அறுதியிடத்தான். தெளிவான முறையில் வளங்களை கம்பெனி முழுதும் பகிர்ந்தளித்து அதை சரியாகப் பயன்படுத்தும் கம்பெனிகள் மட்டுமே கணிசமான லாபம் ஈட்டி போட்ட மூலதனத்துக்கு ஏற்ற லாபம் பெறும். கம்பெனி வளங்களைப் பற்றிய புரிந்துகொள்ள மூன்று விஷயங்களை ஆராய்வது அவசியமாகிறது.

முதலில், வளங்களிலிருந்தே ஆரம்பிக்கவேண்டும். இருக்கும் வளங்கள் கம்பெனிக்கு காம்பெடிட்டிவ் அட்வாண்டேஜ் தரக் கூடியவையா என்று பார்ப்பது. கம்பெனி வளங்களைப்போல் போட்டியாளர் களிடம் இல்லாமல் இருக்கலாம். அல்லது கம்பெனி வளங்கள் மற்றவர்களால் எளிதில் பெற முடியாதவையாக இருக்கலாம். அப்படி அமைவது ஜாக்பாட் அடிப்பதற்கு சமம்.

கம்பெனிக்கு காம்பெடிட்டிவ் அட்வாண்டேஜ் தரத் தேவையான அணுகுமுறையை வரையறுக்கும் ரிசோர்ஸ் பேஸ்ட் பார்வையின் (Resource based view) ஆதாரமே இதுதான். கம்பெனியை சுய திறனாய்வு செய்து தெரிந்துகொள்ள வேண்டிய முக்கிய உண்மை இது: 'போட்டியாளரிடம் இல்லாத, அவர்களால் எளிதில் பெற முடியாத எந்த வளம் நம்மிடம் உள்ளது?'

இரண்டாவது, வளங்களின் கட்டமைப்பு (Configuration). சரியான முறையில் தன் வளங்களைக் கட்டமைக்கும் கம்பெனி மட்டுமே தன் போட்டியாளர்களைத் தாண்டி காம்பெடிட்டிவ் அட்வாண்டேஜ் பெற முடியும்.

மூன்றாவது, வள தணிக்கை (Resource audit). கம்பெனியின் வளங்களை அடிக்கடி தணிக்கை செய்து பார்ப்பது. வளங்களை அடையாளம் கண்டு, அவை சரியாகப் பயன்படுத்தப்படுகிறதா என்று தெரிந்து கொள்வது வள தணிக்கையின் நோக்கம்.

சுய திறனாய்வு செய்ய உதவும் இம்மூன்று விஷயங்களையும் அதற்குத் தேவையான கருவிகள், அணுகுமுறைகளையும் கருத்துகளை யும் பார்ப்போம். இவையும் ஏதோ பெரிய கம்பெனிகளுக்கும், பன்னாட்டு நிறுவங்களுக்கும் மட்டுமே செய்யக் கூடியவை என்று நினைக்காதீர்கள். சின்ன கடை முதல் சிறிய சைஸ் பிசினஸ் வரை அனைவரும் உபயோகிக்கக் கூடியவை. உபயோகிக்க வேண்டியவை.

வள சார்ந்த பார்வை (Resource–based View)

வியூகத் திட்டமிடுதலின் நோக்கம் காம்பெடிட்டிவ் அட்வாண்டேஜ் பெற்று அதைத் தக்க வைத்து, அதை மேலும் அதிகரிப்பது. சில கம்பெனிகள் மட்டுமே வெற்றி பெறுவதற்குக் காரணம் போட்டி யாளர்களிடத்தில் இல்லாத வளங்கள் அவை பெற்றிருப்பதால். அந்த வளங்களை பேணி பாதுகாத்து பிரமாதமாய் வளர்ப்பதால். அவ்வளங் களை மற்ற போட்டியாளர்கள் பெற முடியாததால்.

ஆக, ஒவ்வொரு கம்பெனியும் இது போன்ற கிடைப்பதற்கு அரிய வளங்களைப் பெற்று, பாதுகாத்து வளர்க்க முயற்சி செய்யவேண்டும். அப்படி செய்தால்தான் காம்பெடிட்டிவ் அட்வாண்டேஜ் பெற முடியும்.

வளங்கள் என்பதால் அவை நிதி சார்ந்ததாகத்தான் இருக்கவேண்டும் என்பதில்லை. கம்பெனிக்குத் தொழிலில் பலம் தரும் எந்த சக்தியும் வளம்தான். நூறு வருடங்களுக்கும் மேலான வங்கி என்பது 'சிட்டி யூனியன் பாங்க்குக்கு' வளம். நீண்ட காலம் இருப்பதால் நம்பிக்கை யான வங்கி என்று மக்கள் நினைப்பதால். பரந்து விரிந்திருக்கும் விநியோக சக்தி 'ஐடிசி' கம்பெனிக்கு வளம். நாட்டின் மூலை முடுக்கெல்லாம்கூடச் சென்று தன் ப்ராண்டுகளை விற்கும் திறன் இருப்பதால். நம்பகத்தன்மை என்ற நற்பெயர் 'சுந்தரம் ஃபைனான்ஸுக்கு' வளம். கண்ணை மூடிக்கொண்டு இந்த கம்பெனியில் முதலீடு செய்யலாம் என்று மக்கள் நம்புவதால்.

வளங்களை ஆராய்ந்து அவை காம்பெட்டிட்டிவ் அட்வாண்டேஜ் தர முடியுமா என்று அறிந்து கொள்ள பல டெக்னிக்குகள், கருவிகள் உண்டு. அவற்றில் ஒன்று 'வ்ரையோ ஆய்வு' (VRIO Analysis).

வ்ரையோ ஆய்வு என்பது எந்த சைஸ் கம்பெனியும் செய்யக்கூடிய, செய்யவேண்டிய வளம் சார்ந்த ஆய்வு. 'ஒஹையோ பல்கலைக்கழக' நிர்வாக பேராசிரியர் 'ஜே பார்னி' என்பவர் உருவாக்கிய டெக்னிக் இது. கம்பெனியின் வளங்களும் அதன் திறமைகளும் என்னென்ன என்று வரையறுத்து அவை கம்பெனிக்கு காம்பெடிட்டிவ் அட்வாண்டேஜ் தரக் கூடியவையா என்று ஆராய்வதுதான் வ்ரையோ.

கம்பெனியின் வளம் விலைமதிப்பானதா (Valuable), அரிதானதா (Rare), எளிதில் இமிடேட் செய்யக்கூடியதா (Imitable), நிறுவனத்தால் பயன்படுத்த முடிந்ததா (Organization) என்று ஆய்வு செய்யும் முறைப்படுத்தப்பட்ட டெக்னிக். கம்பெனி அடையாளம் காணும் வளம் இந்நான்கு அம்சங்களைப் பெற்றிருந்தால் மட்டுமே நீடித்த காம்பெடிட்டிவ் அட்வாண்டேஜ் கிடைக்கும்.

விலைமதிப்பானது

கம்பெனியின் வளம் விலைமதிப்பானதாகக் கருதப்பட அது விற்பனையைக் கூட்டுவதாக, தயாரிப்புச் செலவைக் குறைப்பதாக அல்லது பொருளை வித்தியாசப்படுத்தி அதிக விலைக்கு விற்கக் கூடியதாக இருக்கவேண்டும். வள ஆய்வு செய்யும்போது கேட்கப்பட வேண்டிய, தேடப்பட வேண்டிய முதல் கேள்வி, முதன்மையான கேள்வி இதுவே.

விலைமதிப்பில்லாத வளமாகவோ தேவையில்லாத வளமாகவோ இருந்துவிட்டால் அது இருப்பதும் ஒன்றுதான் இல்லாமல் போனாலும் ஒன்றுதான். அது காம்பெடிட்டிவ் அட்வாண்டேஜ் தரப்போவதில்லை.

பொதுவாகவே கம்பெனிக்கு இரண்டுவிதமான வளங்கள் உண்டு. முதல் வகை Tangible வளங்கள். கட்டடம், இயந்திரங்கள், மனை போன்றவை. இவற்றை Physical வளங்கள் என்பார்கள். ஒரு விதத்தில் இவை கம்பெனியின் சொத்துகள் என்றாலும் இவை மற்ற போட்டியாளர்களிடமும் இருக்கும் என்பதால் இவை மட்டுமே பெரிய அளவில் காம்பெடிட்டிவ் அட்வாண்டேஜ் தந்துவிடாது.

இரண்டாவது வகையான வளங்கள் Intangible வளங்கள். ப்ராண்டின் நன்மதிப்பு, காப்புரிமை, அறிவுசார் சொத்து போன்றவை... போட்டி யாளர்கள் எளிதில் பெற முடியாத இவ்வகை வளங்கள் கம்பெனிக்கு நீண்ட காம்பெடிட்டிவ் அட்வாண்டேஜ் தரக் கூடியவை.

விலைமதிப்பு மிக்க வளங்களை அடையாளம் காண்பது எப்படி? ரொம்பவே எளிது. சில எளிய கேள்விகளுக்கு பதில் தேடினால் போதுமானது:

- போட்டியாளர்களுக்கு எளிதில் கிடைக்காத மூலப்பொருட்கள் கம்பெனியின் ஆதிக்கத்தில் இருக்கிறதா?
- போட்டியாளர்களிடம் இல்லாத பிரத்யேக உடன்பாடு ஏதேனும் சப்ளையர்களுடன் இருக்கிறதா?
- மற்றவர்களிடத்தில் இல்லாத விநியோக சக்தி கம்பெனிக்கு இருக்கிறதா?
- ஆர் அண்ட் டி க்கு கம்பெனி அதிக அளவு செலவழித்து அறிவு சார் சொத்துக்கள் பெற அதிகம் முயற்சி செய்கிறதா?

அரிதானது

கிலோ கணக்கில் எல்லாரிடமும் சல்லிசாகக் கிடைக்கும் எதுவும் வளம் அல்ல. கிலோ என்ன விலை என்று அரிதாக இருப்பவை மட்டுமே வளம். எல்லா கம்பெனிகளிடமும் ஒரு விஷயம் இருந்து விட்டால் அது எப்படி வளம் என்று கருத முடியும்? வளம் பிரத்யேக மாக அமைந்து அதனால் அந்த கம்பெனிக்கு மட்டும் பயன் இருந்தால்தான் அது வளமாக கருதமுடியும். போட்டியாளர்களிடம் இல்லாமல் கம்பெனிக்கு மட்டும் சொந்தமானதாக இருந்தால் மட்டுமே அந்த வளம் காம்பெடிட்டிவ் அட்வாண்டேஜ் தரும்.

உங்களிடம் இருக்கும் வளம் போட்டியாளர்களிடமும் இருக்கிறது என்பதற்காக அந்த வளத்தை விட்டொழியுங்கள் என்று அர்த்தமில்லை. அவ்வகை வளங்கள் அரிதாக இல்லையென்றாலும் போட்டியிட அடிப்படைத் தேவையாக இருக்கலாம். எல்லா சிமெண்ட்

கம்பெனிகளிடமும் பெரிய தொழில் சாலைகள் இருக்கும். பெரியது என்பதற்காக அவை வளங்களும் அல்ல. எல்லாரிடமும் இருப்பதால் அவை தேவையில்லை என்றும் அர்த்தமும் அல்ல.

இமிடேட் செய்ய முடியாதது

கம்பெனி வளம் போட்டியாளர்களால் எளிதில் காப்பி அடிக்க முடியாததாக இருக்கவேண்டும். அப்படியே காப்பியடிக்க முடிந்தாலும் அதிக பொருட் செலவிலும் முயற்சியாலும் மட்டுமே முடிந்ததாக இருக்கவேண்டும். வளம் எளிதில் காப்பியடிக்க முடியுமென்றால் குறைந்த கால காம்பெடிட்டிவ் அட்வாண்டேஜ் மட்டுமே தரும்.

போட்டியாளர்கள் வளத்தை இரு வகையில் காப்பியடிக்கலாம். கம்பெனி வளத்தை போட்டி கம்பெனி அப்படியே காப்பியடிக்க முயல்வது ஒரு வகை. இரண்டாவது வகை, கம்பெனியின் வளத்துக்கு ஈடான மாற்று வளங்களை வளர்த்துக்கொள்வது.

நிறுவனம் பயன்படுத்தும்படி இருப்பது

வெறும் வளம் இருந்தால் மட்டும் பத்தாது. கம்பெனியால் அதை பயன்படுத்தும்படி இருக்கவேண்டும். கம்பெனி வளத்தை பயன்படுத்த சமயங்களில் நிர்வாகத்தையும் மொத்த கம்பெனியின் கட்டமைப்பை மாற்ற வேண்டிக்கூட வரலாம். சூப்பர் ஸ்டார் ரஜினி கூறுவதுபோல் ஒருவனுக்கு ஒன்பது பொண்டாட்டி இருந்து என்ன பிரயோஜனம், அவனுக்கு எழுந்து நிற்கவே வக்கில்லை என்றால்!

வ்ரையோ ஆய்வின் மூலம் நான்குவிதமான விளைவுகள் ஏற்படலாம். அந்த விளைவுகளையும் அதனால் கம்பெனி மீது அதன் தாக்கங்களையும் பார்ப்போம்.

- கம்பெனி வளம் விலைமதிப்பு இல்லாததாக இருந்து தொலைத்தால் அதனால் ஒரு பயனும் அல்ல. இந்த நிலை கம்பெனிக்கு காம்பெடிட்டிவ் டிஸட்வாண்டேஜ். அதாவது பயனற்றது.

- கம்பெனி வளம் விலைமதிப்பு மிக்கதாக இருந்து ஆனால் அரிதாக இல்லை என்றால் அதே வளம் போட்டியாளர்களிடமும் இருக்கிறது என்று பொருள். இவ்வகை நிலை கம்பெனிக்கு Competitive parity. அதாவது போட்டி சமநிலை. இதனாலும் கம்பெனிக்கு பெரிய பயன் கிடையாது.

- கம்பெனியின் வளம் விலைமதிப்பு மிக்கதாக இருப்பதோடு அது அரிதாக இருந்து, ஆனால் அதை எளிதில் காப்பி அடிக்க

முடிந்தால் அது கம்பெனிக்கு குறுகிய கால பயனைத்தான் தரும். இந்த நிலை டெம்பரரி காம்பெடிட்டிவ் அட்வாண்டேஜ். அதாவது தற்காலிக போட்டிப் பயன்.

- கம்பெனியின் வளம் விலைமதிப்பு மிக்கதாக இருந்து, அரிதாகவும் அமைந்து அதை போட்டியாளர்களால் காப்பியடிக்க முடியாமல் இருந்து கம்பெனி அந்த வளத்தை பயன்படுத்தவும் முடியுமென்றால் அதுவே Sustained competitive advantage. அதாவது நீடித்த போட்டி பயன். இவ்வகை கம்பெனிகள் தன் பொருள் பிரிவில் தனிக்காட்டு ராஜாவாக ராஜபாட்டை போட்டு வீறுகொண்டு நடந்து செல்லும்.

இன்னொன்றையும் புரிந்துகொள்ளுங்கள்: வளங்கள் சாஸ்வத மானவை அல்ல. வளங்களின் வேல்யூ காலப்போக்கில் குறையலாம். ஏன், மறையவே செய்யலாம். அதனால் கம்பெனிகள் ரெகுலராக வ்ரையோ ஆய்வு செய்யவேண்டும். நம் உடம்பை ஆண்டுக்கொரு தரம் மெடிக்கல் செக் அப் செய்துகொள்வது போல.

கம்பெனி வளத்தை மற்ற போட்டியாளர்கள் வேடிக்கை பார்த்துக் கொண்டிருக்கமாட்டார்கள். கம்பெனி வளத்துக்கு ஈடான வளத்தையோ அல்லது மாற்று வளத்தையோ பெற முயற்சி செய்வார்கள். அதனால் இன்று கம்பெனியிடம் உள்ள வளம் நாளையே மற்றவர்களும் பெற்று சமநிலையாக மாறலாம். அதனால் கம்பெனிகள் தங்கள் வளங்களை எவ்வாறு அதிகப்படுத்துவது என்று ஆராயவேண்டும். புதிய வளங்களைப் பெற்று முன்னணியில் இருப்பதற்குத் தேவையான முயற்சிகளைச் செய்து கொண்டே இருக்கவேண்டும்.

வளங்களின் கட்டமைப்பு (Configuration of Resources)

கம்பெனி வளங்களைப் பற்றித் தெளிவாகப் புரிந்துகொள்ள மூன்று விஷயங்கள் உண்டு என்று அத்தியாயத்தின் ஆரம்பத்தில் பார்த்தோம் அல்லவா. அதில் இரண்டாவது சமாச்சாரமான வளங்களின் கட்டமைப்பு (Configuration) பற்றி இப்போது பார்ப்போம்.

வளங்களை வைத்திருப்பதால் மட்டும் காம்பெடிட்டிவ் அட்வாண்டேஜ் கம்பெனி வாசல் கதவைத் தட்டி வக்கணையாய் வந்து உட்காராது. கம்பெனிக்கே உரித்தான பிரத்யேக வளங்களைக் கட்டமைப்பது அதாவது கன்ஃபிகர் (Configure) செய்வதும் முக்கியம். சுய ஆய்வு செய்யும்போது கம்பெனி வளங்களுக்கு இடையே உள்ள தொடர்பையும் அவை கம்பெனிக்கு வேல்யூ சேர்க்க எவ்வாறு வாய்ப்பாய் அமைகின்றன என்றும் அறியவேண்டும்.

எவ்வாறு ஒரு கம்பெனி பொருளை செய்து வேல்யூவை அதிகரித்து விற்கிறது என்பதைப் புரிந்துகொள்ளவேண்டும். இன்புட் காஸ்ட் அதாவது தயாரிப்புச் செலவைவிட விற்கும் விலை அதிகமிருப்பதே கூடுதல் வேல்யூ என்பது தொழிலதிபர்கள் அறிந்ததே. இன்புட் காஸ்ட் என்பது உட்பொருள் வாங்கும் செலவு, தயாரிப்பு செலவு, ஊழியர்கள் சம்பளம் போன்றவற்றை உள்ளடக்கியது. தொழில் என்பதன் நோக்கமே விற்கும் பொருளுக்கு வேல்யூ கூட்டி விற்பது தானே.

பல பொருட்களைத் தயாரித்து விற்கும் ஒரு கம்பெனியின் வேல்யூ கூட்டலை அறுயிடுவது சற்று சிக்கலான விஷயம். கம்பெனியின் நிலையான செலவுகளை (Fixed costs) தயாரிக்கும் பொருள்களின் தயாரிப்புக்கேற்ப பங்கிடவேண்டும். அதேபோல் நிர்வாகச் செலவுகள், துணை நடவடிக்கைகள் ஆகியவற்றின் செலவுகளைத் தயாரிக்கும் பொருள் அளவுக்கேற்ப பங்கிடவேண்டும். இது சொல்வதற்கு எளிதானது. செய்வதற்கு சிரமானது. ஆனால் ஒவ்வொரு செலவையும் சரியாய் பங்கிட்டால்தான் தயாரிக்கப்படும் ஒவ்வொரு பொருளின் மதிப்பு கூட்டல் துல்லியமாகத் தெரியும்.

தயாரிக்கும் பொருள்களுக்கு கம்பெனியின் மதிப்பு கூட்டு எந்த அளவு இருக்கிறது என்பது அறியத்தான் இத்தனை பிரயத்தனம் தேவைப் படுகிறது. இது தெரிந்தால்தான் எங்கு மதிப்பு கூட்டவேண்டும், அப்படி சரியான அளவு கூட்டப்படுகிறதா போன்ற விஷயங்கள் தெளிவாகும். உதாரணத்துக்கு, உட்கார்ந்து சாப்பிடும் வகையிலும் அதே சமயம் ஆர்டர் செய்தால் வீட்டில் டெலிவரி செய்யும் வகையிலும் இருக்கும் ஹோட்டல் தன் டெலிவரியில் நஷ்டம் அடைகிறது என்று தெரிந்தால் அந்த ஹோட்டல் டெலிவரியை 'Swiggys' போன்ற உணவு விநியோகம் மட்டும் செய்யும் கம்பெனிகளுக்கு outsource செய்துவிடலாம்.

வேல்யூ கூட்டலைக் கணக்கிட உதவும் டெக்னிக் ஒன்று உண்டு. ‘வேல்யூ செயின்’ என்ற இந்த சித்தாந்தத்தை வழங்கியவர் ‘மைக்கேல் போர்ட்டர்’. இந்த பெயரை எங்கோ கேட்டதுபோல் இருக்குமே? சென்ற அத்தியாயத்தில் பார்த்தோமே, அதே ஹாவர்ட் பல்கலைக்கழக பேராசிரியர்தான்.

கம்பெனி காம்பெடிட்டிவ் அட்வாண்டேஜ் பெறுவது தன் செயல்களைப் போட்டியாளர்களைவிடல் குறைந்த செலவில் செய்வதால். அல்லது தன் செயல்களை மற்றவர் செய்வது போலில்லாமல் வாடிக்கை யாளருக்கு அதிக பயன் தரும் வகையில் தனித்துவமாகச் செய்வதால். அப்படிச் செய்யும்போது அதிக விலைக்குப் பொருள்களை விற்க முடிகிறது. வேல்யூ செயின் விஷயத்தை போர்ட்டர் இதோ இப்படி படம் வரைந்து பாகங்கள் குறிப்பிட்டு விவரிக்கிறார்.

வேல்யூ செயின் ஐந்து முதன்மை செயல்பாடுகளும் (Primary activities) நான்கு துணை செயல்பாடுகளையும் (Support activities) அடையாளம் காண்கிறது.

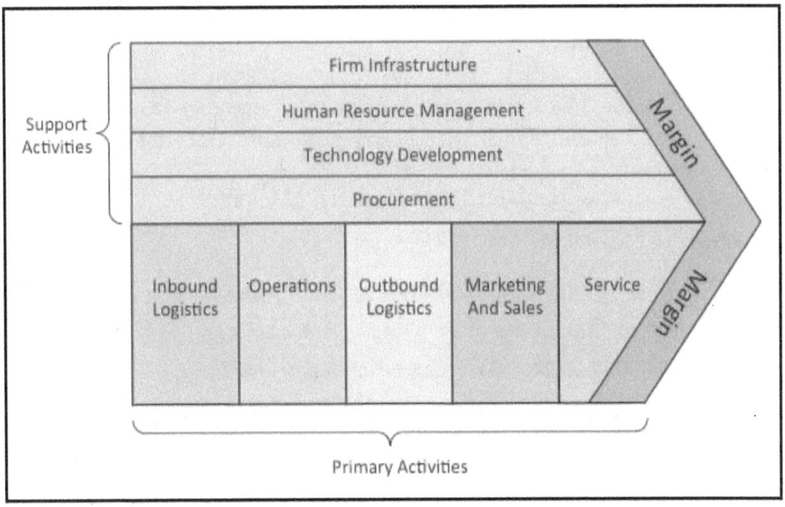

முதன்மை செயல்பாடுகள்

முதன்மை செயல்பாடுகள் என்பவை கம்பெனியின் தலையான நடவடிக்கைகள். இவற்றைத் தொழிலின் Vertical நடவடிக்கைகள் என்பார்கள். இவை ஐந்து அங்கங்கள் கொண்டது.

- உள்வரும் போக்குவரத்து (Inbound logistics): சப்ளையர்களிட மிருந்து மூலப் பொருட்கள், உட்பொருட்கள் பெற்று தயாரிப்பு துறைக்கு அனுப்பும் நடவடிக்கைகள்.
- தயாரிப்பு (Operations) : கம்பெனியின் தயாரிப்பு நடவடிக்கைகள்.
- வெளிச்செல்லும் போக்குவரத்து (Outbound logistics): வாடிக்கையாளர் ஆர்டர்களை நிறைவேற்றும் நடவடிக்கைகள். ஃபேக்ட்ரியிலிருந்து கோடவுனுக்குப் பொருள்களைச் சேர்த்து அங்கிருந்து கம்பெனி டிப்போக்களுக்கு அனுப்பும் நடவடிக்கைகள்.
- மார்க்கெட்டிங் மற்றும் விற்பனை (Marketing and Sales) : நாம் ஏற்கனவே பார்த்த மார்க்கெட்டிங் மிக்ஸை (நான்கு P) வரையறுக்கும் நடவடிக்கைகள்.
- விற்பனைக்குப் பின்னுள்ள சேவை (Service) : வாடிக்கை யாளரிடம் பொருளை நிர்மாணிப்பது முதல் அதன் பின் செய்ய வேண்டிய விற்பனைக்கு பிந்திய சர்வீஸ் நடவடிக்கைகள்.

துணைச் செயல்பாடுகள்

துணைச் செயல்பாடுகள் Horizantal நடவடிக்கைகள் எனப்படும். பெயருக்கேற்றபடி இவை முதன்மை நடவடிக்கைகளுக்குத் துணையாய் இருக்கும். வேல்யூ செயின் நான்கு துணைச் செயல் பாடுகளைக் கொண்டது.

- *கம்பெனி உள்கட்டமைப்பு:* இவை அக்கவுண்டிங், திட்ட மிடுதல், கண்ட்ரோல், கம்பெனி நிர்வாகம் போன்றவை.
- *மனித வள நிர்வாகம்:* பணி சேர்ப்பு, ட்ரெயினிங், தொழிலாளர் உறவு, சம்பள அளவு முதலியவை.
- *தொழில் நுட்ப வளர்ச்சி:* புதிய பொருள்கள் உருவாக்குவது, இருக்கும் பொருள்களின் தரத்தைக் கூட்டுவது, புதிய தொழில் முறைகளை அறிமுகப்படுத்துவது ஆகியவை.
- *கொள்முதல்:* மூலப் பொருள்களின் கொள்முதல், லாரி போன்ற வாகனங்களை வாங்குவது, மின்சார வசதி, ஆபீஸ் சப்ளைஸ் போன்றவை.

வேல்யூ செயினைப் பயன்படுத்துவதன் முக்கிய நோக்கம் அதன் வெவ்வேறு அம்சங்களுக்கிடையே நிலவும் Mismatch அடையாளம் காண. கம்பெனி குறைந்த விலை கொண்டு தன் பொருள்களை மார்க்கெட்டில் விற்கும் வியுகத்தை வரையறுக்கிறது என்று வைத்துக்கொள்வோம். அப்போது வேல்யூ செயினின் ஒவ்வொரு அங்கமும் ஒவ்வொரு நடவடிக்கையும் பொருள்களைக் குறைந்த விலையில் தயாரிக்க ஏதுவாக அமைக்கப்படவேண்டும்.

உதாரணத்துக்கு, 'இண்டிகோ' குறைந்த விலையில் விமான சேவை என்ற தாரக மந்திரத்தில் ஆரம்பிக்கப்பட்ட கம்பெனி. அதனால்தான் அவர்கள் தங்கள் வேல்யூ செயினின் ஒவ்வொரு நடவடிக்கையையும் குறைந்த விலைக்கு டிக்கெட் விற்க ஏதுவாக இருக்கும்படி அமைத்துக் கொண்டனர். ஒவ்வொரு நிலையிலும் விலையைக் குறைக்க என்னென்ன தேவையோ அதைச் செவ்வனே வடிவமைத்திருக்கின்றனர்.

ரிப்பேர், மெயிண்டெய்னஸ் இரண்டுக்கும் எளிதாக இருக்கும்படி ஒரேவகையான, ஒரே மாடல் விமானங்களை மட்டுமே வாங்குகின்றனர். டிக்கெட்டுகளை ட்ராவல் ஏஜெண்ட் மூலம் விற்றால் அவர்களுக்கு கமிஷன் தரவேண்டியிருக்கும் என்று இணையதளத்தில் நேரடியாக வாடிக்கையாளர்களுக்கு விற்கின்றனர். விமானத்தில் ஓசியில் சாப்பாடு, சாக்லேட், தண்ணீர் பாட்டில் போன்றவற்றைக் கொடுக்காமல்

இருப்பதால் செலவைக் கட்டுப்படுத்துகின்றனர். ஏதோ இந்த மட்டும் விமானத்தில் பாத்ரூம் போக பொதுக் கழிப்பிடம்போல் பிரயாணிகளிடம் காசு வசூலிப்பதில்லை!

வேல்யூ செயினின் மற்றொரு முக்கியவத்துவம் அதன் ஒவ்வொரு நடவடிக்கையின் இணைப்பில் அமைந்திருக்கிறது. சட்டென்று மாறும் வாடிக்கையாளர் தேவைக்கேற்ப பொருள்களைத் தயாரிக்க வேண்டியிருந்தால் ஜஸ்ட் இன் டைம் (Just in time) தயாரிப்பு முறைக்கு கம்பெனி மாறவேண்டியிருக்கும். அதாவது மூலப் பொருட்களை, உட்பொருட்களை மொத்தமாய் வாங்கி வைத்து தேவைப்படும்போது அதைத் தயாரிப்புத் துறை உபயோகிப்பதற்கு பதில் தயாரிப்புக்குத் தேவையான பொருட்களை மட்டுமே வாங்கி தயாரிப்பைத் தொடர்வது. இதைச் செய்ய இன்பவுண்ட் லாஜிஸ்டிக்ஸ் அதற்கேற்றபடி வடிவமைக்கப்பட வேண்டும். இதற்கு ப்ரொக்யூர்மெண்ட் நடவடிக்கைகள் சீரமைக்கப்படவேண்டும்.

மூலப்பொருளை வாங்கி அதை மதிப்பு கூட்டி விற்பதுதான் கம்பெனியின் வேலை எனும்போது மதிப்பு கூட்டல் நடக்கும் நடவடிக்கைகளை அடையாளம் காண்பதுதான் வேல்யூ செயினே ஒழிய மதிப்பு குறையும் நடவடிக்கைகளை அடையாளம் காண அல்ல.

கடைகளில் இருந்து, டீலர்களிடம் இருந்து மூலப்பொருட்களை வாங்குவதற்கு பதில் அதைத் தயாரிக்கும் கம்பெனியிடமிருந்தே நேரடியாக வாங்குவது பயனளிக்கும் என்றால் ப்ரோக்யூர்மெண்ட் துறை இதைச் செய்யவேண்டியிருக்கும்.

சில கம்பெனிகள் தயாரிப்பு நடவடிக்கைகளைவிட மார்க்கெட்டிங் மற்றும் விற்பனை நடவடிக்கைகளில் சிறந்து விளங்கலாம். அது போன்ற கம்பெனிகள் தயாரிப்பில் தன் நேரத்தையும், திறமையையும் செலவழிப்பதைவிடப் பொருட்களை வெளியாட்களிடமிருந்து வாங்கி அதை மார்க்கெட்டிங் மற்றும் விற்பனை செய்யும் நடவடிக்கைகளை மட்டுமே செய்யலாம். 'ஐடிசி' போன்ற பெரிய கம்பெனிகள் இதைத்தான் செய்கின்றன.

சுய திறனாய்வு செய்து கம்பெனியின் மதிப்பு கூட்டு நடவடிக்கை களை அறிய வேல்யூ செயின் ஒரு உபயோகமான கருவி என்றாலும் சில குறைகள் உண்டு. எல்லா தொழில்களுக்கும், கம்பெனிகளுக்கும் வேல்யூ செயின் அப்படியே பயன்படும் என்று சொல்வதற்கில்லை. ஏற்றுமதி இறக்குமதி செய்யும் கம்பெனிகளுக்கு வேல்யூ செயின் அமைப்பு அப்படியே பயன்படாது. மளிகை, ஜவுளி, நகை, டிம்பர் கடை, டிபார்ட்மெண்ட் ஸ்டோர் போன்றவற்றுக்கும் இங்கிருக்கும் வேல்யூ செயின் முழுவதும் பொருந்தாது.

அதற்காக வேல்யூ செயின் அமைப்பில் வேல்யூ இல்லை என்று சொல்லவில்லை. ஒவ்வொரு கம்பெனியும் எந்த அளவுக்குப் பொருந்துகிறதோ அந்த அளவுக்கு வேல்யூ செயினை தங்களுக்கென்று பிரத்யேகமாக வடிவமைத்துப் பயன்படுத்திக்கொள்ளலாம். பயன்படுத்த முடியும். பயன்படுத்திக்கொள்ளவேண்டும். பயன்படுத்துவது பயன் தரும்!

வளத் தணிக்கை

வளங்களை அடையாளம் கண்டு அவை கம்பெனிக்கு காம்பெடிட்டிவ் அட்வாண்டடேஜ் உருவாக்கித் தரும் விதங்களை அடையாளம் காண்பதன் படிகளில் மூன்றாவதாக நாம் செய்ய வேண்டியது வள தணிக்கை (Resource audit). கம்பெனியின் வளங்களை ரெகுலராகத் தணிக்கை செய்வது. அடையாளம் காணப்பட்ட கம்பெனி வளங்கள் சரியாக பயன்படுத்தப்படுகிறதா, பயன்கள் தொடர்ந்து இருகிறதா என்பதைத் தெரிந்துகொள்ளத்தான் வளத் தணிக்கை.

ஆபரேஷனல், மனித வள, நிர்வாக மற்றும் நிதி சார்ந்த வளங்களை சரியான முறையில் உபயோகிக்கும் கம்பெனிதான் காம்பெடிட்டிவ் அட்வாண்டேஜ் பெற முடியும். தேவைப்படும் முதலீடு, கம்பெனி திறன், ஸ்டாக் அளவு, தர கட்டுபாடு, தயாரிப்பு செலவு குறைப்பு, தொழில்நுட்பம் போன்றவை வளத் தணிக்கைக்கு உட்பட்ட ஆய்வுகளாகும்.

தயாரிப்பு வளங்கள்

தயாரிப்பு சம்பந்தப்பட்ட எல்லா வளங்களும் கம்பெனியின் சொத்துக் கணக்கோடு சேர்த்தியில்லை. ஆலை மற்றும் இயந்திரங்கள், ஆபீஸ் பில்டிங் போன்றவை அசையா சொத்துக்கள் என்றால் ப்ராண்ட் பெயர், காப்புரிமை, கம்பெனி நற்பெயர் போன்றவையும் தயாரிப்பு வளங்களே. இவ்வகை வளங்கள் இருப்பது பெரியதல்ல. இவை சரியாக உபயோகிக்கப்படுகிறதா இல்லையென்றால் இவை வேறு பயன்களுக்குப் பயன்படுத்துவது பெட்டரா என்று ஆராய வேண்டும்.

கம்பெனியின் பில்டிங் ஆபீஸில் பணி புரிபவர்களுக்கு போதுமானதாக இருந்து இன்னமும்கூட கூடுதல் இடம் இருக்கிறதென்றால் அதை வாடகைக்கு விடமுடியுமா என்று ஆராயலாம். தொழில்சாலையில் கம்பெனியின் தேவை போக இன்னமும் கூடத் தயாரிக்க முடியும் என்றால் போட்டியாளரில்லாத மற்ற கம்பெனிகளுக்கு பொருட்கள் தயாரித்து தர முடியுமா என்றும் யோசிக்கலாம்.

மனித வளம்

பெரும்பாலான தொழில்கள் அறிவுசார்ந்தவையாக மாறி வரும் இக்காலத்தில் கம்பெனியின் மனித வளம் ஒரு ஸ்ட்ரடீஜிக் சொத்து. 'இன்ஃபோசிஸ்' கம்பெனியின் முன்னால் சேர்மன் திரு. நாரயணமூர்த்தியிடம் ஒரு முறை அவர் கம்பெனியின் பெரிய சொத்து எது என்று கேட்கப்பட்டபோது 'என் கம்பெனியின் பெரிய சொத்து தினமும் மாலை வீட்டுக்குச் சென்று அடுத்த நாள்தான் திரும்புகிறது' என்றார். மனித வளம்தான் தன் கம்பெனியின் பெரிய சொத்து என்பதை சிரித்துக்கொண்டே அவர் சொன்னாலும் நாம் சீரியஸாக சிந்தித்து பார்க்கவே அவ்வாறு கூறினார்.

மனித வளத்தின் முக்கியத்துவத்தை உணர்ந்து இன்று பல கம்பெனிகள் மனித வளத் தணிக்கையை முறையாக, முழுமையாகச் செய்யத் துவங்கியிருக்கின்றன. ஆட்சேர்ப்பு, பணியாளர் அளவு, திறமை லெவல், தொழிலாளர் உறவு, பணியாளர் வேலையை விட்டுப் போகும் விகிதம், சம்பள அளவு போன்ற தகவல்களையும் கம்பெனி வளர்ச்சியில் அதன் தாக்கத்தையும் பங்களிப்பையும் ரெகுலராக தணிக்கை செய்யவேண்டும்.

மனித வள ஆய்வைத் தணிக்கை செய்யும்போதுதான் மாறி வரும் தேவைகளுக்கு ஏற்ப பணியாளர்கள் தங்கள் திறமைகளை வளர்த்துக் கொண்டிருக்கிறார்களா, அவர்களுக்கு எந்த வகை ட்ரெயிங் அண்ட் டெவலப்மெண்ட் தேவைப்படுகிறது, மகிழ்வுடன் பணி புரிகிறார்களா, வேறு வேலை தேடி கம்பெனியிலிருந்து எஸ்கேப் ஆகும் நிலையில் உள்ளனரா போன்றவற்றைத் தெரிந்துகொள்ள முடியும்.

புதிய ஆட்களை எடுப்பதைவிட இருக்கும் திறமையான ஆட்களைத் தக்க வைத்து அவர்களை மகிழ்ச்சியும் பணி செய்யவைப்பதே வெற்றிக்கு வழி என்பதைப் பல கம்பெனிகள் பட்டுகொண்டபின் தான் புரிந்துகொண்டிருக்கின்றன. போட்டி பெருகி, மாற்றங்கள் பெருத்து வரும் இக்காலத்தில் 'கற்றுக்கொள்ளும் கம்பெனிகள்'தான் மார்க்கெட்டில் தாக்குப் பிடித்து தன் மார்க்கெட்டை தக்க வைத்து தழைக்க முடியும் என்பதை கம்பெனிகள் உணர துவங்கியிருக்கின்றன.

நிதி சார்ந்த வளங்கள்

முதலீடு சம்பந்தப்பட்ட அனைத்துமே கம்பெனியின் நிதி சார்ந்த வளங்கள்தான். முதலீடு ஈட்டும் வருவாய்தான் செய்யும் தொழில் எந்த நிலையில் இருக்கிறது என்பதைத் துல்லியமாகக் காட்டும் கருவி. கம்பெனியின் வாழ்வாதாரத்துக்கும், வளர்ச்சிக்கும் வருங்காலத்துக்கும் நிதி தேவதையின் கருணைக் கண் பார்வை

தேவை. அதனால் தேர்ந்த நிபுணர்கள் கொண்டு நிதி சார்ந்த வளங்களைத் தணிக்கை செய்வது அவசியம்.

வள பயன்பாடு (Resource utilization)

கம்பெனி வளங்களின் பயன்பாடு நூறு சதவீதம் இருக்கிறதா, வளங்களை இன்னமும்கூடப் பயன்படுத்திப் பயன் பெற முடியுமா என்பதும் வள தணிக்கையின் நோக்கமாக இருக்கவேண்டும். தயாரிக்கும் பொருள் எத்தனை நாளில் விற்றுக் காசாக்கப்படுகிறது, தயாரிப்பில் ஏற்படும் குறைபாடு விகிதம், சராசரி விற்பனையாளர் வருவாய், தொழிலாளர் உற்பத்தித் திறன், கம்பெனி செயல்பாடு, நடவடிக்கைகளின் பயன்பாடு எந்த நிலையில் உள்ளது என்பதும் கம்பெனி தணிக்கை செய்யவேண்டிய ஒன்று.

சுய திறனாய்வு கம்பெனிக்குத் தேவையான முக்கிய வளங்களை அடையாளம் கண்டு காம்பெடிட்டிவ் அட்வாண்டேஜ் தரக்கூடியவை எவை என்பதைத் தெளிவாக்குகிறது. வளங்கள் சரியாக configure செய்யப்பட்டிருக்கிறதா என்பதையும் கம்பெனிக்கு அதிக மதிப்பு கூட்டல் தருகிறதா என்பதையும் வேல்யூ செயின் கோடிட்டுக் காட்டுகிறது. வளங்கள் சரியாகப் பயன்படுத்தப்படுகிறதா என்பதை வளத் தணிக்கை வெளிப்படுத்துகிறது.

சுற்றுச்சூழலுக்கு ஏற்றவாறு வளங்கள் பயன்படுத்தப்பட்டால் மட்டுமே காம்பெடிட்டிவ் அட்வாண்டேஜ் பெறமுடியும். வெற்றிகரமான வியூகங்கள் அமைக்க கம்பெனி வளங்களைப் பற்றிய ஆழமான ஆய்வு அவசியம். குறிக்கோள்களை அடைய இருக்கும் வளங்கள் போதுமானதா, புதிய வளங்கள் ஏதேனும் பெறப்பட வேண்டுமா என்பதையும் அறிய சுய திறனாய்வு தேவைப்படுகிறது.

ரவுண்ட் 3

BATTLEGROUND

போர்களத்துக்குப் போன பின் போர் திட்டம் வகுத்தால் பின்னங்கால் பிடரியில் பட புறமுதுகு காட்டித்தான் ஓடவேண்டியிருக்கும். சண்டைக்குச் சென்ற பிறகு சண்டையிடுவதெப்படி என்று சிந்தித்தால் சங்கு ஊதும் சத்தத்தைதான் சந்திக்கவேண்டியிருக்கும்.

கலங்காத, காலகாலத்துக்கும் கட்டியம் கூறி வெற்றி பெறும் கம்பெனி என்னும் கட்டடம் கட்ட தேவை ஆழமான அஸ்திவாரம். பிழைக்க பிறர் முழி பிதுங்குகையில் தழைத்து முன்னேறும் பிசினஸ் நிர்மானிக்கத் தேவை தெளிவான பிசினஸ் ப்ளூப்ரிண்ட்.

பிசினஸைத் தெளிவாய் அறுதிடுவது முதல் அது பயணிக்கவேண்டிய பாதையைப் போடுவது வரை, தனித்துவமான அதன் திறனை தெளிவுபடுத்துவது முதல் வலிமையான அதன் செயல்திட்டங்களை வகுப்பதுவரை ஒவ்வொரு பிசினஸுக்கும் தேவை ஆழமாய் ஆராய்ந்து, அழகாய் அமைக்கப்படும் அடித்தளம்

அதற்கு ஆதாரமான அம்சங்களைத்தான் அடுக்கி அடிக்கப் போகிறோம் இந்த ரவுண்டில்!

7

தொழில் வரையறுப்பு

'**நா**ன் யார். நான் எந்த தொழில் செய்கிறேன்?'

அளவுக்கு அதிகமாக அடித்துவிட்டு அடுத்த நாள் காலை எழுந்தவுடன் என்ன, ஏது, எங்கிருக்கிறோம், எப்படி வந்து சேர்ந்தோம் என்பதெல்லாம் மப்பும் மந்தாரமுமாக மங்கலாகத் தெரியுமே, அதைச் சொல்லவில்லை.

இது நீங்கள் உங்களிடமே கேட்க வேண்டிய கேள்வி.

'நான் எந்த தொழில் செய்கிறேன் என்று எனக்குத் தெரியாதா? என்ன கேனத்தனமான கேள்வியாய் இருக்கிறது' என்று நீங்கள் எளக்காரமாய் இருக்கலாம். ரொம்பவே சாதாரண கேள்வி இது என்று அசால்ட்டாய் கூட விடலாம்.

இந்தக் கேள்விக்கான தெளிவான, திட்டமிட்ட பதில்தான் உங்கள் தொழிலின் அஸ்திவாரம். உங்கள் பிசினஸின் பிள்ளையார் சுழி. உங்கள் வியாபாரத்தின் தமிழ்த்தாய் வாழ்த்து!

இக்கேள்விக்கான விடை தேடாமல் இருந்ததால்தான் பல பிசினஸ்கள் பரலோகத்துக்குச் சென்று சேர்கின்றன. இக்கேள்விக்கான பதில் தெரியாமல் இருப்பதால்தான் பல தொழில்கள் படு குழியில் விழுகின்றன. இக்கேள்விக்கு பதிலை திறம்பட சிந்தித்து அதை திறமையுடன் செயல்படுத்தும் சாமர்த்தியம் உள்ள கம்பெனிகள் மட்டுமே செழிக்கின்றன. கொழிக்கின்றன.

இதைக் கேட்டவர் 'தியோடர் லெவிட்' (Theodore Levitt). 'ஹார்வர்ட் பல்கலைக்கழக'த்தில் மார்க்கெட்டிங் பேராசிரியராக இருந்தவர். உலகப்புகழ் பெற்ற நிர்வாகவியல் ஜர்னல் 'ஹாவர்ட் பிசினஸ் ரெவ்யூ'வின் ஆசிரியராகப் பல ஆண்டு காலம் இருந்தவர். 1960-ல் அந்த ஜர்னலில் அவர் எழுதிய 'மார்க்கெட்டிங் மயோப்பியா' (Marketing myopia) என்ற அருமையான கட்டுரையில் மார்க்கெட்டர் களை இக்கேள்வி கேட்டார். கேட்டார் என்பதைவிட மார்க்கெட்டர் களைத் தங்களைத் தானே கேட்டுக்கொள்ளச் சொன்னார்.

'மார்க்கெட்டிங் மயோப்பியா' என்பதற்கு 'குறுகிய பார்வையுடன் பார்க்கப்படும் மார்க்கெட்டிங்' என்று அர்த்தம்.

தொழில் என்பது நாம் தயாரிக்கும் பொருட்களைக் கொண்டு வரையறுக்காமல் நம் வாடிக்கையாளரின் தேவையை பூர்த்தி செய்யும் முறையை கொண்டு வரையறுக்க வேண்டும் என்கிறார் லெவிட். ஏனெனில் தேவைகள் நிரந்தரமானவை. பொருட்கள் மாறி வரும் தன்மை கொண்டவை. அதனால்தான் நாம் செய்யும் பிசினஸையோ ஈடுபடும் தொழிலையோ பொருளைக் கொண்டு விளக்குவதைக் விட வாடிக்கையாளர்களின் தேவை கொண்டு, நாம் அளிக்கும் பயன் கொண்டு விளக்குவது சிறந்தது.

லெவிட் கூறியதை முழுமையாய் புரிந்துகொள்ள, அவர் சொன்னதைக் கேட்காமல் பட்டுக் கொண்டவர்களைப் பார்க்க முதலில் நாம் போகப் போவது சிவகாசிக்கு. சந்திக்கப்போவது தீப்பெட்டித் தயாரிப்பாளர் களை.

சிவகாசியும் நமுத்த தீப்பெட்டி தொழிலும்

சிவகாசியை குட்டி ஜப்பான் என்றழைப்பார்கள். எப்பொழுதும் பரபரவென்று இருக்கும் ஊர். பம்பரமாய் சுழன்று உழைக்கும் மக்கள். இந்தியாவில் தயாரிக்கப்படும் வத்திப்பெட்டிகளில் பெரும் பாலானவை சிவகாசியில்தான் தயாரிக்கப்படுகிறது.

ஆனால், சமீப காலமாக தீப்பெட்டி தொழிலின் வளர்ச்சி தளர்ந்திருக்கிறது. அதன் விற்பனை ஒருவித தேக்கநிலை அடைந்திருக்கிறது. ஏனெனில், வத்திப் பெட்டிகளின் உபயோகம் குறைந்துவருகிறது. வத்திப்பெட்டிகள் தரும் பயனைக் கொடுக்க பல்வேறு மாற்றுப் பொருட்கள் வந்துவிட்டதால்.

சிகரெட் பிடிக்கும் பழக்கம் முன்னதுக்குக் குறைந்திருக்கிறது. சிகரெட் பிடிப்பவர்களில் பலரும் லைட்டரை உபயோகிக்கத் துவங்கி விட்டனர். அதேபோல் சமீப காலமாக பெண்மணிகள் அடுப்பேற்ற

காஸ் லைட்டரை அதிகம் பயன்படுத்துகின்றனர். இது பத்தாதென்று இண்டக்ஷன் ஸ்ட்வ்களை உபயோகிக்கத் துவங்கியிருக்கின்றனர்.

சரி, ஆண்டவனுக்கு விளக்கேற்ற வத்திப்பெட்டியை எடுக்கலாம் என்றால் அங்கும் வந்துவிட்டது வில்லங்கம். அகல் விளக்கு போலவே அழகாய் மின்சாரத்தில் எரியும் எலக்ட்ரிக் விளக்குகள் வந்துவிட்டன.

குறைந்தது கரண்ட் போகும் போதாவது மெழுவர்த்தியை ஏற்ற வத்திப்பெட்டியை எடுப்போம் என்றால் அங்கும் வந்துவிட்டது எமர்ஜென்சி லாம்ப்புகள், ஜெனரேட்டர், இன்வர்ட்டர் போன்ற இன்ன பிற ஐட்டங்கள்.

வத்திப்பெட்டி கொடுக்கும் அதே பயனைக் கொடுக்க மற்ற பொருட்கள் வந்துவிட்டதால்தான் வத்திப்பெட்டி விற்பனை குறைந்துவருகிறது. மாறி வரும் சூழ்நிலைகளும் தொழில்நுட்ப வளர்ச்சிகளும்தான் இதற்குக் காரணம், பாவம், வத்திப்பெட்டி தயாரிப்பாளர்கள் இதற்கு என்ன செய்திருக்கமுடியும் என்று அவர்களைப் போலவே நீங்களும் நினைத்தால் உங்கள் மனதில் லெவிட் கூறியதை விலாவரியாகப் பற்ற வைக்கவேண்டியது அவசியமாகிறது.

'நீங்கள் யார்? எந்த தொழிலில் இருக்கிறீர்கள்?' என்று அத்தியாயத்தின் ஆரம்பத்தில் கேட்ட கேள்வியை இவர்களிடம் கேட்டால் என்ன பதில் கூறுவார்கள்? 'நாங்கள் வத்திப்பெட்டி தயாரிக்கும் தொழிலில்' இருக்கிறோம் என்பார்கள். அப்படித்தான் நினைக்கிறார்கள். இன்னமும் நினைத்து கொண்டிருக்கிறார்கள். இங்குதான் துவங்கியது பிரச்னை. இந்த தவறான பதிலில்தான் ஆரம்பித்தது அவர்கள் சரிவு.

அவர்கள் வத்திப்பெட்டி தொழிலில் இல்லை. என்றும் இருந்தது கிடையாது. அவர்கள் இருந்தது 'நெருப்பு ஏற்றும் தொழிலில்'!

அவர்கள் அடுப்பை, சிகரட்டை, விளக்கை, மெழுகுவர்த்தியை, தீபம் போன்ற பொருட்களைப் பற்றவைக்கும் தொழிலில் இருந்தார்கள். இருக்கிறார்கள். அப்படித்தான் அவர்கள் நினைத்திருக்கவேண்டும். அப்படி நினைத்திருந்தால் பற்ற வைக்க புதிய விஷயங்கள், முயற்சிகள், கருவிகள், பொருள்கள் போன்றவற்றை அவர்களே முதலில் கண்டுபிடித்திருப்பார்கள். கொண்டு வந்திருப்பார்கள். அட்லீஸ்ட் அதைத் தயாரித்து, விற்கவாவது முயன்றிருப்பார்கள்.

சிகரெட் பிடிக்க லைட்டர்களை மற்றவர்கள் கொண்டு வருவதற்கு முன் அவர்களே கொண்டு வந்திருப்பார்கள். காஸ் லைட்டரை மற்றவர்கள் தயாரிப்பதற்கு முன் இவர்களே தயாரித்திருப்பார்கள். எமெர்ஜென்ஸி லாம்புகளை மற்றவர்களுக்கு முன் இவர்களே

அறிமுகப்படுத்தியிருப்பார்கள். விளக்கையோ மெழுகுவர்த்தியையோ ஏற்றத் தோதான ஒரு பொருளை இவர்களே தந்திருப்பார்கள்.

இப்படிச் செய்திருந்தால் வத்திப்பெட்டி விற்பனை குறைந்தாலும் இவர்களுக்கு அந்தப் புதிய தொழில்கள் கைகொடுத்திருக்கும்.

ஏன் செய்யவில்லை? எதனால் இது அவர்களுக்கு தோன்றாமல் போனது? புதிய முயற்சிகளை இவர்கள் செய்யவிடாமல் தடுத்தது எது?

'நான் யார்? நான் எந்த தொழிலில் இருக்கிறேன் என்பதைச் சரிவர அறுதியிடத் தவறியதால்!

அதனால்தான் இப்போது தேக்க நிலையில் தவழ்கிறார்கள். தாங்கள் எந்த தொழிலில் இருக்கிறோம் என்பதை சரிவர அறுதியிட்டிருந்தால், தாங்கள் 'நெருப்பு ஏற்றும் தொழிலில்' இருக்கிறோம் என்பதைப் புரிந்து கொண்டிருப்பார்கள். புதிய முயற்சிகளை மேற்கொண்டிருப்பார்கள்.

இன்று சிவகாசியில் புதிய தொழில்சாலைகள் பெருகியிருக்கும். சிகரெட் லைட்டரிலிருந்து காஸ் லைட்டர் வரைக்கும் புதிய பிசினஸ்கள் முளைத்திருக்கும். எமர்ஜென்ஸி லாம்ப் தயாரிப்பிலிருந்து இண்டக்ஷன் ஸ்டவ் வரை பல புதிய ஃபேக்ட்ரிகள் வந்திருக்கும். சிவகாசியே இன்னமும்கூட களைகட்டியிருக்கும். ஃபேக்ட்ரிகள் மேலும் பெருகியிருக்கும். வத்திப்பெட்டி விற்பனை குறைந்தாலும் புதிய தொழில்கள் கைகொடுத்திருக்கும். சிவகாசியை குட்டி ஜப்பான் என்றழைத்தது போய் ஜப்பானை பெரிய சிவகாசி என்றழைக்கும் நிலை தோன்றியிருக்கும்.

ஒரு ஊரே செழித்துக் கொழிப்பதற்கு பதில் வழுக்கி விழக் காரணம் ஒரே ஒரு கேள்வியை கேட்காததால். அதற்கான சரியான பதிலைத் தேடாததால். 'நான் யார், நான் எந்த தொழில் செய்கிறேன்?'

செய்யும் தொழிலைச் சரியாய் அறுதியிடாததால் உறுதியாய் இருந்த சிவகாசி வத்திப்பெட்டி பிசினஸ் மெதுவாய் குருதி சிந்தி தேய்ந்து நமுத்துப் போய்வருகிறது.

தொழிலைச் சரியாய் அறுதியிடுவது எப்படி? அப்படித் தொழிலை கரெக்ட்டாய் அறுதியிட்டு வெற்றி பெற்ற கம்பெனிகள் உண்டா? தாம் எந்த பிசினஸில் இருக்கிறோம் என்பதைத் தெளிவாகப் புரிந்து அதற்கேற்ப வியூகம் அமைத்து வெற்றி பெற்ற பிசினஸ் இருக்கிறதா?

பேஷாய் இருக்கிறது. ஜோராய் ஜெயித்திருக்கிறது. லெவிட் சொன்னதை செவி கொடுத்துக் கேட்டு அதை சிரமேற்கொண்டு செயல்பட்டு வெற்றி பெற்று வரும் ப்ராண்டை பார்க்க, சிவகாசியிலிருந்து நாம்

போகப் போவது தியேட்டருக்கு. செல்லப் போகும் இடம் சென்னையிலுள்ள 'சத்யம் மல்டிப்ளெக்ஸ்'.

நாம் பார்க்கப் போவது படம் அல்ல. பெறப் போவது அவர்களிடமிருந்து பாடம்!

சத்யம் சூப்பர் ஹிட் ஆன கதை

ஊரெங்கும் தியேட்டர் பிசினஸ் முன்போல் இல்லை என்று கொட்டகைக்காரர்கள் கோரஸாய் ஒரு பாடு அழுகிறார்கள். அவர்களோடு கொஞ்சம் உட்கார்ந்து பேசிப் பாருங்கள், இடைவேளை விடாமல் கலரில், டிஜிடல் டால்பி சவுண்ட் சிஸ்டத்தோடு தங்கள் சோகத்தைக் கதை கதையாய் புலம்புவார்கள்.

ஊரெங்கும் சினிமா தியேட்டர்கள் இழுத்து மூடப்பட்டு ஃப்ளாட்டு களாக, கல்யாண மண்டபங்களாக, ஷாம்பிங் காம்ப்ளெக்ஸாக மாறிக் கொண்டிருக்கின்றன. மதுரையில் ஒரு தியேட்டர் காம்ப்ளெக்ஸ் கார் பார்க்கிங் இடமாகவே மாறிவிட்டது. மற்ற வேலையை விட்டு தியேட்டர் சென்று காரை பார்க் செய்து படம் பார்த்த காலம் போய் தியேட்டரில் காரை பார்க் செய்து வெளியில் சென்று மற்ற வேலைகளைப் பார்க்கிறார்கள் மதுரைக்காரர்கள்!

இந்த அவல நிலையில் தமிழக தியேட்டர்கள் தத்தளித்துக் கொண்டிருக்க சென்னையைச் சேர்ந்த 'சத்யம்' மட்டும் சக்கைப்போடு போட்டு சக்ஸஸ்ஃபுல்லாக இயங்கி வருகிறது. இது எப்படி சாத்தியப்பட்டது?

மற்றவர்கள் தங்களை 'தியேட்டர் பிசினஸில்' இருப்பதாக நினைத்துக்கொண்டார்கள். அதனாலேயே 24 மணி நேர டீவி, ஹோம் தியேட்டர், டீவிடி, அம்யூஸ்மெண்ட் பார்க் போன்றவை வந்தவுடன் அதன் போட்டி தாங்காமல் தங்கள் தியேட்டரை இழுத்து மூடினார்கள். வேறு தொழிலுக்கு மாறினார்கள். பலர் காணாமாலேயே போனார்கள்.

சத்யம் மட்டுமெ டெவிட் சொன்னதுபோல் தன் தொழிலைச் சரியாக அறுதியிட்டது. 'நாம் இருப்பது தியேட்டர் தொழிலில் அல்ல. நாம் வாடிக்கையாளரை மகிழ்விக்கும் தொழிலில் இருக்கிறோம்' என்பதை உணர்ந்தது. அதனாலயே டிக்கெட் வாங்குவதிலிருந்து படம் பார்த்து வெளியேறும் வரை வாடிக்கையாளர்களை முழுமையாய் மகிழ்விக்க என்னென்ன செய்யவேண்டும் என்று ஆராய்ந்து அதற்கேற்ப தங்கள் பிசினஸை வடிவமைத்துக் கொண்டது.

ஒரே வளாகத்தில் பல தியேட்டர்களை அமைத்து கொண்டது. அதனால் ஒரு தியேட்டரில் டிக்கெட் கிடைக்காவிட்டாலும் இன்னொரு தியேட்டரில் கிடைக்கும் சௌகரியத்தை ரசிகர்களுக்குத் தந்தது.

அதோடு தங்கள் தியேட்டர்களில் பல மொழிகளில் படங்களை திரையிட்டது. ஒரே நேரத்தில் ஒவ்வொரு தியேட்டரிலும் பல மொழியில் படங்கள் ஓடிக்கொண்டிருக்கும் படி செய்தது. இதனால் குடும்பமாகவோ, நண்பர்களாகவோ சேர்ந்து வருவோர் தங்களுக்கு பிடித்த மொழி படத்தைப் பார்க்கும் வசதி தந்தது. வருபவர்கள் ஒன்றாக வரலாம், தங்களுக்குப் பிடித்த மொழிப் படத்தைத் தனித் தனியாகப் பார்க்கலாம், போகும்போது மீண்டும் சேர்ந்து போகலாம்.

அத்துடன் இந்திய தியேட்டர் வரலாற்றில் முதன் முறையாக' இண்டெர்னெட் டிக்கெட் புக்கிங் சேவையை அறிமுகப்படுத்தியது. க்யூவில் நிற்காமல் வீட்டிலிருந்து வரும் போதே டிக்கெட் வாங்கி வரும் சந்தோஷத்தை அளித்தது. அதோடு சௌகரியமான சீட் அமைப்பும் எந்த சீட் வேண்டுமோ அந்த சீட்டை இண்டெர்னெட்டில் வாங்கும் வரப்பிரசாதத்தை வழங்கியது. தியேட்டருக்கு வருபவர்கள் யாரைக் கூட்டிக்கொண்டு வருகிறார்களோ அதற்கேற்ப வசதியாய், வக்கணையாய் விவகாரமாய் உட்கார்ந்து படம் பார்ப்பதோடு வந்த வேலையையும் சௌகரியமாய் பார்க்கலாம்!

அது மட்டுமல்ல. எந்த தியேட்டரும் ரசிகர்களுக்கு அதுவரை தராத ஜோரான ரெஸ்டாரண்ட்கள், காஃபி ஷாப், பேஸ்ட்ரி சென்டர் போன்றவற்றைத் தன் தியேட்டர் வளாகத்தில் திறந்தது. ரெஸ்டாரண்ட் என்றால் உங்கள் வீட்டு ரெஸ்டாரண்ட், என் வீட்டு ரெஸ்டாரண்ட் அல்ல. ஆடம்பர இடவசதி, அழகான ஐடங்கள், அட்டகாசமான சுவை, அமோக சர்வீஸ் என்று அதன் ரெஸ்டாரண்டுகள் அமர்களப்பட்டு, அல்லோலகல்லோலப்பட்டன. அதில் சாப்பிடுவதெற்கென்றே படம் பார்க்க பலர் வருகின்றனர் என்றால் பார்த்துக்கொள்ளுங்கள்.

அதுவும் பத்தாதென்று விஸ்தாரமான பார்க்கிங், சுத்தமான பாத்ரூம்கள், குடும்பத்தோடு வருவோர் பாதுகாப்புக்கு நவீன செக்யூரிடி வசதிகள் என்று தங்கள் தியேட்டர் காம்ப்ளெக்ஸை ஒட்டுமொத்த மகிழ்ச்சி பாக்கேஜ் ஆக்கி ஒரு குஜால் பேட்டையாகவே ஆக்கியது. வாடிக்கை யாளர்களை மகிழ்விக்க என்ன தேவையோ அதைவிட ஒரு படி அதிகம் அளிக்கும்படி தங்களை முழுவதுமாக மாற்றிக்கொண்டது.

அதனால்தான் வாடிக்கையாளர்கள் சத்யம் போனால் படத்துக்குப் படம், சாப்பாட்டுக்குச் சாப்பாடு, ஜாலிக்கு ஜாலி என்று குடும்ப சமேதராய், நண்பர் புடைசூழ சத்யத்துக்கு நேர்த்திக் கடன்பட்டது போல் மாசத்துக்கு ஒரு முறை திக்விஜயம் செய்து வருகின்றனர். சத்யம் தியேட்டரில் படங்கள் ஓடுகிறதோ இல்லையோ சத்யம் காம்ப்ளெக்ஸ்தான் இன்று சென்னையின் பெரிய ஹிட்!

இந்த வெற்றியின் அடிநாதம் சத்யம் தன் தொழிலைச் சரிவர வரையறுத்ததுதான். மக்களை மகிழ்விக்கும் தொழிலில் இருக்கிறேன் என்பதை உணர்ந்ததால்தானே இத்தனையும் வாடிக்கை யாளர்களுக்குத் தரவேண்டும் என்ற எண்ணம் அவர்களுக்குத் தோன்றியது. மற்ற தியேட்டர்கள் படப்பெட்டியைக் கட்டிக்கொண்டு அழ சத்யம் மட்டுமே பணப் பெட்டியைக் கட்டிக்கொண்டு சிரிக்கிறது!

நாம் செய்யும் தொழிலின் அடிப்படையை நாமே சரியாக தெரிந்துகொள்ளவில்லை என்றால் போட்டியை எப்படி சரியாக கணிப்பது? போட்டியாளர் யார் என்பதை எப்படி அறுதியிடுவது? நம் தொழிலின் துவக்கமே நான் யார், எந்த தொழிலில் இருக்கிறேன், யார் என் வாடிக்கையாளர், அவரின் எந்தத் தேவையை நான் பூர்த்தி செய்கிறேன் என்கிற ஆதார கேள்விகளுக்கு விடை காண்பதுதான்.

ஒரு புறம் வத்திப்பெட்டிகள் நமுத்து போய்கொண்டிருக்க, இன்னொரு பக்கம் சத்யம் சக்கைபோடு போடுவதன் ரகசியம் இதுதான். செவிட்டில் அடித்ததுபோல் லெவிட் கூறிய அறிவுரையின் வீரியம் புரிகிறதா.

தொழில் துவங்குவது வாடிக்கையாளர் தேவையில்

எப்பேர்ப்பட்ட தொழிலும் எந்த பிசினஸும் துவங்குவது வாடிக்கை யாளரிடமிருந்துதான். அவருடைய தேவையில் இருந்துதான். ஆனால் பலர் தொழில் என்பது தங்கள் கண்டுபிடிப்பில், மூலப்பொருளில், விற்பனைத் திறமையில், பிரத்யேகமாக பெற்ற காப்புரிமையில் துவங்குவதாகத் தப்புக்கணக்குப் போடுகிறார்கள். தப்பாட்டம் ஆடுகிறார்கள். தொழிலோடு சேர்ந்து தாங்களும் ஆட்டம் கண்டு வருகிறார்கள்.

வாடிக்கையாளர் தேவைதான் தொழில் துவங்க பிள்ளையார் சுழி. அதை அடிப்படையாய் வைத்தே பிசினஸை வளர்க்கவேண்டும்.

வாடிக்கையாளர் தேவை முதல் படி. அத்தேவையைப் பூர்த்தி செய்து அவரை திருப்தி செய்வது எப்படி என்று சிந்திப்பது அடுத்த படி. வாடிக்கையாளர் திருப்தியை அளிக்கும் முறைகளை, பொருள்களை, சேவையை வடிவமைப்பது மூன்றாவது படி. அதற்குத் தேவையான மூலப்பொருட்களை தேடுவது, உட்பொருள் கொள்முதல் செய்வது அடுத்த படி. இப்படி படிப்படியாக இருமுடி கட்டி, பக்தியோடு பதினெட்டு படிகளைக் கடந்தால்தான் வாடிக்கையாளர் என்ற பகவானின் அனுக்ரஹம் கிடைக்கும். சக்சஸ் என்கிற சாஸ்தாவின் தரிசனம் கிடைக்கும். வெற்றி என்கிற ஜோதி கம்பெனி கல்லாவில் பிரகாசமாய் தெரியும்!

தன் தேவையை பூர்த்தி செய்யும் பொருளை கம்பெனி எப்படி உருவாக்குகிறது என்று வாடிக்கையாளருக்குக் கவலையில்லை. அதை எப்படித் தயாரிக்கிறது என்பது பற்றி அவருக்கு அக்கறையில்லை. தயாரித்த பொருளை எப்படி விநியோகிக்கிறது என்பதுபற்றி அவருக்குச் சிந்தனை இல்லை.

தன் தேவை பூர்த்தி செய்யப்படவேண்டும் என்பதே வாடிக்கையாளர் எதிர்பார்ப்பது. அதில் மட்டுமே அவருக்கு நாட்டம். அது மட்டுமே அவருக்கு முக்கியம். அப்படி இருக்கும்போது அந்த வாடிக்கையாளர் தேவையைக் கொண்டுதானே தொழிலை அறுதியிடவேண்டும். அப்படி செய்தால்தானே வாடிக்கையாளரை மகிழ்விக்க முடியும். அப்பொழுதுதானே தொழிலில் தழைக்க முடியும்.

இதைத்தான் தியோடர் லெவிட் அன்றே சொல்லிவிட்டு போனார். என்ன, அதைக் கேட்கத்தான் இங்கு ஆளில்லை. அவர் சொன்னதைக் கேட்காமல் பட்டுக்கொண்டு பரிதாபமாகப் படுகுழியில் விழுந்த தொழில்களைப் பார்த்தும் இன்னமும் பலருக்குப் புத்தியில் உறைக்கவில்லை.

சினிமா தியேட்டர்கள் மூடப்பட்டு வருவதைப் பார்த்தோம். தியேட்டர்காரர்களுக்கு நேர்ந்தகதியைப் பார்த்தாவது சினிமா தயாரிப்பாளர்கள் திருந்தினார்களா என்றால் அதுதான் இல்லை. தியேட்டர்காரர்களுக்கு கம்பெனி கொடுப்போம் என்பதுபோல் தாங்களும் வழக்கொழிந்து போகும் வழியில் விரைகிறார்கள். ஏன் இப்படி உங்கள் தொழிலும் நசிந்துவருகிறது என்று அவர்களிடம் கேட்டுப் பாருங்கள். தங்கள் தொழில் நலிவடைவதற்குக் காரணம் டீவி என்ற பாவி என்று கேவி கேவி அழுவார்கள்.

சினிமா தயாரிப்பாளர்கள் இருப்பதும் 'மக்களை மகிழ்விக்கும் தொழிலில்' தானே. அவர்களில் பலர் அதை உணரவில்லை. அதை அவர்கள் உணர்ந்தால் அவர்களே டீவி நிகழ்ச்சிகளை தயாரிக்க ஆரம்பித்திருப்பார்களே. டீவியைக் கொண்டு தங்கள் படங்களை மக்களை பார்க்கச் செய்யும் வழியை யோசித்திருப்பார்களே. மக்களை மகிழ்விக்க வேறென்ன தொழில்கள் இருக்கின்றன என்று சிந்தித்து அதன்படிச் செயல்பட்டிருப்பார்களே.

பாரம்பரியம் மிக்க 'ஏவிஎம்' நிறுவனம் கருப்பு வெள்ளை காலத்திலிருந்து திரைப்படம் எடுத்து வந்தவர்கள் காலத்துக்கேற்ப கலர் படம் எடுத்து இப்போது டீவியில் சீரியல்கள் தயாரித்து இன்னமும் வெற்றிகரமாகச் செயல்பட்டு வருகிறார்களே.

இதற்கு இன்னொரு உதாரணம் 'ஸீ க்ரூப்' (Zee Group). அவர்கள் முதன் முதலில் இந்தியில் கேபிள் சேனல் துவங்கியவர்கள். அப்போதே அவர்களுக்கு பிசினஸ் ஞானோதயம் பிறந்துவிட்டது. தாங்கள் டீவி தொழிலில் இல்லை, மக்களை மகிழ்விக்கும் தொழிலில் இருக்கிறோம் என்பதைத் தெளிவாக உணர்ந்தார்கள். அதற்கேற்பத் தங்கள் தொழிலை வரையறுத்தார்கள். தங்கள் பாதைக்கேற்ற புதிய தொழில்களைத் துவங்கினார்கள்.

இந்தி சேனலை தொடர்ந்து ஸீ நிறுவனம் படங்களுக்கு, இசைக்கு என தனி சேனல்கள் துவங்கினார்கள். அதோடு விளையாட்டுக்கு தனியாய் ஒரு சேனல். மக்களை மகிழ்விக்கும் தொழிலில் இருக்கிறோம், எதற்கு இந்தியில் மட்டுமே மகிழ்வித்துக் கொண்டு என்று ஆங்கிலம், தமிழ், தெலுங்கு, கன்னடம், மலையாளம் என்று மற்ற மொழிகளிலும் சேனல்கள் துவங்கினார்கள்.

தங்கள் டீவி சேனல்களை மக்களுக்கு கேபிள் மூலம் கொண்டு சேர்க்கும் 'சிட்டி கேபிள்' சேவையை கொண்டு வந்தார்கள். டிடிஎச் தொழில் நுட்பம் அறிமுகப்படுத்தப்பட்டபோது முதல் ஆளாக 'டிஷ் டீவி' என்று அந்த சேவையையும் முதலில் அறிமுகப்படுத்தினார்கள்.

டீவி மட்டுமே மக்களை மகிழ்விப்பதில்லை, மகிழ்விக்க மற்ற மார்க்கங்கள் உண்டு என்பதை உணர்ந்து பம்பாயில் 'எஸ்ஸல் வோர்ல்ட்' என்ற அம்யூஸ்மெண்ட் பார்க்கை துவங்கியிருக்கிறார்கள். மக்களை மகிழ்வித்து அதோடு தானும் மகிழ்கிறது ஸீ க்ரூப்.

பல சேனல்கள் குண்டு சட்டியில் குதிரை ஓட்டிக்கொண்டிருக்க ஸீ க்ரூபோ இந்தியா முழுவதும் குதிரை சவாரி செய்கிறது. பல சேனல்கள் சீ இந்தப் பழம் புளிக்கும் என்று டீவி தொழிலை மூட, ஸீ நிறுவனம் ஆஹா இந்த பழம் இனிக்கும் என்று அதே தொழிலில் பழம் தின்று கொட்டை போடுகிறது. செய்யும் தொழிலைச் சரியாக அறுதியிட்டதால் பெற்ற வெற்றி இது.

தெரிந்த தொழிலைத் துவங்குங்கள்

செய்யும் தொழிலை அறுதியிடுவது ஒருபுறம் என்றால் செய்யப் போகும் தொழில் தெரிந்த தொழிலாக இருக்க வேண்டியதும் அவசியம். மக்களை மகிழ்விக்கும் தொழிலில் இருக்கிறேன் என்ற காரணத்துக்காக ஸீ க்ரூப் விஸ்கி, பீர், பிராந்தி தொழிலில் இறங்கவில்லை. சிகரெட், பீடி தயாரிப்போம் என்று பேப்பரில் புகையிலை சுற்றவில்லை. மக்களை மகிழ்விக்கும் தொழில் செய்வோம். அதுவும் நமக்குத் தெரிந்த தொழில் மட்டும் செய்வோம்,

செய்வோம் என்பதில் தெளிவாய் இருந்தார்கள். அவர்கள் வெற்றிக்கு இதுவும் ஒரு காரணம்.

பல தொழிலதிபர்கள் புதிய தொழில் துவங்குகிறேன் என்று தெரியாத தொழில் செய்து, புரியாத பிசினஸில் இறங்கி அது விபரீதமாய் சென்று, வில்லங்கத்தில் முடிந்து விலா எலும்பு முறிந்து வீட்டில் படுத்துக்கிடக்கிறார்கள். நன்றாகப் போய்கொண்டிருந்த பழைய தொழிலையும் மல்லாக்கப் படுக்கவைக்கிறார்கள்.

தோட்டம் போடும் அளவுக்கு வீட்டில் இடம் இருந்து அதில் செடி கொடிகளை வளர்க்கும் ஆசை ஒரு தொழிலதிபருக்கு இருக்கிறது என்று வைத்துக்கொள்வோம். ஆசை இருக்கிறது என்பதற்காக சஹாரா பாலைவனத்தில் சகாய விலையில் கிடைத்தது என்று ஏதோ ஒரு முட்செடியை அவர் வாங்கி வந்து தோட்டத்தில் வளர்க்க முடியுமா? இல்லை, ஸ்விட்ஸர்லாந்தில் பார்க்க ஸ்வீட்டாய் இருந்தது என்று ஏதாவது பூச்செடியைத்தான் அவர் கொண்டு வந்து நடமுடியுமா?

என்னதான் பெரிய தொழிலதிபர் என்றாலும் எவ்வளவுதான் பிசினஸை பிரமாதமாய் வளர்த்தவர் என்றாலும் செடிகளும் கொடிகளும் அவர் பேச்சைக் கேட்டு வளர்ந்து விடுமா என்ன? மண்ணின் தன்மைக்கும் சீதோஷண நிலைக்கும், தண்ணீரின் தரத்துக்கும் எது வளருமோ அதுதானே வளரும்? இது தெரியாதவரா அந்த தொழிலதிபர்? தன் தோட்டத்தில் எது முடியுமோ, அதற்கேற்ற செடிகொடிகளைத் தேர்ந்தெடுத்துத்தானே நடுவார்?

தங்கள் வீட்டுத் தோட்டத்தில் இருக்கும்போது தெரியும் இந்த சின்ன விஷயத்தை ஏன் அடுத்த நாள் தங்கள் ஆபீஸில் பல தொழிலதிபர்கள் மறக்கிறார்கள்? தனக்கு எந்த தொழில் தெரியுமோ, தனக்கு எந்த பிசினஸில் திறமை இருக்கிறதோ அதை மட்டும் செய்து, அதில் மட்டும் தழைக்காமல் வராத புதிய பிசினஸை எதற்கு வற்புறுத்தி வரவழைத்து தம்மைத்தாமே துன்புறுத்திக்கொண்டு தங்கள் பிசினஸையும் துன்புறுத்திக்கொள்கிறார்கள்?

இந்தக் கேள்வியை 'ஹாவர்ட் பிசினஸ் ரெவ்யூ' ஜர்னலில் 'ப்ளாண்டிங் ஃபார் அ க்ளோபல் ஹார்வெஸ்ட்' (Planting for a global harvest) என்ற கட்டுரையில் எழுப்பினார் ஜப்பானைச் சேர்ந்த புகழ்பெற்ற நிர்வாக ஆலோசகர் 'கெனிச்சி ஓமே' (Kenichi Ohmae).

எந்த ஒரு பிசினெஸ்ஸுக்கும் ஆதாரமாக ஒரு கலாசாரம் (Culture) இருக்கவேண்டும். அது மண் போன்றது. அதில் வளரும் மரம்தான் தொழில். அந்த மரத்திலிருந்து கிடைக்கும் பழங்கள்தான் லாபம். தப்பான மண்ணில் விதைக்கப்படும் தொழில் தழைக்காது என்கிறார் ஓமே.

எல்லாருக்கும் எல்லாமும் தெரிவதில்லை; எல்லார்க்கும் எல்லா திறமைகளும் வாய்ப்பதில்லை. அப்படி இருக்கும்போது நமக்கு எல்லா தொழிலும் அத்துப்படி, எல்லா பிசினஸும் ஜுஜுபி என்று தெரியாத புதிய தொழில்களைத் துவங்கினால் தோட்டத்தில் நடப்படும் ஸ்விஸ் பூச்செடிபோல் காய்ந்து, கருகி காலமாகாமல் வேறு என்ன செய்யும்.

ஸ்விஸ் பூச்செடியை வலுக்கட்டாயமாக பெங்களூரு தோட்டத்தில் நடமுயன்று மலுக்கென்று சுலுக்கிக்கொண்ட விஜய் மால்யாவின் கதை பிசினஸ் உலகில் பிரிசித்தி பெற்றது. ‘யுனைட்டெட் ப்ரூவரீஸ்’ என்ற கம்பெனியின் ஓனர். கோடிக்கணக்கில் சரக்கை விற்று முறுக்கென்று இருந்தவருக்கு பறக்கும் ஆசை வந்தது. ‘கிங்ஃபிஷர் ஏர்லைன்ஸ்’ என்று தனக்குத் தெரியாத ஒரு தொழிலை கோலாகலா மாகத் துவங்கினார். சரக்கடித்தாலே ஜோராய் பறக்கலாமே, எதற்கு விமான சர்வீஸ் ஒன்றைத் துவக்கி அதில் வேறு தனியாய் பறக்க வேண்டும் என்று அவரைத் தடுக்க அவருக்கு ஒரு கெனிச்சி ஓமே இல்லாமல் போய்விட்டது.

தெரியாத தொழில், புரியாத மார்க்கெட், அறியாத விஷயங்கள் அவரைத் தோல்வியில் முழ்கி முக்கியது. இன்று அந்த பிசினஸ் இழுத்து மூடப்பட்டு கம்பெனியின் விமானங்கள் போலீஸ் ஸ்டேஷனில் மீட்கப்பட்ட திருட்டு சைக்கிள்கள் அடுக்கி வைக்கப்பட்டிருப்பது போல் பல ஏர்போர்ட்டுகளில் அடுக்கி வைக்கப்பட்டு தூசி படிந்து, பாசி பிடித்து, காசிக்குப் போனாலும் கர்மம் போகாது என்ற கண்றாவி நிலையில் கிடக்கிறது.

கம்பெனியின் மொத்த கடன் ஆறாயிரம் கோடி ரூபாய்க்கும் மேல். நன்றாகப் போய்கொண்டிருந்த தன் யுனைட்டெட் ப்ரூவரீஸ் கம்பெனியையே விற்கவேண்டிய சூழ்நிலை. தன் சொந்த வீட்டிலேயே வாடகை கொடுக்கும் வாழ்ந்து கெட்டவராய் திகழும் மால்யாவின் சோகத்தைச் சொல்லி மாளாது. பெங்களூரில் பொழுதானால் புன்னகையுடன் டென்னிஸ் கோர்ட் சென்றவர் இன்று லண்டனில் அழுதுகொண்டே மெஜிஸ்ட்ரேட் கோட்டுக்கு அலைந்து கொண்டிருக்கிறார். இந்தியா சென்றால் கட்டி வைத்து உதைப்பார்கள், இங்கேயே ஒரு ஓரமாய் ஒதுங்கியிருக்கிறேன் என்று ஒப்பாரி வைத்துக் கொண்டிருக்கிறார். தெரிந்த தொழிலோடு நிற்காமல் அகல கால் விரிக்க நினைக்கும் வியாபாரிகளுக்கு மால்யா ஒரு பால்ய பாடம்.

ஆகாய மார்க்கத்தில்தான் இந்த அவலம் என்றால் தரை மீதும் தரித்திரம் தகதிமிதா என்று தாண்டவமாடுகிறது. அப்படி ஒரு கம்பெனிதான் ‘பாரதி ஏக்ஸா’ இன்ஷ்யூரன்ஸ் கம்பெனி. யாருடையது இது?

‘ஏர்டெல்’ என்னும் ப்ராண்டை துவக்கி செல்ஃபோன், லேண்ட்லைன், ப்ராட்பேண்ட் என்று டெலிஃபோன் ஒயரை பிடித்துக்கொண்டு படிப்படியாய் முன்னேறிய பாரதி குழுமத்தின் கம்பெனி. ‘மக்களை இணைக்கும் தொலைதொடர்பு தொழிலில் இருக்கிறோம்’ என்று வரையறுத்துக்கொண்ட கம்பெனி. என்ன காரணத்தினாலேயோ அதை மறந்தது. புதிய தொழில் துவங்குவோம் என்று அக்குழுமத்தின் ஓனர் சுனில் மிட்டலுக்கு வந்து ஒரு ஆசை. பாவம் அவருக்குப் போறாத காலம்.

சும்மா இருக்கிற சங்குதானே என்று இன்ஷ்யூரன்ஸ் பிசினெஸை எடுத்து ஊதினார். டெலிஃபோன் பிசினஸ் தெரிந்த மனிதர், தெரியாத தொழிலைத் தொட்டார். இன்று ஏக்ஸா கம்பெனிக்கே இன்ஷ்யூரன்ஸ் தேவைப்படும் போலிருக்கிறது. கம்பெனியை விற்றுவிடலாம் என்று கூடப் பார்த்தார், முடியவில்லை. கம்பெனி பாலிசியை வாங்கவே ஆள் இல்லை எனும்போது அந்த கம்பெனியை யார் வாங்கப் போகிறார்கள்!

இழுத்துக்கொண்டிருப்பவர்கள் இன்ஷ்யூரன்ஸ் வாங்குவார்கள். ஆனால், இன்ஷ்யூரன்ஸ் கம்பெனியே இழுத்துக்கொண்டிருந்தால் யார் அதை வாங்குவார்கள்!

சும்மா கிடந்த சங்கு என்றுதானே அன்று புதிய தொழில் துவங்கினார் மிட்டல். பாவம் இன்று அதை பிசினெஸ்ஸுக்கே ஊத வேண்டி வருமோ என்ற நிலை. இந்திக்காரர் மிட்டல் இன்று அவர் பாஷையில் ஒப்பாரி வைக்கிறாரோ என்னவோ, முஜே நஹிம் மாலூம்!

பாரதி குழுமம் தாங்கள் எந்த தொழிலில் இருக்கிறோம் என்று அறுதியிட்டிருந்தால் தாங்கள் இருப்பது ‘மக்களை இணைக்கும் தொழிலில்’ என்பது புரிந்திருக்கும். தெரிந்த அந்த தொழிலை விட்டு தெரியாத ஆயுள் காப்பீடு தொழிலுக்குச் சென்றிருக்கமாட்டார்கள். இப்போதுஅவஸ்தைப்பட்டு கொண்டிருக்கமாட்டார்கள்.

இந்த கம்பெனிகள் கெட்டது சனிக்கிழமை போலும். அதனால்தான் சனிப் பிணம் தனிப்போகாது என்பதற்கேற்ப இன்னும் பல கிராக்கிகள் ரெடியாகின்றன. இந்தியன் மல்டிநேஷனல் என்று தனக்குத்தானே மார் தட்டிக்கொண்ட ‘வீடியோகான்’ தெரியாத செல்ஃபோன் சேவை பிசினஸில் இறங்கி அது ராங் நம்பர் ஆகி ‘இந்த தடத்திலுள்ள பிசினஸ்கள் பிசியாக இருக்கின்றன, நீங்கள் மூடிக்கொண்டு பழைய தொழிலை மட்டும் பார்க்கவும்’ என்று கூறப்பட்டுவிட்டது.

ஆதித்யா பிர்லா குழுமம் அதுவரை ஒழுங்காக விற்று வந்த ‘த்ரிநேத்ரா’ என்ற கம்பெனியை வாங்கி ‘மோர்’ என்று பெயர் மாற்றம் செய்து தெரியாத சூப்பர்மார்க்கெட் தொழிலில் இறங்கியது.

மோர் இன்று புளித்துவழிகிறது. கல்லா கட்ட முடியாமல் பிர்லா கம்பெனி தன் தலையில் கர்லா கட்டையால் அடித்துக்கொள்கிறதோ என்னவோ, நான் என்ன கண்டேன்!

தெரியாத தொழிலைத் தொட்டு சட்டி சுட்ட கேஸ்கள் தமிழ்நாட்டிலும் உண்டு. புன்னகை அதிபர் 'பாலு ஜுவல்லர்ஸ்' என்ற பொன்நகைக்கூடத்தில் சிந்திய புன்னகை சோகமாய் மாறியது சம்பந்தமே இல்லாத 'பாம்பன் ஆயில்' என்ற தெரியாத பிசினஸில் கால் வைத்து வழுக்கி விழுந்த போதுதானே.

கோடு போடுகிறேன், எந்த கம்பெனி என்று நீங்களே கோடிட்ட இடத்தில் நிரப்பிக்கொள்ளுங்கள். நல்லெண்ணெய் விற்று நல்ல நிலையில் இருக்கும் கம்பெனி நைட்டி விற்கப்போய் அது முடியாமல் அந்த சோகத்தை மறக்க நைண்டி அடித்து விழுந்த சோகத்தை என்னவென்று சொல்ல.

ஆஸ்பத்திரி கட்டி அதில் கொடியும் சேர்த்து கட்டிப் பறந்த கம்பெனி அதே பெயரில் தெரியாத ஹோட்டல் தொழிலில் இறங்கி அது சீக்காகி, சிக்காகி தன் ஆஸ்பத்திரியிலேயே அட்மிட் ஆனதைத்தான் எங்கு சொல்லி அழ.

தெரியாத தொழிலைத் துவங்கி தெருவுக்கு வந்தவர்கள் லிஸ்டைப் போட இந்தப் அத்தியாயம் பத்தாது. ஒரு தனி புத்தகமே போட வேண்டும்!

வளர்ச்சி நல்லதுதான். ஆனால் எது வளர்ச்சி, எதில் வளர்ச்சி, எங்கு வளர்ச்சி என்பதை சரியாகப் புரிந்துகொள்ளுங்கள். வளர்வதெல்லாம் வளர்ச்சி அல்ல. தொப்பை போட்டு உடம்பு வளர்ந்தால் அதன் பெயர் வளர்ச்சியா? அல்லது காலில் வீக்கம் வந்து கால் பெரியதாகத் தெரிந்தால் அது வளர்ச்சியா?

புதிய தொழில் புது பெண்டாட்டி போல. ஆரம்பத்தில் ஜோராய்த்தான் தெரியும். போகப் போகத்தான் அது பேஜார் என்பது புரியும்.

உங்களில் சிலருக்கு இது புரியாமல், பிடிக்காமல்கூட இருக்கலாம். டாடா, பிர்லா, அம்பானி போன்றவர்களைச் சுட்டுக்காட்டி அவர்கள் அகல கால் வைக்கவில்லையா, அமோகமாய் வளரவில்லையா என்று கேட்கலாம்.

அவர்கள் பிசினஸில் நுழைந்த காலம் வேறு. அன்று இந்த அளவு தொழில்கள் இல்லை; இன்றிருப்பதுபோல் போட்டி இல்லை; அரசாங்க அனுமதி பெற்றுத்தான் பல தொழில்களை துவங்க முடியும்

என்ற காலம் அது. அதை பெறும் தகுதியும் திறனும் பணமும் சாமர்த்தியமும் சாதுர்யமும் அவர்களுக்கு இருந்தது. ஆளில்லா ஊரில் இலுப்பை பூவாய் மலர முடிந்தது அவர்களால்.

இன்று அப்படியா? திரும்பிப் பார்த்த இடமெல்லாம் புதிய தொழில்கள். எழுந்து பாண்டை சரி செய்து அமர்வதற்குள் நம் சீட்டில் அமரத் துடிக்கும் போட்டியாளர்கள். பத்தாதற்கு பன்னாட்டு கம்பெனிகள். அதுவும் போறாதென்று ஆன்லைனிலேயே நமக்கு ஆட்டம் காட்டும் இண்டெர்னெட் கம்பெனிகள். இத்தனை போட்டிக்கும் வக்கிரகங்களுக்கும் இடையே தெரிந்த ஒரு தொழிலை ஒழுங்காய் செய்வதற்குள்ளாகவே மேல் மூச்சு கீழ் மூச்சு வாங்கி நாக்கு தள்ளி வாயில் நுரை தள்ளுகிறது. இதில் எதற்கு தெரியாத தொழில்? புரியாத பிசினஸ்? அநியாய அகல கால்?

ஆக, அம்பானியையோ, டாவையோ, பிர்லாவையோ பார்த்து சூடு போட்டுக்கொள்ளும் பூனையாய் இருக்காதீர்கள். அவர்கள் கதையே வேறு. முகேஷ் அம்பானி வீட்டிற்கு 27 மாடிகளாம். உங்கள் வீட்டில் எத்தனை மாடிகள் சார்? டாடா 1,00,000 கோடி ரூபாய் கம்பெனி. நீங்கள் எந்த தெருக்கோடியில் சார் பிசினஸ் செய்கிறீர்கள்? கர்லா கட்டை சைசில் தொழில் செய்துகொண்டு பிர்லாவைபோல் நடப்பேன் என்றால் அது உங்களுக்கே கொஞ்சம் ஓவராய் தெரியவில்லை?

வளர வழிகள் உண்டு

அப்புறம் எந்தத் தொழில்தான் துவங்குகிறதாம்; எப்படித்தான் வளர்கிறதாம் என்று கேட்கிறீர்களா? புரிந்த தொழிலைச் சரியாக அறுதியிடுங்கள். தெரிந்த தொழிலை விரித்து செய்யுங்கள். அந்தத் தொழிலுக்கு சம்பந்தமான உபதொழில்களில் மட்டுமே இறங்குங்கள்.

'ஹாட்சன் ஆக்ரோ ஃபுட்ஸ்' என்கிற கம்பெனி. பால் தயாரிக்கிறார்கள். 'எங்களுக்கு பால் பிசினஸ்தான் தெரியும்; அதன் சூட்சமங்கள்தான் புரியும்' என்று தெளிவாய் புரிந்துகொண்டு பால் சம்பந்தப்பட்ட தொழில்களில் மட்டுமே கால் வைக்கிறார்கள். 'ஆரோக்கியா' பால் துவங்கி 'அருண்' ஐஸ்க்ரீம் முதல், 'கோமாதா' பால் துவங்கி 'இபாகோ' ஐஸ்க்ரீம் பார்லர்கள் வரை ஹாட்சன் தங்களுக்கு தெரிந்த தொழில் ஒன்றே செய்கிறார்கள். அதை நன்றே செய்கிறார்கள். செழிக்கிறார்கள். வருடத்துக்கு ஹாட்சனின் விற்பனை இரண்டாயிரம் கோடி ரூபாய்க்கும் மேல்.

பால் விற்றுப் பறக்கிறது ஹாட்சன். பறக்க நினைத்துத் தன் பிசினஸுக்கே பால் ஊற்றியது யுனைட்டட் ப்ரூவரீஸ். இதைத்தான் தொழிலதிபர்களுக்கு கெனிச்சி ஓமே 'ஓம்' என்கிற பிரணவ மந்திரமாய் உபதேசித்தார்.

ஜப்பான்காரர் சொன்னதை நம்மூர் பெரியவர்கள் அன்றே சொன்னார்கள்: 'தெரிந்த தொழிலை விட்டவனும் கெட்டான். தெரியாத தொழிலை தொட்டவனும் கெட்டான்'. இந்த உண்மையை கேட்கதான் ஆளில்லை. தெரிந்த தொழிலை எடுங்கள். சரியாக அறுதியிடுங்கள். அதை மட்டும் செவ்வனே செய்யுங்கள்.

செய்யும் தொழிலே தெய்வம் என்பார்கள். அதில் ஒரு சின்ன திருத்தம். செய்யும் தொழிலே குலதெய்வம். குலத்துத்துக்கு ஒரு தெய்வம். ஒரே தெய்வம். அதை மானசீகமாய், மரியாதையாய், மனதார பூஜை செய்யுங்கள். ஆரத்தி காட்டி, அர்ச்சனை செய்து அனுதினமும் அனுஷ்டித்து வாருங்கள். அனுக்கிரஹம் கிடைக்கும்.

எல்லாருக்கும் எல்லாமும் தெரிவதில்லை. தெரிந்த தொழிலை மட்டும் செய்யுங்கள். அதிலேயே வளர எத்தனையோ மார்க்கம் உண்டு. அதில் மட்டுமே பயணியுங்கள். இருப்பதை விட்டுப் பறப்பதற்கு ஆசைப்படாதீர்கள். அகலக்கால் வைக்காதீர்கள். வைத்தால் முன்னேயும் போக முடியாது. முன்றேவும் முடியாது. வழவழவென்று வாழைப்பழத் தோல் மிதித்து வழுக்கியதுபோல் வக்கணையாக விழலாம். வீங்கும் அளவுக்கு வாங்கிக் கட்டிக்கொள்ளலாம்.

ஒரே பிசினஸில் இறங்கி, அதிலேயே குறியாய் இருந்து, அதை மட்டுமே நம்பி, அதிலேயே வளர்ந்து, அமோகமாகத் தழைக்கும் கம்பெனிகள் ஏராளம். 'தாகம் தீர்க்கும் தொழிலில் இருக்கிறோம்' என்று அறுதியிட்டு அதே ரூட்டில் செல்லும் 'பெப்சிகோ'. 'இரண்டு சக்கர வண்டிகளோடு மட்டுமே இரண்டறக் கலந்து கலக்கும் 'டிவிஎஸ்'. 'எங்கள் வேர் சாஃப்ட்வேர்' என்று அதை மட்டும் கட்டிக் கொண்டு ஆனந்தக் கண்ணீருடன் அழும் 'காக்னிசெண்ட்'. கார் விற்பதைத் தவிர யான் ஒன்றும் அறியேன் பராபரமே என்று பிரகாசிக்கும் 'மாருதி சுஸுக்கி'. இதுபோல் இன்னும் எத்தனையோ ஏகபத்தினி பிசினஸ் உண்டு!

ஒன்றே குலம், ஒருவனே தேவன், ஒரே பிசினஸ். இதுவே உயரும் வழி. இந்த உண்மையை உணருங்கள், உயருங்கள்.

செய்யும் தொழிலைத் தெளிவாக அறுதியிடுங்கள். அதற்கேற்ப தொழிலை வளர்க்கும் வழிகளைத் திறமையாய் தேடுங்கள். அறுதியிட்ட தொழிலுக்கேற்ற புதிய தொழில்களை நாடுங்கள். அதுவும் உங்களுக்கு தெரிந்த தொழிலாக இருந்தால் மட்டுமே அதில் நுழையுங்கள்.

தெரிந்த தொழிலை விடாதீர்கள். தெரியாத தொழிலைத் தொடாதீர்கள். விட்டால் வம்பு. தொட்டால் சங்கு. அப்புறம் உங்கள் இஷ்டம்!

8

கம்பெனி விஷன்

‘**யோ**வ், கண் எங்கேயா வச்சிருக்க? பார்த்து வரதில்ல?’

ரோட்டில் நடந்து செல்லும்போது யாரையாவது தெரியாது இடித்து விட்டால் தெளிவாய் நமக்கு கேட்கும் வார்த்தைகள். நம்மை யாராவது இடித்துவிட்டால் நாமே கூறும் வார்த்தைகள். கண் இருந்தும் நம்மில் பலர் குருடர்களாய் நடந்து செல்கிறோம். நடந்து கொள்கிறோம்.

ரோட்டில் என்பதால் சரி, விழுந்தாலும் எழுந்துவிடலாம். கன்னாபின்னாவென்று யாராவது திட்டி கண்டபடி நம்மைக் காறித் துப்பினாலும் யாருக்கும் தெரியாமல் துடைந்துகொள்ளலாம். ஆனால், தொழிலில் கண்ணைத் திறந்துவைத்துக்கொண்டு குட்டையில் விழுபவர்களை என்ன சொல்லித் திட்டுவது? கண் இருந்தும் காணாமல், அதனால் மார்க்கெட்டில் காணாமல் போகும் கம்பெனிகளை எதைக் கொண்டு அடிப்பது? கண்மண் தெரியாமல் பிசினஸை வழிநடத்தி, வழி தவறி, வழக்கொழிந்து போகும் வியாபாரிகளை எந்த வார்த்தை களைக்கொண்டு வசைபாடுவது?

தொழிலில் இவை சாதாரணமாக நடக்கின்றன. பலர் வெற்றிகரமாக பிசினஸைத் துவங்கி பிறகு கண் இருந்தும் குருட்டுத்தனமாக நடந்து கொள்கிறார்கள். கண்மண் தெரியாமல் பயணிக்கிறார்கள். காணாமல்

போகிறார்கள். கண்ணுக்கெட்டிய தூரம்வரை இந்தக் கண்றாவிதான். ஏன் இப்படி?

ஏனெனில், அவர்களுக்குக் கண் இருந்தும் விஷன் இருப்பதில்லை. தொழிலுக்கு விஷன் என்று ஒன்றை வரையறுக்கத் தவறுகிறார்கள். அதனால் பிசினஸில் தவறு செய்கிறார்கள். வாய்ப்புகளைத் தவற விடுகிறார்கள். மனிதர்களுக்கு எப்படி விஷன் தேவையோ அதேபோல் தொழிலுக்கும் விஷன் தேவை. நம் தொழிலை வழி நடத்திச் செல்ல, வெற்றிக்கு வழிவகுக்க நம் கம்பெனிக்கும் விஷன் தேவை.

விஷன் என்னும் விஷயம்

கம்பெனி தோன்றியதன் நோக்கத்தை, அதன் செயல்களை, வழி நடத்திச்செல்ல உதவும் வேல்யூஸை, செல்ல வேண்டிய பாதையை, அடைய வேண்டிய இலக்கைத் தெளிவாக நிர்ணயித்து கம்பெனியிலுள்ள ஒவ்வொருவரையும் அந்த இலக்கை நோக்கி செல்லத் தேவையான உத்வேகத்தை அளிப்பதுதான் விஷன்.

இதை நான் சொல்லவில்லை. சொன்னவர்கள் 'ஜேம்ஸ் காலின்ஸ்' (James Collins) மற்றும் 'ஜெரி பொராஸ்' (Jerry Porras). கம்பெனி விஷன் பற்றி நிர்வாக ஆசிரியர்கள், ஆராய்சியாளர்கள் பலர் எழுதியிருந்தாலும் அதிலேயே பல வருடங்கள் ஆராய்ச்சி செய்து, பல கம்பெனிகளை அலசி, அக்குவேறு ஆணிவேறாய் பிரித்து மேய்ந்து அந்த சப்ஜெக்ட்டுக்குள் புகுந்து யூடர்ன் அடித்து வெளியே வந்தவர்கள் இவர்கள்.

'ஹாவர்ட் பிசினஸ் ரெவ்யூ' ஜர்னலில் இவர்கள் எழுதிய 'பில்டிங் யுவர் கம்பெனீஸ் விஷன்' (Building Your Company's Vision) என்னும் கட்டுரையில் விஷன் என்பது ஒவ்வொரு கம்பெனியையும் வழி நடத்திச் செல்வது. கம்பெனியின் வேகத்துக்கே உத்வேகம் அளிப்பது, கம்பெனியியை வெற்றிப் பாதையில் கடிவாளம் கட்டிய குதிரையைப்போல் பயணிக்கவைப்பது என்கிறார்கள்.

கம்பெனி விஷனை 'கோர் ஐடியாலஜி' (Core ideology), 'என்விஷண்ட் ஃப்யூச்சர்' (Envisioned future) என்று இரண்டாகப் பிரிக்கவேண்டும் என்கிறார்கள்.

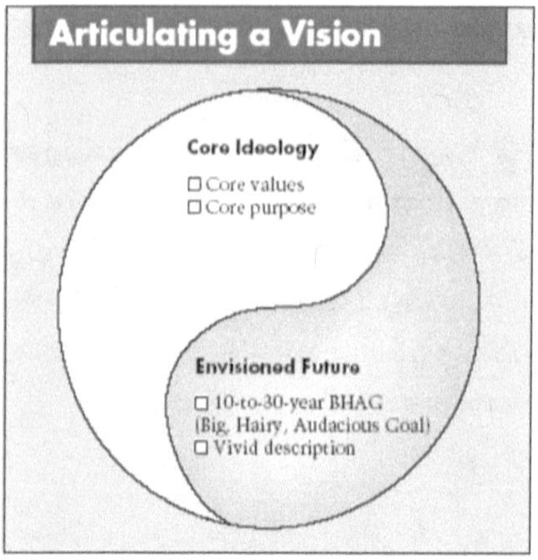

Source: Building Your Company's Vision

கோர் ஐடியாலஜி

கோர் ஐடியாலஜி என்பது கம்பெனி எதற்காக இயங்குகிறது, அதன் ஆதார கலாசாரம் என்ன என்பதை விளக்க. கம்பெனி எங்கே போகிறது என்பதைவிட கம்பெனி எதற்காக இயங்குகிறது என்பது முக்கியம். ஏனெனில் கம்பெனி செல்லும் பாதை மாறலாம்; ஆனால் கம்பெனி தோன்றியதன் நோக்கம் மாறக்கூடாது. கோர் ஐடியாலஜி காலத்தால் அழியாதது; காலகாலமாக நம்மை வழிநடத்திச் செல்ல வேண்டியது.

'ஸ்ரீ கிருஷ்ணா ஸ்வீட்ஸ்'ஸின் கோர் ஐடியாலஜியில் ஒன்று 'ஒப்பற்ற தரம்'. தாங்கள் தயாரிப்பது பாரம்பரியம் மிக்க ஸ்வீட்ஸ் மற்றும் பலகாரங்கள். எந்த நேரத்திலும், எந்த காரணத்துக்காகவும் கொஞ்சம் கூட தரத்தை லவலேசம்கூட விட்டுக்கொடுக்கக்கூடாதென்பது அவர்களின் அடிப்படைக் கலாசாரத்தில் ஊறிய ஒன்று. இன்றல்ல நேற்றல்ல அந்த நிறுவனத்தைத் துவங்கிய திரு.மகாதேவ ஐயர் காலத்திலிருந்தே.

கோர் ஐடியாலஜி என்பது கம்பெனியை எப்படி வழிநடத்திச் செல்லும், எவ்வாறு வழிநடத்திச்செல்லவேண்டும் என்பதை விளக்கும் விஷயம் பல ஆண்டுகளுக்கு முன் கோயமுத்தூரில் ஸ்ரீ கிருஷ்ணா ஸ்வீட்ஸ் சமையலறையில் நடந்தது. ஸ்வீட் செய்ய ஒரு சமையல்காரர் நெய் கிண்டிக்கொண்டிருக்கும்போது அவர் கரண்டி கை தவறி தரையில் விழுந்தது. விழுந்தது அவர்கள் கிச்சனில். அங்கு யாரும் இல்லை. எவரும் பார்க்கவில்லை. விழுந்த இடமும் சுத்தமாய்தான் இருந்தது. கீழே விழுந்த கரண்டியை எடுத்து மேலாக்க அதன் மீது ஏதேனும் புழுதி ஒட்டிக்கொண்டிருக்கும் என்று அதை ஊதி மீண்டும் கொதிக்கும் நெய்யைக் களையப் போனார் சமையல்காரர்.

அப்போதுஅவர் பின்னாலிருந்து ஒரு குரல் கேட்டது. 'நிறுத்துப்பா. அந்தக் கரண்டிய தேய்க்கப் போடு. புது கரண்டி எடுத்துக்க'.

யாரது என்று சமையல்காரர் திரும்பிப் பார்க்கிறார். அங்கு நிற்கிறார் கம்பெனி ஓனர் மகாதேவ ஐயர்.

தொழிலாளி அவரிடம் 'இல்லீங்க, தரை சுத்தமாதான் இருக்கு. கரண்டிலயும் மண் எதும் ஒட்டலீங்க. அதோட இங்க யாரும் இல்லையே. யாருக்குத் தெரியப் போகுது' என்கிறார்.

மகாதேவ ஐயர் அவரை கடிந்து கொண்டு. 'நாம செய்யற பண்டங்கள் நம்ம குழந்தைகளுக்கு கொடுக்கற தரத்தோட தயாரிக்கணும். கரண்டி மட்டும் இல்ல, செய்யற மனசும் சுத்தமா இருந்தாதான் அது முடியும்' என்கிறார்.

அன்று துவங்கி இன்று வரை ஸ்ரீ கிருஷ்ணா ஸ்வீட்ஸ் பண்டங்களில் நாம் காணும் தரம் இம்மி அளவு குறையாமல் இருப்பதன் காரணம் இப்போது உங்களுக்குப் புரிந்திருக்கும். கோர் ஐடியாலஜியை வகுப்பதில் நிர்வாகம் மற்றும் அந்த கம்பெனி தலைவனின் பங்களிப்பு எப்பேர்ப்பட்டது என்பதும் உங்களுக்குத் தெரிந்திருக்கும்.

எங்கு போகவேண்டும், எந்த இலக்கை அடையவேண்டும் என்பதை விட கம்பெனி எப்பேர்ப்பட்டது என்பதே முக்கியம் என்பதை கம்பெனி தலைவனும் நிர்வாகமும் உணரவேண்டும். கம்பெனி போகும் இடமும் இலக்கும் காலத்துக்கேற்ப, உலக மாற்றங்களுக் கேற்ப மாறலாம். மாறும். சமயத்தில் மாறவேண்டும். ஆனால் எத்தகைய கம்பெனி என்பது மாறாதது. மாறக்கூடாதது.

கம்பெனி தலைவன் விலகலாம். நிர்வாகம் மாறலாம். கம்பெனியின் பொருட்கள் வழக்கொழிந்து போகலாம். சந்தை மாற்றங்களைச் சந்திக்கலாம். புதிய தொழில் நுட்பம் நுழையலாம். புதிய நிர்வாக முறைகள் வந்து போகலாம். ஆனால் எக்காரணம் கொண்டும் கோர் ஐடியாலஜி மாறக்கூடாது. சிறந்த கம்பெனிகளின் கோர் ஐடியாலஜி என்றும் மாறாமல் எத்தகைய மாற்றங்களுக்கு இடையேயும் மாறாமல் கம்பெனியை உத்வேகத்துடன் வழிநடத்திச் செல்லும். செல்லவேண்டும்.

கம்பெனி விரிந்து வளரும்போது, புதிய பொருள்கள், புதிய மார்க்கெட்டுகள் என்று விரிவடையும்போது அதை ஒருசேர சேர்ந்து கட்டிக்காத்து ஒருமுகத்துடன் பயணிக்க கோர் ஐடியாலஜி அவசியம். கோர் ஐடியாலஜி என்பது வெளியில் என்ன இருக்குகிறது, என்ன நடக்கிறது என்பதை பார்த்து அறுதியிடுவதல்ல. கம்பெனிக்குள் இருக்கும் நிலையைப்பார்த்து அறுதியிடும் ஒன்று.

இன்னொன்றையும் புரிந்துகொள்ளுங்கள். கோர் ஐடியாலஜி என்பது கம்பெனியை மற்ற கம்பெனியிலிருந்து வித்தியாசப்படுத்திக்காட்ட அல்ல. கம்பெனியை வழி நடத்திச் செல்ல; அதன் பாதைக்கும் வேகத்துக்கும் உத்வேகம் கூட்ட. அதனாலேயே கோர் ஐடியாலஜி என்பது கம்பெனிக்கும் அதில் பணி புரிபவர்களுக்கும் ஊக்கமும் உற்சாகமும் உத்வேகம் அளிக்கும்படி இருக்கும். இருக்கவேண்டும்.

வெளி ஆட்களுக்கும் மற்ற கம்பெனிகளுக்கும் அது சாதாரணமான விஷயங்களாகத் தெரிந்தாலும்.

கோர் ஐடியாலஜியைத் தெளிவாக வரையறுக்க அதை இரண்டாகப் பிரித்து எழுதலாம். எழுத வேண்டும்.

'கோர் வேல்யூஸ்' (Core values): கோர் வேல்யூஸ் என்பது கம்பெனியின் அத்தியாவசிய, ஆதாரத் தத்துவங்கள். கோர் வேல்யூஸ் என்பது காலகாலமாகத் திகழ்வது. உதாரணத்துக்கு 'ப்ராக்டர் அண்ட் காம்பிள்' (P&G) கம்பெனி, தன் கோர் வேல்யூவாகக் கருதுவது 'உலகத்தரமான பொருட்கள் தயாரிப்பு'.

'வில்லியம் ப்ராக்டர்' மற்றும் 'ஜேம்ஸ் காம்பிள் என்ற இருவர் ஆரம்பித்த கம்பெனி பி&ஜி. துவங்கிய நாள் முதல் அந்த இரட்டையர் தங்கள் கம்பெனியின் கோர் வேல்யூவாக நிர்ணயித்தது தாங்கள் தயாரிக்கும் பொருட்கள் உலகத்தரமானதாக இருக்கவேண்டும் என்பதையே. வியாபார உத்தியாக இதை வரையறுக்கவில்லை. கம்பெனியின் ஆதார குணமாக அதன் அடிப்படை அடிநாதமாகவே இதை வகுத்தனர். எத்தனை நாட்களாக? ஒன்றும் பெரியதாய் இல்லை. துவங்கியதிலிருந்து இன்றுவரை. என்ன, ஒரு 150 வருடங்களாகவோ என்னவோ!

'வால்(ட்) டிஸ்னி' க்ரூப் டீவி சேனல், பத்திரிகைகள், அம்யூஸ்மெண்ட் பார்க் என்று பல தொழில்கள் உள்ள கம்பெனி. அதன் கோர் வேல்யூஸ் என்று தங்களுக்கு வரையறுத்தது 'கனவும் கற்பனையும் கொண்ட படைப்பாற்றல்', டிஸ்னி என்ற மந்திரத்தின் பாதுகாப்பு மற்றும் கண்ட்ரோல், சின்ன விஷயங்களில்கூட கவனம் இவற்றைத்தான்.

உங்கள் கம்பெனிக்கு கோர் வேல்யூஸ் வரையறுக்க உதவ இந்த கேள்விகளுக்கான விடையைத் தேடுங்கள்.

- நிர்வாக மற்றும் கம்பெனி தலைவராக நீங்கள் என்ன கோர் வேல்யூஸை தொழிலுக்கு கொண்டு வந்திருக்கிறீர்கள்?
- தொழிலில் நீங்கள் கடைப்பிடிக்கும் கோர் வேல்யூஸ் என்ன என்பதை உங்கள் குழந்தைகளிடம் எப்படிக் கூறுவீர்கள்? அவர்கள் பெரியவர்களாகி உங்கள் தொழிலை நடத்தவரும் போது அவர்கள் எந்த கோர் வேல்யுஸைக் கடைப்பிடிக்க வேண்டும் என்று விரும்புவீர்கள்?
- நாளை காலை தூங்கி எழுந்து கண் விழிக்கும்போது உங்கள் வங்கிக் கணக்கில் நூறு கோடி ரூபாய் இருந்து நீங்கள் ரிடையர்

ஆக முடிவு செய்தால் உங்கள் கம்பெனிக்கு வரையறுத்த கோர் வேல்யூஸ் கொண்டே மீதி வாழ்வை கழிப்பீர்களா?

- நீங்கள் உங்கள் கம்பெனிக்கு வரையறுத்த கோர் வேல்யூஸ் அடுத்த நூறு ஆண்டுகளுக்கு நிலைத்து நிற்கும் என்று உண்மையாகவே நம்புகிறீர்களா?

'கோர் பர்பஸ்' (Core purpose): கோர் ஐடியாலஜியின் இரண்டாவது அங்கம் கோர் பர்பஸ் என்பது ஒரு கம்பெனி எதற்காக இயங்குகிறது என்பதை நிர்ணயிப்பது. உதாரணத்துக்கு 'வால்(ட்) டிஸ்னி'யின் கோர் பர்பஸ் 'மக்களை மகிழ்விப்பது'.

கம்பெனி இயங்கும் காரணத்தை கம்பெனியின் இலக்கு, உத்தி போன்றவற்றோடு குழப்பிக் கொள்ளாதீர்கள். ஏனெனில், கம்பெனி தன் இலக்கை ஒரு நாள் அடையக்கூடும். ஒரு உத்தியை வெற்றிகரமாகச் செயல்படுத்தி முடிக்கும்.

ஆனால், தனக்கு வகுத்துக் கொண்ட கோர் பர்பஸை கம்பெனியால் முடிக்க முடியாது. முடிக்கும்படி வகுக்கவும் கூடாது. 'வால்மார்ட்' தன் கோர் பர்பஸாக நிர்ணயித்துக்கொண்டது 'சாதாரண மக்களும் பணக்காரர்கள் வாங்கும் பொருட்களை வாங்கும் வாய்ப்பைக் கொடுப்பது'.

சிந்தித்துப் பாருங்கள். இந்த கோர் பர்பஸ் என்பது அடையும் ஒரு இலக்கல்ல. கம்பெனியை அழைத்துச் செல்லும் பாதை. இந்த பாதையில்தான் பயணிப்போம். ஆனால், என்றுமே முடிவடையாத பாதை இது.

செய்யும் பொருட்கள் கொண்டோ, விற்கும் வாடிக்கையாளர் பிரிவைக் கொண்டோ கோர் பர்பஸை வரையறுக்கக்கூடாது. செல்லும் திசையை, முடிவில்லா இலக்கை நிர்ணையிக்கும் வகையில் அது அமைய வேண்டும். ஸ்பொர்ட்ஸ் ஷூக்களை தயாரிக்கும் 'நைக்கி' தன் தயாரிப்பு கொண்டு கோர் பர்பஸை வடிவமைத்துக் கொள்ளவில்லை. மாறாக 'போட்டியிட்டு எதிரியை போட்டுத்தள்ளி அந்த வெற்றி தரும் ஸ்பரிசத்தை உணர வைப்பதுதான் தன் கோர் பர்பஸ் என்கிறது. எத்தனை உத்வேகமான கோர் பர்பஸ் பாருங்கள்.

உங்கள் கம்பெனிக்கு கோர் பர்பஸ் வகுத்துக்கொள்ள ஒரு சின்ன வழியை சொல்கிறேன். ஒன்றும் பெரிய கம்ப சூத்திரம் அல்ல. கோர் பர்பஸ் என்ன என்று தேடிக்கொண்டிருக்கும்போது கிடைக்கும் பதில்களை 'ஏன்' என்று மேலும் மேலும் கேட்டுக்கொண்டே இருங்கள். போதும். கோர் பர்பஸ் தானாய் கிடைக்கும்.

உதாரணத்துக்கு, எந்தப் பொருளைத் தயாரிக்கிறோம் என்பதில் துவங்குங்கள். ஏன் அந்த பொருள் முக்கியம் என்று கேளுங்கள். ஒரு விடை கிடைக்கும். அந்த விடையின் முக்கியத்துவம் ஏன் என்று மீண்டும் கேளுங்கள். கிடைத்த விடையை மீண்டும் ஏன் என்று கேளுங்கள். ஐந்து ஆறு முறை கேட்டு பதில் பெறும்போது உங்கள் கம்பெனி கோர் பர்பஸ் என்னவாக இருக்கவேண்டும் என்பது, தானே உங்கள் கண் முன் விரியும். அதை கப்பென்று பிடியுங்கள். கருங்கல்லில் செதுக்கி வையுங்கள். கண்ணில் வைத்து அதைப் பாதுகாத்துப் பராமரியுங்கள்.

என்விஷண்ட் ஃப்யூச்சர் (Envisioned future)

விஷனின் இரண்டாம் அங்கம் என்விஷண்ட் ஃப்யூச்சர். 20, 30 வருடங்களில் கம்பெனி எங்கிருக்கவேண்டும், எதை அடைய வேண்டும் என்பதை குறிப்பது என்விஷண்ட் ஃப்யூச்சர். என்விஷண்ட் ஃப்யூச்சர் என்ற ஆங்கில சொற்றொடருக்கு கற்பனை செய்து பார்க்கும் வருங்காலம் என்று அர்த்தம்.

என்விஷண்ட் ஃப்யூச்சர் என்ற வார்த்தைகள் ஒன்றுக்கொன்று முரண்போல் தோன்றும். ஒருவகையில், அது ஒருவித கண்ணுக்குத் தெரிந்த, தெளிவான, அறுதியிட்ட தன்மையை குறிக்கும். இன்னொரு கோணத்தில் பார்க்கையில் காலம் இது வரை கண்டிராத கற்பனையை, கனவை, ஆசையைக் குறிக்கும்.

அதனாலேயே என்விஷண்ட் ஃப்யூச்சர் என்பது 'ஏதோ எங்க வீட்டுக்காரரும் கச்சேரி போகிறார்' என்பதுபோல் இல்லாமல் மூக்கின் மீது விரலைவைக்கும்படி கம்பெனி இலக்கு இருக்கவேண்டும். முடிந்தால் மூக்கின்மீது கால் விரலை வைக்கும் அளவுக்கு இருக்கவேண்டும்!

கோர் ஐடியாலஜியைப் போலவே என்விஷண்ட் ஃப்யூச்சருக்கும் இரண்டு அங்கங்கள் உண்டு. அவை என்ன என்னென்ன என்பதையும் எப்படி வரையறுப்பது என்பதையும் சில உதாரணங்களோடு பார்ப்போம்.

'பீ-ஹாக்' (B-Hag): 'பிஹாக்' என்பது Big, hairy audacious goals என்ற ஆங்கில வார்த்தைகளின் சுருக்கம். நினைத்துப் பார்க்க முடியாத மலைக்கவைக்கும் இலக்கு என்று பொருள்.

வெகு எளிதில் அடையும் இலக்கல்ல அது. அதில் பாதியை அடைந்தாலே பெரிய விஷயம் என்று நினைத்து அசர வைக்கும் இலக்கு. அதற்காக பாதியை மட்டும் அடைந்து பாயில் அக்கடா என்று படுக்கக்கூடாது. இந்த இலக்கு மகா பெரியது, ஆனால்

அடையமுடியும் என்று கம்பெனி முதலாளி முதல் கடைசி தொழிலாளிவரை முழுமையாக நம்பும்படி இருக்கவேண்டும். பீ-ஹாக் அடைய அசாத்திய முயற்சி, அக்கிரமத்துக்கு உழைப்பு இவற்றோடு அமோக அதிர்ஷ்டமும் வாய்க்கவேண்டும்.

'விவிட் டிஸ்க்ரிப்ஷன்' (Vivid description): என்விஷண்ட் ஃப்யூச்சரின் அடுத்த அங்கம் விவிட் டிஸ்க்ரிப்ஷன். நிர்ணயித்த இலக்கை கம்பெனியிலுள்ள அனைவரையும் உசுப்பேற்றும் விதத்தில் உயிரோட்டத்துடன், உத்வேகத்துடன் அடைந்தே தீருவது என்கிற வைராக்கியத்தைத் தூண்டும்விதத்தில் எழுதுவது. விவிட் டிஸ்க்ரிப்ஷன் என்ற ஆங்கிலச் சொற்றொடருக்குத் தெளிவான விளக்கம் என்று பொருள்.

விவிட் டிஸ்க்ரிப்ஷன் என்பது அசாத்தியமான, அடைய முடியாத அந்த பீ-ஹாக்கை அடைந்துவிட்டால் எவ்வாறு இருக்கும் என்ற துடிப்பான, கம்பெனியின் அனைவரின் ஈடுபாட்டை வளர்க்கும் வகையிலான விளக்கம். அடைய வேண்டிய இலக்கின் வார்த்தை வடிவம் விவிட் டிஸ்க்ரிப்ஷன். மலைக்க வைக்கும் எண்ட் பாயிண்டின் காட்சி வடிவம் விவிட் டிஸ்க்ரிப்ஷன். இலக்கு என்கிற எண்களை எண்ணங்களாக்கி கம்பெனி ஊழியர் அனைவரும் தங்கள் தலையில் வைத்து மனதில் சுமக்கும் படம் விவிட் டிஸ்க்ரிப்ஷன்.

திருபாய் அம்பானி வெளிநாடு சென்றிருந்தபோது அங்கு செல்லூலர் புரட்சியை கண்டு ஆச்சரியப்பட்டாராம். இந்தியா திரும்பியவர் தன் மகன்களை அழைத்து 'நாம் செல்ஃபோன் கம்பெனி ஒன்றை விரைவில் துவங்கவேண்டும். ஒவ்வொரு இந்தியனிடமும் நம் செல்ஃபோன் இருக்கவேண்டும். போஸ்ட் கார்டில் எழுதுவதைவிட நம் செல்ஃபோன் சேவை மலிவாக இருக்கவேண்டும்' என்றாராம். உத்வேகத்துடன் செயல்பட வைக்கும் எப்பேர்ப்பட்ட வார்த்தைகள் பாருங்கள். இதுதான் விவிட் டிஸ்க்ரிப்ஷன்!

விவிட் டிஸ்க்ரிப்ஷன் என்பது உணர்ச்சியூட்டும் உயிரான வார்த்தைகளாக இருக்கவேண்டும். எண்களால் அறுதியிடும் இலக்கைவிட வார்த்தை களால் விவரிக்கப்படும் கனவுகளுக்கு சக்தி வீரியம், உத்வேகம் அதிகம்.

இரண்டாம் உலகப் போரில் ஜப்பான் நாடு முழுவதும் தரைமட்டமாகி 'சோனி' கம்பெனி சின்னாபின்னமாகிப்போனது. மாண்டு கிடக்கும் நிலையிலிருந்து மீண்டு எழ முடியுமா என்ற நிலை. அப்போதுசோனி நிர்வாகம் தங்கள் கம்பெனிக்கு உயிர் கொடுத்து தன் ஊழியர்களை உசுப்பேற்றும் விதமாக இலக்குகளை நிர்ணயித்து தன் விவிட் டிஸ்க்ரிப்ஷனாக கீழ்கண்டதை வரையறுத்தது.

‘உலகம் முழுவதும் வியாபித்து வெற்றி பெறும் வியக்கத்தக்க பொருட்களைத் தயாரிப்போம். அமெரிக்க கம்பெனிகள் புகுத்த நினைத்து தோல்வி கண்ட புதுமைகளைப் புகுத்தி ஐம்பது வருடங்களில் சோனி என்றால் புதுமை, தரம் என்று அனைவரும் நினைக்கும்படி செய்வோம். ஜப்பானில் தயாரித்த பொருள் என்றால் அது உலகத்தரமானது என்று அனைவரையும் நினைக்க வைப்போம்’.

படிக்கும்போதே சிலிர்க்க வைக்கிறதா சோனியின் விவிட் டிஸ்க்ரிப்ஷன்? ஒவ்வொரு ஊழியனின் நாடி நரம்பை புடைக்கச் செய்து, கண்ணில் நீருடன், நெஞ்சில் கனவுடன், எண்ணங்களில் வைராக்கியத்துடன் செயல்படுத்திய வார்த்தைகள். தாங்கள் சொன்னது போலவே உலகையே தன் காலடியில் போடச் செய்த உத்வேகம் பொங்கும் உணர்சிகரமான வாசகங்கள்.

சோனியை விடுங்கள். மதுரையில் துவங்கி இன்று உலகம் முழுவதும் போற்றப்படும் ‘அரவிந்த் கண் மருத்துவமனையின்’ விவிட் டிஸ்க்ரிப்ஷனை பார்த்தால் உங்களுக்கு இன்னமும் இதன் சக்தியும் பெருமையும் விளங்கும்: ‘கரிசனமும், கருணையும்கூடிய சரியான உலகத் தரம் வாய்ந்த கண் மருத்துவசேவையை அனைவருக்கும் வழங்கி உலகில் பார்வையற்ற நிலையை முற்றிலுமாக ஒழிப்போம்.’

தலைவணங்க வேண்டாமா இவ்வாறு தங்கள் கனவை வார்த்தைகளில் வடித்து அதன்படி நடக்கும் இந்த நிறுவனங்களைப் பார்த்து. கற்க வேண்டாமா இப்பேர்ப்பட்ட கம்பெனிகளிடமிருந்து பிழைக்கும் வழியை; தொழிலில் தழைக்கும் வழியை.

விவிட் டிஸ்க்ரிப்ஷன் எழுத வளமான கற்பனை மட்டும் பத்தாது. வைராக்கியம் வேண்டும். கனவு மட்டும் பத்தாது. கன்விக்ஷன் வேண்டும். நம்மால் முடியும் என்கிற மனம் வேண்டும். வழி நடத்திச் செல்லும் நிர்வாக திறன் வேண்டும். ஏதோ வைத்தோம், போனோம் என்றிருக்கக்கூடாது. கூரை ஏறி கோழி பிடிக்கத் தெரியாதவன் வானம் ஏறி வைகுண்டம் போகிறேன் என்பது போலிருக்கவும் கூடாது.

சின்ன கம்பெனியும் சிறப்பான விஷனும்

‘இந்த விஷன் சமாச்சாரம் பெரிய கம்பெனிகளுக்கு வேண்டுமானால் பொருந்தும். நான் வைத்திருப்பதோ எலி வளை சைஸுக்கு ஒரு சிறிய பிசினஸ். அதையும் ஆரம்பித்தபோது சொன்னாலாவது பரவாயில்லை. இனிமேல் எதை எழுதுவது, என்னத்தைக் கழட்டுவது’ என்று அசட்டையாக இருக்காதீர்கள்.

விஷன் என்பது சிறிய விதையாய் இருக்கும் போதுதான் சரியாகப் பொருந்தும். ஒரு பழமொழி உண்டு ‘மரம் வைக்கச் சரியான நேரம்

பத்து வருடங்களுக்கு முன்பு; அதற்கடுத்த சரியான நேரம் இப்பொழுது'. இட் இஸ் நெவர் டூ லேட் ஃபார் எனிதிங்.

சின்ன கம்பெனிகளுக்கும் இந்த விஷன் சமாச்சாரம் பொருந்தும் என்பதை ஒரு உதாரணம் கொண்டு பார்ப்போம். நாம் சந்திக்கப் போகும் சின்ன கம்பெனியின் பெயர் 'கான்க்ரீஷியா ராக் ப்ராடக்ட்ஸ்' (Concretia Rock Products). மதுரையைச் சேர்ந்த கட்டுமான பொருட்களைத் தயாரிக்கும் கம்பெனி. ஜல்லி, M-sand என்கிற தயாரிக்கப்பட்ட மணல் போன்ற பொருட்களை இப்போது தயாரிக்கிறார்கள். வருங்காலத்தில் ரெடிமிக்ஸ் கான்க்ரீட், ப்ரீகேஸ்ட் கான்க்ரீட் ஸ்லேப்ஸ் போன்ற கான்க்ரீட் சமாச்சாரங்களையும் தயாரிக்க வேண்டும் என்று திட்டமிட்டிருக்கிறார்கள். இவர்கள் வரையறுத்திருக்கும் விஷன் ஸ்டேட்மெண்டை விலாவரியாய் பார்ப்போம்.

கோர் ஐடியாலஜி

கோர் வேல்யூஸ்: வாடிக்கையாளர் கேட்டபடி பொருட்களை உலகத்தரத்துடன், சொன்ன நேரத்துக்குள் டெலிவரி செய்வோம். வாடிக்கையாளர்களைத் திருப்திப்படுத்துவதோடு மட்டும் நில்லாமல் அவர்களை மகிழ்ச்சி வெள்ளத்தில் ஆழ்த்துவோம்.

கோர் பர்பஸ்: கான்க்ரீட் என்றாலே மக்களுக்கு எங்கள் கம்பெனியின் பெயர்தான் நினைவுக்கு வரவேண்டும். எங்களைப் பார்த்து மற்ற கம்பெனிகள் பொறாமைப்பட்டு எங்களைப்போல் வரவேண்டும், வளரவேண்டும் என்று ஆசைப்பட வேண்டும்.

என்விஷண்ட் ஃப்யூச்சர்

பி-ஹாக்: தரத்திலும் வாடிக்கையாளர் சேவையிலும் மற்ற கம்பெனி களுக்கு ஒரு ரோல் மாடலாக இருந்து 2029 வருடம் Rs. 500 கோடியை அடைந்த பிறகுதான் நாங்கள் ஓய்வு எடுத்துக்கொள்வது பற்றியே சிந்திப்போம்.

விவிட் டிஸ்க்ரிப்ஷன்: காலத்தால் அழியாத கட்டுமானங்கள் கட்ட உதவி செய்து, ஜல்லி, மணல் என்கிற சாதாரண பொருட்களைக்கூட ப்ரீமியம் ப்ராண்டுகளாக விற்போம். நம்பிக்கையில் 'டாடா' போலவும், தரத்தில் 'சோனி' போலவும், வாடிக்கையாளர் சேவையில் 'சரவண பவன்' போலவும் திகழ்வோம்.

கான்க்ரீஷியா இன்று ஒரு சின்ன கம்பெனி. அதன் விற்பனை வெறும் ஒன்பது கோடி ரூபாய் மட்டும். ஆனால், எவ்வளவு அருமையான விஷன் ஸ்டேட்மெண்ட் பாருங்கள். அவர்களுக்குதான் எப்பேர்ப்

பட்ட கனவு. எத்தனை உத்வேகம். எவ்வளவு வைராக்கியம். உள்ளத்தை உசுப்பேற்றும் எத்தகைய உணர்ச்சிகரமான வார்த்தைகள்.

ஐநூறு கோடி இல்லை என்றாலும் அட்லீஸ்ட் அதன் அருகிலாவது கண்டிப்பாக இந்த கம்பெனி செல்லும். கன்ஃபர்ம்டாய் வெல்லும். அதற்குண்டான விஷனை அருமையாக அமைத்துக் கொண்டிருக் கிறார்களே!

நீங்களும் விஷன் ஒன்றை வரையறுத்துக்கொள்ளுங்கள். அதை கம்பெனியிலுள்ள அனைவரிடமும் விளக்குங்கள். ஒற்றுமையுடன், ஒத்த சிந்தனையுடன், ஒன்றுபட்டுச் செயல்படுங்கள். கம்பெனியின் அடித்தளம் விஷன் ஸ்டேட்மெண்ட். குதிரைக்குக் கடிவாளம் போட்டதுபோல் உங்கள் பிசினஸுக்கும் விஷன் ஸ்டேட்மெண்டை வரையறுத்துக் கொள்ளுங்கள். நீங்கள் போகும் பாதை தெளிவாகும். செய்யும் பயணம் எளிதாகும்.

காலின்ஸ் சொன்னதுபோல் நடந்தால் கண்டிப்பாகக் கலக்கலாம். பொராஸ் சொன்னதுபோல் செய்தால் மற்றவர் பொறாமைப் படும்படிப் பறக்கலாம்!

9

கோர் காம்பெடன்ஸ்

பத்திரிகை துறையில் பல காலமாகப் பரபரவென்று இருக்கும், பல வெற்றிகளோடு பறக்கும் 'ஆனந்த விகடனைப்' புரட்டிப் பார்க்கலாம் என்றிருக்கிறேன். பத்திரிகையை அல்ல, அந்த கம்பெனியையே!

விகல்பமில்லாத விகடனின் ஆனந்த வெற்றியை, ப்ரண்டை நிர்வகிக்கும் 'வாசன் பப்ளிகேஷன்ஸ்' அடைந்திருக்கும் மற்ற பல வெற்றிகளைச் சிந்தித்துப் பாருங்கள். பத்திரிகை உலகில் கொடி கட்டிப் பறக்கும் இவர்கள் ரகசியம்தான் என்ன?

பயனுள்ள செய்திகளை ஜனரஞ்சகமாக மக்களுக்கு வழங்கும் மீடியா துறையில் மட்டுமே இருப்பதால். குறிப்பாக பத்திரிகைத் துறையை மட்டுமே தேர்ந்தெடுத்ததால். இதில்தான் தங்கள் திறமையும் திறனும் இருக்கிறது என்று தெளிவாகத் தெரிந்துகொண்டதால். இதிலேயே முழுவதுமாக தங்களை ஐக்கியப்படுத்திக்கொண்டதால். மீடியா உலகில் மட்டுமே பாதையமைத்து அதில் மட்டுமே பயணிப்பதால்.

இதைத்தான் நான்காம் அத்தியாத்தில் 'தொழிலைத் தெளிவாக வரையறுக்கவேண்டும்' என்று படித்தோம் போலிருக்கிறதே என்று நீங்கள் நினைத்தால் பாதி கரெக்ட். நான் யார், நான் எந்த தொழிலில் இருக்கிறேன், அப்படி தெரிந்த தொழிலைப் பார்த்தால் போதுமானது என்பதை மட்டுமே அந்த அத்தியாயத்தில் பார்த்தோம். தெரிந்த தொழிலை எப்படி பார்ப்பது, வெற்றி பெற எதைப் பார்ப்பது என்ற மீதியையை இப்போது பார்க்கப்போகிறோம்.

‘ஆனந்த விகடன்’ என்னும் பத்திரிகையில் துவங்கி அதன் பின் ‘அவள் விகடன்’, ‘நாணயம் விகடன்’, ‘சுட்டி விகடன்’, ‘சக்தி விகடன்’, ‘பசுமை விகடன்’, ‘மோட்டார் விகடன்’, ‘டாக்டர் விகடன்’ என்று படிப்படியாய் முன்னேறி இந்த விகட குதிரை பிய்த்துக்கொண்டு பத்திரிகை ரேஸில் மற்ற குதிரைகளை ஓரம்கட்டி, ஒதுக்கிவிட்டு, ஓயாமல் ஓடிக்கொண்டிருப்பதற்கும், பக்கம் பக்கமாய் வெற்றிகளைக் குவித்துக் கொண்டிருப்பதற்கும் பல காரணங்கள் சொல்ல முடியும். அதில் முக்கியமானது வாசன் பப்ளிகேஷன்ஸ் தங்கள் தொழிலின் அஸ்திவாரம் என்று திறமையாய் இனங்கண்ட ‘கோர் காம்பெடன்ஸ்’ (Core competence) என்னும் சித்தாந்தம்.

எந்தத் தொழிலாக இருந்தாலும் அதில் தனக்கென்ற கோர் காம்பெடன்ஸ் ஒன்றைத் தெளிவாய் இனங்கண்டு கொண்டு அதைத் திறமையாய் வளர்த்துக்கொள்ளவேண்டும் என்கிறார்கள் ‘சி.கே. பிரஹலாத் (C.K. Prahalad)’ மற்றும் ‘கேரி ஹேமல்’ (Gary Hamel). ‘ஹார்வர்ட் பிசினஸ் ரெவ்யூ’ ஜர்னலில் தங்கள் நிர்வாக ஆராய்ச்சியின் முடிவுகளை ‘கோர் காம்பெடன்ஸ் ஆஃப் தி கார்ப்பரேஷன்’ (Core Comptence of the Corporation) என்று தலைப்பில் கட்டுரையாக எழுதினர். இக்கட்டுரை அந்த ஜர்னலில் வெளிவந்த சிறந்த நிர்வாக கட்டுரைகளில் ஒன்று என்று இன்றுவரை போற்றப்படுகிறது.

கோர் காம்பெடன்ஸ் என்பது ஒவ்வொரு கம்பெனியும் தங்களுக்கென்று பிரத்யேகமாக, பல காலம் பிரயத்தனப்பட்டு சம்பாதிக்கும் தனித்திறமை. அது தயாரிப்பு திறனாகவோ, தாங்களே கண்டுபிடித்த ஒரு தொழில் திறனாகவோ, தாங்கள் தயாரிக்கும் ஒரு உட்பொருளாகவோ, விநியோகத் திறனாகவோ அல்லது இதன் கலவையாகவே இருக்கலாம். இருக்கவேண்டும்.

கோர் காம்பெடன்ஸ் கம்பெனிக்குத் தனி சக்தியைக் கொடுத்து அதன் மூலம் வாடிக்கையாளர்களுக்குச் சிறந்த பொருட்களைக் கொடுத்து, அவர்களின் தேவைகளைப் பூரணமாய் பூர்த்தி செய்து, போட்டி யாளர்களைவிட வலிமையானதாக மாற்றும் வல்லமை படைத்தது என்கிறார்கள்.

‘நைக்கி’ ஸ்போர்ட்ஸ் ஷூவை எடுத்துக்கொள்வோம். ஷூவை வடிவமைக்கும் திறனைத்தான் நைக்கி தன் கோர் காம்பெடன்ஸ் என்று நிர்ணயித்திருக்கிறது. அதனாலேயே ஷூவை வடிவமைப்பதில் தங்கள் முழுக் கவனத்தையும் செலுத்தி, அந்த திறனை பேணிப் பாதுகாத்து, பராமரித்து அதை மேலும் சிறப்பாக்கும் முயற்சிகளை அனுதினமும் செய்கிறது.

நைக்கி தங்கள் ஷூவை மற்ற கம்பெனிகள் மூலமாக அவுட்சோர்சிங் முறையில் தயாரித்தாலும் தயாரிக்கும். ஆனால் ஷூவை வடிவமைக்கும் வேலையை மட்டும் தானேதான் செய்கிறது. ஏனெனில் நைக்கி கம்பெனிக்கு நன்றாகத் தெரியும், தங்கள் ஷூக்கள் வாடிக்கையாளர்களுக்கு தரும் எல்லா பயன்களுக்கும் மூல காரணமாய் அமைந்து போட்டி ப்ராண்டுகளைவிட சக்தி கொண்டதாக மார்க்கெட்டில் இன்று கொடி கட்டிப் பறக்க வைப்பது தன் கோர் காம்பெடன்ஸ் என்று நிர்ணயித்திருக்கும் 'வடிவமைக்கும்' திறன்' என்பதை!

அதேபோல் 'ஹோண்டா கம்பெனி' தன் கோர் காம்பெடன்ஸாகக் கருதுவது இன்ஜின் தயாரிக்கும் திறனை. 'ஆப்பிள் நிறுவனம்' தன் கோர் காம்பெடன்ஸாகக் கருதுவது 'ட்ச் ஸ்க்ரீன்' தொழில் திறனை. 'டாபர்' கம்பெனி கோர் காம்படென்ஸாகக் கருதுவது ஆயுர்வேத பொருட்கள் பற்றிய தங்கள் அறிவையும் அனுபவத்தையும்.

இதேபோல்தான் வாசன் பப்ளிகேஷன்ஸ் தங்கள் கோர் காம்படென்ஸ் என்று கருதுவது பயனுள்ள செய்திகளை ஜனரஞ்சகமாக மக்களை மகிழ்விக்கும் முறையில் வழங்கும் திறனை. அதனால்தான் மீடியா துறையில், அதுவும் குறிப்பாக பத்திரிகைத் தொழிலில் தன்னை அர்ப்பணித்து அதை மட்டுமே திறம்படச் செயல்படுத்தத் தேவையான அனைத்தையும் செய்கிறது. எத்தனையோ பத்திரிகைகளை விகடன் குழுமம் அறிமுகப்படுத்தினாலும் அவை அனைத்தும் தங்கள் கோர் காம்பெடன்ஸை ஒட்டியே துவக்கியிருக்கிறது.

டீவியில் சீரியல் தயாரிக்க 'விகடன் டெலிவிஸ்டாஸ்' துவங்கியதாகட்டும், தமிழ் சினிமா படங்கள் தயாரிக்க 'விகடன் டாக்கீஸ்' ஆரம்பித்ததாகட்டும் தங்கள் கோர் காம்பெடன்ஸை அவர்கள் துறக்கவில்லை. அதிலிருந்து இம்மியளவு பிசகவுமில்லை. இன்னொன்றையும் நீங்கள் கவனிக்கலாம். தங்கள் தொழில் என்னவென்று தெளிவாக வரையறுத்தும் கொண்டார்கள். தெரிந்த தொழிலை மட்டும் செய்தார்கள். செய்கிறார்கள்!

கோர் காம்பெடன்ஸ் தன்மைகள்

கோர் காம்பெடன்ஸ் என்பது மூன்று முக்கிய ஆதாரத் தன்மைகள் கொண்டது என்கிறார்கள் பிரஹலாத்தும் ஹேமலும். உங்கள் கம்பெனி கோர் காம்பெடன்ஸை வரையறுக்கும்போது இந்த மூன்று தன்மைகளும் தெளிவாக அமைந்திருக்கிறதா என்று சீர்தூக்கிப் பாருங்கள்.

- கோர் காம்பெடன்ஸ் என்பது ஒரு பொருளைத் தயாரிக்கும் திறன் இல்லை. ஹோண்டா கம்பெனியின் கோர் காம்பெடன்ஸ்

அவர்கள் கார்கள் அல்ல, இன்ஜின் தயாரிக்கும் திறன். அதனாலேயே கோர் காம்பெடன்ஸ் கொண்டு அதைச்சார்ந்த பலவிதமான பொருட்களை அறிமுகப்படுத்தினார்கள். தொடர்ந்து அறிமுகப்படுத்தி வருகிறார்கள். 'இன்ஜின்'தான் ஹோண்டாவின் கோர் காம்பெடன்ஸ் என்பதால் இன்ஜின் இருக்கும் பொருட்களான கார், பைக், ஜெனரேட்டர், தோட்டத்தில் புல்லை வெட்டும் லான்மூவர், பனி மலையில் பயணிக்கும் ஸ்னோமொபைல் என்று பல பொருட்களை அந்த கம்பெனியால் வெற்றியுடன் அறிமுகப்படுத்த முடிகிறது.

- கோர் காம்பெடன்ஸ் கொண்டுதான் வாடிக்கையாளர்களுக்கு அவர்கள் விரும்பும் பயன்களை முழுமையாகக் கொடுக்க முடியும். ஸ்போர்ட்ஸ் ஷூ வாங்கும் வாடிக்கையாளர்களுக்கு முக்கியமானது ஷூவின் செயல்பாடும் கால்களுக்கு தரும் இதமான உணர்வும். இவை ஷூவின் வடிவமைப்பினால் வருபவை. அதனால்தான் வடிவமைக்கும் திறனைத் தன் கோர் காம்பெடன்ஸ் என்று வரையறுத்தது நைக்கி. இன்று வரை ஓயாமல் ஓடி போட்டியாளர்களை ஓவர்டேக் செய்து உலகெங்கும் வரலாறு காணாத வெற்றி பெற்றுவருகிறது.
- ஒரு கம்பெனியின் கோர் காம்பெடன்ஸை அதன் போட்டி யாளர்களால் எளிதில் காப்பி அடிக்கவோ அதற்கு ஈடான பொருட்களைத் தயாரித்து அளிப்பதோ முடியாத காரியம். 'தி இந்து' பத்திரிகையின் கோர் காம்பெடன்ஸ் செய்தியைச் சேகரித்து அதை நேர்மையுடன் வழங்கும் திறன். அதனால்தான் ஒரு செய்தியை இந்துவில் படித்தால் 'இந்துலேயே போட்டுட்டாங்க' என்று அதை சந்தேகத்துக்கு இடமில்லாமல் படிப்பவர்கள் நம்புகிறார்கள். உண்மையை இந்து சொல்வதுபோல் வேறு எந்த பேப்பரும் சொல்லாது என்று ஆணித்தரமாக நினைக்கிறார்கள்.

கோர் காம்பெடன்ஸை நிர்ணயிக்காமல் நிலைகுலைந்து நிற்கும் நிறுவனத்தைப் பார்க்க வேறு எங்கும் போக வேண்டாம். பத்திரிகைத் துறையில் பார்த்தாலே பிரகாசமாய் தெரியும். அக்கம்பெனி 'டெக்கான் க்ரானிக்கல் ஹோல்டிங்க்ஸ்'.

ஹைதராபாதைச் சேர்ந்த இந்த கம்பெனி ஒரு காலத்தில் 'டெக்கன் க்ரானிக்கல்' என்ற ஆங்கில பத்திரிகையைத் திறம்பட நடத்தி ஆந்திர மாநிலத்தில் நம்பர் ஒன்னாய் இருந்தது. தங்கள் கோர் காம்பெடன்ஸ் பத்திரிகைத் துறையைச் சார்ந்தது என்பதை ஏனோ மறந்தது. வரையறுக்க கோர் காம்பெடன்ஸ் இல்லாததால் வரைமுறை இல்லாமல் வகை வகையாய் பயணித்தது. வக்கணையாய் விழுந்து விலா எலும்பை முறித்துக்கொண்டது.

'டெக்கன் க்ரானிக்கல்' பேப்பர் நன்றாகப்போய்கொண்டிருந்த சமயம் தன் கவனத்தைத் திருப்பி 'ஓடிசி' என்கிற புத்தகக் கடையை ஏகப்பட்ட பணம் கொடுத்து வாங்கியது. அதோடு 'ஏவியோடெக்' என்னும் விமான சர்வீஸ் கம்பெனியைத் துவக்கியது. பட்டுக்கொள்ள அதுவும் பத்தாதென்று பல ஆயிரம் கோடி ரூபாய் செலவழித்து 'டெக்கன் சார்ஜர்ஸ்' என்னும் ஐபிஎல் கிரிக்கெட் டீமை ஏலத்துக்கு எடுத்தது.

என்ன ஆனது?

திறனுக்கு மீறிய செயல்கள், தெளிவில்லாத முயற்சிகள், கோர் காம்பெடன்ஸ் தாண்டிய தொழில்கள். இதனால் கழுத்துவரைக்கும் கடன். ஓடிசி கடைகளில் பாதிக்கு மேல் சாத்தப்பட்டது. ஏவீயோடெக் நிறுவனம் இறக்கப்பட்டது. டெக்கன் சார்ஜர்ஸ் மூடப்பட்டது.

வளர்கிறேன் என்று விரலுக்கு மீறிய வீக்கம் வந்து இந்தியாவில் ஒரு வங்கியைக்கூட மிச்சம் வைக்காமல் எல்லாவற்றிலும் மொத்தமாய் சுமார் ஐயாயிரம் கோடி ரூபாய்க்கும் மேலாகக் கடன் வாங்கியது டெக்கன் க்ரானிக்கல். ப்ளட் பாங்கில்கூட ஏதாவது கிடைக்குமா என்று கேட்டுப் பார்த்தது என்றால் பார்த்துக்கொள்ளுங்கள்!

ஆபீஸ், ப்ரஸ் எல்லாம் அடகு வைக்கப்பட்டு வெற்றிகரமாய் விரிந்த டெக்கன் க்ரானிக்கல் என்ற சிறந்த கம்பெனி கோர் காம்பெடன்ஸ் மறந்த கம்பெனியாகி விரைவில் இறந்த கம்பெனியாக மாறும் அவல நிலையை அடைந்திருக்கிறது.

தொழில் என்றால் என்ன, பிசினஸ் என்றால் என்ன என்பதையே மாற்றி சிந்திக்கவேண்டிய அவசரமான உலகத்தில் பிசினஸ் செய்கிறீர்கள். கம்பெனி என்பது பெரிய மரம் போல. அந்த கம்பெனியின் ப்ராண்டுகள்தான் அதன் இலைகள் மற்றும் பழங்கள். மரத்துக்கு உயிர் கொடுத்து, தண்ணீர் தெளித்து அதை நின்று நிலைத்து தழைக்க வைப்பது கோர் காம்பெடன்ஸ் என்னும் மரத்தின் வேர். ஒரு மரத்தின் ஸ்திர தன்மையையும் அதன் சக்தியையும் இலைகளையும் பழங்களையும் பார்த்து எடை போடாமல் வேரின் பலத்தைப் பார்த்து எடை போட கற்றுக்கொள்ளுங்கள்.

தொழிலை விருத்தி செய்கிறேன் என்று கண்மண் தெரியாமல் தவறு செய்யும் இரண்யகசிபுகளுக்கு புத்திமதி சொன்ன இந்த நவீன பிரஹலாத் மற்றும் ஹேமலுக்கு நன்றி கூறி அவர்கள் கூறியதை புரிந்துகொள்ளுங்கள். கோர் காம்பெடன்ஸை தெளிவாய் நிர்ணயிங்கள். அதுவே தொழிலின் அஸ்திவாரம், வெற்றியின் அடிநாதம் என்பதை நினைவில் நிறுத்துங்கள்.

கோர் காம்பெடன்ஸ் – கோர் ஐடியாலஜி: வித்தியாசங்கள்

போன அத்தியாத்தில் நாம் பார்த்த கோர் ஐடியாலஜியையும் கோர் காம்பெடன்ஸ்ஸையும் சேர்த்துப்போட்டு குழப்பிக் கொள்ளாதீர்கள். இரண்டும் வேறு. கம்பெனியின் அடிப்படை திறமையை, சிறந்து விளங்கும் விதத்தைப் பிரதிபலிப்பது கோர் காம்பெடன்ஸ். கம்பெனியின் பிரதான தன்மை, அது பிறந்து, வளர்ந்து, வாழ்வது எதற்காக என்பதைக் கூறுவது கோர் ஐடியாலஜி.

கோர் காம்பெடன்ஸ் உங்கள் கோர் ஐடியாலஜியை ஒட்டி இருந்து அதன் வேராக இருந்து பிறந்து வளரவேண்டும். அதற்காக அவை இரண்டும் ஒன்று என்று நினைத்துவிடாதீர்கள். உதாரணத்துக்கு, 'சோனி' நிறுவனம் தன் கோர் காம்படென்ஸ் என்று வரையறுத்து வைத்திருப்பது 'சிறியதாக்கும் தொழில் நுட்பம்' (Miniaturization). அதனால்தான் பெரிய டேப் ரிகார்டர்களை அவர்களால் வாக்மேன் என்று சிறியதாக்க முடிந்தது. சீடீ ப்ளேயர்களை டிஸ்க்மேன் என்று சுருக்க முடிந்தது. தன் கோர் காம்பெடன்ஸ் கொண்டு சோனியால் இதுபோல் பல பொருட்களைத் தயாரித்து விற்க முடிந்தது.

ஆனால் சோனி சிறியதாக்கும் தொழில் நுட்பத் திறமையைத் தன் கோர் ஐடியாலஜி என்று வரையறுக்கவில்லை. இன்னும் சொல்லப் போனால், சோனி வருங்காலத்தில் இந்த கோர் காம்பெடன்ஸைத் தாண்டிப் புதிய பொருட்களைத் தயாரிக்கலாம். ஆனால் தன் ஆதாரமான கோர் ஐடியாலஜி என்று நிர்ணயித்துக்கொண்ட – புதிய தொழில் நுட்பங்களில் முன்னோடியாக இருந்து அதை மக்களின் பயன்பாட்டுக்கும் மகிழ்ச்சிக்கும் தேவையான பொருட்களை தயாரிப்பது – என்பதிலிருந்து இம்மி அளவும் மாறாது. மாறவும் கூடாது!

கோர் காம்பெடன்ஸ் கொண்டு வளரும் வழி

வெட்டுக் குத்து போட்டி உலகில் புதிய மார்க்கெட்டை உருவாக்கி அதை டாமினேட் செய்யும் கம்பெனிகள்தான் வெற்றி பெறும். அதற்கு வஞ்சனையில்லாமல் வளமாக வளரவேண்டும் என்ற வைராக்கியம் வேண்டும். பொருளை விற்றால் மட்டும் பத்தாது. புதிய மார்க்கெட்டுகளை உருவாக்கவேண்டும். இதற்கு என்ன வழி?

கோர் காம்பெடன்ஸ் வளர்க்கும் முயற்சியும் அதற்கான முதலீடும் செய்யும் கம்பெனியால் மட்டுமே புதிய மார்க்கெட்டுகள் உருவாக்க முடியும், உயர முடியும். புதிய மார்க்கெட் உருவாக்க கம்பெனிக்கு வளமான கற்பனையும் புதிய பாதையில் பயணிக்கும் மார்க்கெட்டிங் ஐடியாக்களும் அவசியம்.

கோர் காம்பெடன்ஸ் வளர்க்காத கம்பெனி தன் வருங்காலத்தைத் தொலைக்கிறது. கோர் காம்பெடன்ஸ் உணர்ந்து, வளர்த்து அதை திறமையாய் உபயோகித்து முழுப் பயன் பெற முனையவேண்டும். இல்லாத மார்க்கெட்டைக் கற்பனை செய்து மற்றவர்களுக்கு முன் அதை உருவாக்கி அதை மொத்தமாகத் தனதாக்கும் முயற்சியை மேற்கொள்ளவேண்டும்.

கம்பெனி வளர, நிர்வாகத்தின் நேரமும் முயற்சியும் இருக்கும் தொழிலிலை மட்டுமே சுற்றியிராமல் புதிய சாத்தியக்கூறுகளை தேடிப் பிடிக்கும்படி அமையவேண்டும். இதற்கு ஒரு கம்பெனி மனதில் நிறுத்தவேண்டிய நான்கு முக்கிய அம்சங்களை அறிவுரைகளாக ஹேமலும் பிரஹலாதும் விளக்கியிருக்கிறார்கள்.

இருக்கும் சந்தையில் கட்டுண்டு கிடக்காதீர்கள்

விற்கும் பொருள்கள் சாஸ்வதம் என்று நினைத்தால் வளர்ச்சி இருக்காது. கம்பெனி என்பது பொருட்களின் தொகுப்பு என்று பார்க்காமல் கோர் காம்பெடன்ஸ் தொகுப்பு என்று பார்த்தால் புதிய மார்க்கெட் சாத்தியக்கூறுகள் கண்ணில் தெரியும். புதிய பொருள் களுக்கான ஐடியா கண்ணில் விரியும்.

ஊரெல்லாம் சொஸைட்டி அமைத்துத் தரமான பால் கொள்முதல் செய்வதே தன் கோர் காம்பெடன்ஸ் என்று 'ஹட்சன்' கம்பெனி வரையறுத்துக்கொண்டிருக்கிறது. அதனாலேயே வெறும் 'ஆரோக்கியா' பாலோடு மட்டுமில்லாமல் 'கோமாதா', 'அருண்' ஐஸ் க்ரீம், 'ஐபாக்கோ', 'ஹட்சன்' வெண்ணெய், பன்னீர் என்று பாலை அடிப்படை யாகக்கொண்ட ஏராளமான பொருள்களை அறிமுகப்படுத்த முடிகிறது. தாராளமாக விற்கவும் முடிகிறது. வெற்றியும் பெறுகிறது.

புதுமையான பொருள் வகைகள் தேடுங்கள்

ஏற்கனவே மார்க்கெட்டில் இருக்கும் பொருள்களை மட்டும் கட்டிக்கொண்டு அழுதால் முட்டிக்கொண்டு முக்காடு போட்டு மூலையில் உட்கார்ந்து முனகவேண்டியதுதான். மார்க்கெட்டுகளை மாற்ற முனையவேண்டும். கம்பெனியின் கோர் காம்ப்பெடென்ஸுக் கேற்ற புதிய பொருள் பிரிவுகளைக் கண்டுபிடித்துப் புகுத்தவேண்டும்.

இவ்வகைப் புதுமைகளை மூன்று வழியில் சாதிக்கலாம். ஒன்று, இருக்கும் பொருளில் புதிய பயன்களைச் சேர்ப்பது. மொபைல் ஃபோனில் அலாரம், டார்ச், மெயில் சேவைகளை செல்ஃபோன் கம்பெனிகள் சேர்த்ததுபோல.

இரண்டு, ஏற்கனவே கிடைக்கும் பயனை புதிய முறையில் அளிப்பது. வங்கியில்தான் பணம் எடுக்கமுடியும் என்ற நிலையில் ஏடிஎம் சேவை துவக்கி பணம் எடுப்பதை எளிதாக்கியதைப்போல.

மூன்று, யாரும் இதுவரை தராத புதிய பயனை அளிப்பது. இதற்குத் தான் அதிகம் மெனெக்கெடவேண்டும். அதுவரை பெரியதாக இருந்த டேப்ரிகார்டரை எல்லாரும் பையில் வைத்துக்கொண்டு, போகும் வழியில்கூடப் பாட்டு கேட்டுக்கொண்டே போகும் வசதியைத் தந்த சோனியின் வாக்மேன் போல.

காலகாலமாக மார்க்கெட் ஆய்வு செய்யும் முறை கொண்டு இன்றைய உலகை அணுகினால் இது போன்ற புதுமைகள் புரிய முடியாது. வாடிக்கையாளர்களையும் பொருள்களைக்கொண்டு மட்டுமே மார்க்கெட்டிங்கை அணுகாமல் அவர் தேவைகள் மற்றும் பொருள் பயன்களைக் கொண்டு அணுகுவது பயன் தரும்.

பழகிய விலை-செயல்திறன் அனுமானங்களை ஒழியுங்கள்

இருக்கும் பொருள் வகைகள், அதன் பயன்பாடு, அதன் விலை போன்றவற்றில் ஊறி இதுதான் நடைமுறை, இப்படித்தான் இருக்கும், இதை மாற்ற முடியாது என்று முடிவு செய்யாதீர்கள். இதற்கு ஆங்கிலத்தில் 'ஸ்டேடஸ் கோ' என்று பெயர். நிலவும் தற்போதைய நிலையே தொடரட்டும் என்று நினைப்பது.

தமிழ் அழகான மொழி மட்டுமல்ல, அறிவுறுத்தும் மொழியும் கூட. ஸ்டேடஸ் கோ என்று எழுதும்போது 'ஸ்டேடஸ், கோ (Go)' அதாவது நம் தற்போதைய ஸ்டேடஸ்ஸை போ என்று சொல்வதுபோல் இருப்பதைப் பாருங்கள்!

ஷாம்புக்கள் பாட்டிலில் மட்டுமே வந்து, விலை அதிகமிருந்த காலத்தில் ஏன் இப்படி இருக்கவேண்டும், இதை எப்படி மாற்றுவது என்று திரு. சின்னி கிருஷ்ணன் கேள்வி கேட்டதால் தோன்றியது சாஷே என்ற பதில். அந்தப் பதிலில் தோன்றிய வெற்றி ப்ராண்ட்தான் 'சிக்' மற்றும் 'வெல்வெட்' ஷாம்புக்கள்.

வாடிக்கையாளர் அறியுமுன் அவர் தேவை அறியுங்கள்

வாடிக்கையாளர்தான் மார்க்கெட்டிங்கில் பிரதானம் என்பது சரிதான். அதற்காக வாடிக்கையாளர் சொல்வதை மட்டுமே கேட்டுக் கொண்டிருந்தால் பூம் பூம் மாடுபோல் தலையாட்டிக் கொண்டிருக்க வேண்டியதுதான். புதிய விளைநிலம் தேடி மேய்ந்து வெற்றிப் புல்

புசிக்க வாடிக்கையாளரையும் தாண்டி அவர் அறியும் முன்னே அவர் தேவை அறிந்து அவருக்கு அதை விளக்கி தீர்வும் தரவேண்டும்.

வாடிக்கையாளரா தனக்கு மைக்ரோவேவ் ஓவன் வேண்டும் என்று கேட்டார்? கஸ்டமரா இணையதளம் வேண்டும் என்று அழுதார்? இல்லை நாம்தான் செல்லுலார் ஃபோன் இருந்தால் நன்றாக இருக்கும் என்றோமா?

நம்மையறியாமல் நமக்கு அந்த தேவைகள் இருந்தன. வீட்டுக்கு வெளியே இருந்த நேரம் ஃபோன் பேச பிசிஓ பூத் எங்கே தேடியது நினைவுக்கு வருகிறதா? வெளியூரில் இருக்கும்போது எஸ்டீடி வசதி எங்கே என்று வினவியது ஞாபகத்துக்கு வருகிறதா? தேவை இருந்தது. அதை நமக்கு முன் உணர்ந்து, அதற்குத் தீர்வைக் கண்டுபிடிக்க கம்பெனிகள் செய்த முயற்சியின் பலன்தான் செல்லுலார் ஃபோன்கள். நாம் இதைக் கேட்கவில்லை. ஆனால் இதில்லாமல் இன்று நம்மால் வாழ முடியவில்லை!

வாடிக்கையாளர் சொல்வதை கேட்கவேண்டும், இல்லை என்று கூறவில்லை. ஆனால் புதுமைகள் புகுத்தி வெற்றியைப் பறித்து மார்க்கெட் லீடர் ஆக இது மட்டும் பத்தாது. வாடிக்கையாளரைத் தேடிச் சந்திக்கவேண்டும். அவரோடு பழகவேண்டும். அவர் வாழ்க்கையை, வாழும் முறையை, பொருள் வாங்கும் விதத்தை, வாங்கிய பொருளை உபயோகிக்கும் முறையை, உபயோகித்த பின் தூர எறியும் விதத்தை அறியவேண்டும்.

ஓடும்வரைதான் அதன் பெயர் மான். ஓடாமல் ஹாயாக உட்கார்ந்திருந்தால் அது வேட்டையாடும் மிருகத்துக்கு பிரியாணி. புதிய பாதை பிடித்து பயணிப்பவரே பிசினஸ்மென். வந்தவரை போதும் என்று கல்லாவில் காலாட்டிக் கொண்டிருந்தால் அவர் போட்டியாளருக்கு பிரியாணி.

நீங்கள் எப்படி? விருந்து உண்பவரா, மற்றவர்களுக்கு விருந்தாகப் போகிறவரா?

10

வியூக அறிக்கை

உங்கள் பிசினஸ் வியூகத்தை 35 வார்த்தைகளில் கூறமுடியுமா?

'அட போய்யா, வியூகமாவது வியாக்கியானமாவது. கடவுள் மேல பாரத்தை போட்டு பிசினஸ் செய்யறேன்' என்று சொல்லும் கேஸா நீங்கள். 'சக்தி விகடன்', 'குமுதம் பக்தி', 'ராமகிருஷ்ண விஜயம்' போன்ற உம்மாச்சி பத்திரிகைகள் எத்தனையோ வருகின்றன. பேசாமல் அதைப் படியுங்கள். உங்களிடம் பேசி பிரயோஜனமில்லை. மற்றவர்கள் மேலே படியுங்கள். உங்களுக்குக் கண்ணியம். உங்கள் பிசினஸுக்கு புண்ணியம்!

வியூகத்தைச் சரியாக வரையறுக்காமல் தொழில் செய்வோர் ஒரு ரகம். வியூகத்தை கம்பெனி ஊழியர்களுக்குச் சொல்லாமல் அவர்களை ஒவ்வொரு திசையில் அலைய விட்டு கம்பெனியைக் குழி தோண்டிப் புதைப்போர் இன்னொரு ரகம். இதை நீங்கள் புரிந்துகொள்ள சில கம்பெனிகளில் நிலவும் குழப்பமான சூழ்நிலை சிலவற்றை நினைத்துப் பார்ப்போம்.

- வாடிக்கையாளரிடம் பேச்சு பரிவர்த்தனை செய்கிறார் கம்பெனி விற்பனையாளர். வாடிக்கையாளர் குறைவான ஒரு விலையைக் குறிப்பிட்டு இதுதான் தனக்குக் கட்டுபடியாகும் என்கிறார். விற்பனையாளர் மனதில் குழப்பம். 'வாடிக்கையாளர் கேட்ட விலைக்குக் குறைப்பதா, வேண்டாமா? இவர் கேட்கும்

ரேட்டுக்கு பொருள் தரத்தைக் கொஞ்சம் குறைத்தால் கம்பெனிக்குக் கட்டுபடியாகும். ஆனால் அதற்கு நம் கம்பெனி ஒத்துக்கொள்ளுமா? மானேஜரிடம் போய் கேட்டுப் பார்ப் போமா? அதுவரை இந்த வாடிக்கையாளர் பொறுமையாகக் காத்திருப்பாரா. நாம் போய் கம்பெனியில் கேட்டு வருவதற்குள் போட்டி கம்பெனி விற்பனையாளர் வந்து தொலைத்தால் ஆர்டர் போய்விடுமே. என்ன செய்வது?'

- கம்பெனியின் ஆர் அண்டு டி துறையில் ஆய்வு செய்து வருபவருக்குப் புதியதாகப் பொருள் வடிவமைக்கும் ஐடியா வருகிறது. ஐடியாவைவிடப் பெரிய சைஸில் குழப்பம் அவர் மனதில் குடிகொள்கிறது: 'இந்த ஐடியாவைச் செயல்படுத்த நிறைய செலவாகும். போன முறை இந்த மாதிரி ஐடியாவை நிர்வாகத்திடம் விவாதித்தோம். ஏன் இப்படி பெரிய பட்ஜெட்டில் சிந்தித்து கழுத்தை அறுக்கிறீர்கள் என்று கடிந்து கொண்டு காட்டுக் கத்தல் கத்திக் கழுவி ஊற்றினார்கள். இந்த புதிய ஐடியாவை நான் போய் சொல்ல, 'ஏண்டா, உனக்கு ஒரு தரம் சொன்னா புரியாதா' என்று கழுத்தைப் பிடித்து கம்பெனியி லிருந்து தள்ளினால் அடுத்தவேளை புவ்வாவுக்கு என்ன செய்வது?'
- மனித வளத் துறை மேலாளர் மோவாய் கட்டையைத் தடவியவாறு மோட்டு வளையத்தைப் பார்த்துக்கொண்டிருக்கிறார்: 'இண்டர்வியூ செய்திருக்கும் நபர் அருமையான விற்பனையாளராக இருப்பார் என்பது நன்றாக தெரிகிறது. நம் கம்பெனிக்கு வட மாநிலங்களில் சரியான விற்பனை அமைப்பு இல்லை. இவர் அந்த மார்க்கெட்டுகளில் ஏற்கனவே சில கம்பெனிகளில் பல காலம் பணி புரிந்து பின்னி பெடலெடுத்த பிஸ்தா. இவரை நம் கம்பெனியில் எடுப்பதா இல்லை வெயிட்டிங் லிஸ்ட்டில் வைப்பதா? இவரை இப்போதுவிட்டால் மற்ற கம்பெனிகள் இவரை அலேக்காக அள்ளிக்கொண்டு சென்றுவிடுவார்களே. என்ன செய்யலாம்?'
- மார்க்கெட்டிங் மானேஜர் கபாலத்தைக் கையால் பிடித்தபடி கவலையுடன் காட்சியளிக்கிறார்: 'நம்முடையது விலையுர்ந்த ப்ரீமியம் ப்ராண்ட். மார்க்கெட் வேறு மப்பும் மந்தாரமுமாக உள்ளது. ப்ராண்ட் விற்பனை டல்லடிக்கிறது. நிர்வாகம் வேறு கேள்வி மேல் கேள்வி கேட்டுக் குடைகிறது. விலையைக் குறைத்தால் விற்பனையைக் கூட்ட முடியும். இதனால் நம் ப்ராண்டின் ப்ரீமியம் இமேஜ் பாதிக்கப்படுமா. என்ன செய்வது? எப்படி கேட்பது? நிர்வாகம் என்ன சொல்லும்?'

இந்தக் கதைகள், கவலைகள், கலக்கங்கள், குழப்பங்கள் அனைத்தும் கற்பனை அல்ல. காணும் கம்பெனிகளில் எல்லாம் காலகாலமாக நடந்து வரும் உண்மைக் கதைகள். இந்தக் குழப்ப நிலைக்கு முழுக் காரணம் வேறு யாருமல்ல, சாட்சாத் கம்பெனி நிர்வாகம்தான். தெளிவாய் வடிவமைத்து இதுவே கம்பெனி வியூகம் என்று வரையறுப்பதும் இல்லை. அப்படியே வரையறுத்திருந்தாலும் அதை ஊழியர்களுக்கு மூளையில் புரியும்படி, மனதில் படியும்படி ஒழுங்காய் விளக்குவதுமில்லை. இதனாலேயே கம்பெனிகளில் குழப்பம் குடியேறி பணியாளர்கள் பைத்தியம் பிடித்துப் பாயைப் பிறாண்ட வைக்கிறது.

செய்யும் பணியைச் சரியாய் செய்தால் போதும், வெற்றி தானாய் வாசல்படி வந்து காலிங் பெல் அடித்து அதுவும் பத்தாதென்று கதவைத் தட்டி, முடிந்தால், ஜன்னல் வழியே எகிறி குதித்து நம் மடி மீதே வந்து அமரும் என்றுதான் பல கம்பெனிகள் தவறாக நினைக்கின்றன. கம்பெனி தன் வியூகத்தைத் தெளிவாக, விரைவாக, அழகாக அறிக்கையாக்கி அதை ஒவ்வொரு ஊழியரிடமும் எடுத்துச் சொல்லி, விலாவரியாக விளக்கி அவர்கள் செயல்களை, நடவடிக்கைகளை வழிநடத்திச் செல்லும் வெளிச்சமாக மாற்றினால் மட்டுமே வெற்றி வாசலில் வந்து நிற்கும் என்று அறிவதில்லை.

செயல்படும் ஒவ்வொரு கம்பெனி ஊழியருக்கும் கம்பெனி வகுத்த வியூகம் ஒழுங்காய் புரிந்துவிட்டால் தன் கம்பெனி எத்தகையது, தன் ப்ராண்ட் எப்பேர்ப்பட்டது, இதை எப்படி நடத்தலாம், எவ்வாறு கொண்டு செல்லலாம், எதைச் செய்யவேண்டும், எதைச் செய்யக் கூடாது என்பது முழுவதுமாக தெரியும். எந்தச் சூழ்நிலையில் எப்படி சிந்திக்கவேண்டும், என்ன முடிவெடுக்கவேண்டும் என்பவை தெளிவாக புரியும். யாரை கேட்பது என்றும் அஞ்சவும் வேண்டாம். என்ன கேட்பது என்று கெஞ்சவும் வேண்டாம். நாம் மேலே பார்த்த குழப்ப கதைகள் கம்பெனிகளில் நடக்காமலே போகும்.

முழுமையான வியூகமும் முப்பதைந்து வார்த்தைகளும்

அத்தியாய ஆரம்பத்தில் நாம் பார்த்த கேள்விக்கு மீண்டும் வருவோம்: 'உங்கள் பிசினஸ் வியூகத்தை 35 வார்த்தைகளில் கூற முடியுமா?'

இதை நான் கேட்கவில்லை. 'ஹாவர்ட் பிசினஸ் ரெவ்யூ'வில் "Can you say what your strategy is?' என்று கட்டுரையில் கேட்டார்கள் 'டேவிட் காலிஸ்' (David Collis) மற்றும் 'மைக்கேல் ரக்ஸ்டட்' (Michael Rukstad).

தழைக்க வேண்டிய கம்பெனியில் பிழைக்க உழைக்கும் ஊழியர்கள் இரும்பு துண்டுகள். இரும்பு துண்டுகளை கீழே எறிந்தால் என்ன ஆகும்? நாலாபக்கமும், வெவ்வேறு திசையில் தெறித்துச் செல்லும். கம்பெனி ஊழியர்களும் இதுபோல்தான். விட்டால் ஒவ்வொருவரும் ஆளுக்கொரு பக்கம் போய் நிற்பார்கள். இதுதான் பல கம்பெனிகளில் விமரிசையாக நடக்கிறது. ஒருவர் செய்வது மற்றவருக்கு தெரிவதில்லை. ஒரு டிபார்ட்மெண்ட் செய்யும் செயல் மற்றொரு டிபார்ட்மெண்ட்டுக்குப் புரிவதில்லை.

மார்க்கெட்டிங் ஒரு பொருளைக் கேட்டால் R&D வேலை மெனக்கெட்டு வேறொரு பொருளை வடிவமைக்கிறது. தயாரிப்பு துறை ஒரு பொருளை தயாரிக்க சேல்ஸ் டீம் அதன் அம்சங்களை அறியாமல் வேறு எதையோ சொல்லி விற்கிறது. சேல்ஸ் டீம் விற்கும் விலைக்கு பேசாமல் கம்பெனியை மூடிவிடலாம் என்று ஃபைனான்ஸ் டீம் ஒப்பாரி வைக்கிறது.

வியூகம் இல்லாமல், இருந்தாலும் தெளிவாக எவரிடமும் சொல்லாமல் கம்பெனியில் குழப்பம் குடும்பத்துடன் குடி வைக்கப்பட்டு கம்பெனியே குட்டிச்சுவர் ஆகிறது.

ஆனால், சிதறிக் கிடக்கும் அதே இரும்புத் துண்டுகள் மீது ஒரு காந்தத்தை எடுத்துச் சென்று பாருங்கள். அவை ஒன்றன்பின் ஒன்றாக அழகாக, வரிசையாக நிற்பதைப் பார்க்கலாம். அது போல்தான் திறனுடன் வடிவமைக்கப்படும் வியூகமும் அதைத் தெளிவாக அனைவருக்கு கூறி விளக்குவதும். அந்த காந்தம்தான் 'வியூக வாக்கியம்' (Strategy Statement). இது திறனாக வடிவமைக்கப்பட்டு தெளிவாக விளக்கப்படும்போது அனைவருக்கும் கம்பெனி இலக்கு தெளிவாகிறது. செயல்கள் எளிதாகிறது. செயல்படவும் முடிகிறது!

வியூக வாக்கியம் மூன்று அங்கங்கள் கொண்டது: குறிக்கோள், செயற்பரப்பு, சாதக நிலை. முதல்நிலை நிர்வாகம் முதல் கடைநிலை ஊழியர்வரை அனைவரும் தெளிவாகப் புரிந்துகொள்ளவேண்டிய மூன்று முக்கிய அங்கங்கள் இவை. இதன் தன்மைகள் எளிதானது. ஆனால் வீரியம் வலிமையானது. இதை விரிவாகப் பார்ப்போம்.

குறிக்கோள் (Objective)

வியூக வாக்கியத்தின் முதல் அங்கம் கம்பெனி செல்ல வேண்டிய இலக்கு. அடுத்த ஐந்து வருடத்தில் எங்கிருக்கவேண்டும், எதை அடையவேண்டும் என்று தெளிவாக வரையறுக்கப்பட்ட இலக்கு. குறிக்கோள் என்பது செல்லவேண்டிய இடத்தை அறுதியிடுவது. அடைய வேண்டிய குறிக்கோளை வரையறுப்பது.

செல்லவேண்டிய குறிக்கோளை வடிவமைப்பது ஒருபுறம். அதை அடையவேண்டிய காலத்தை நிர்ணயிப்பதும் அவசியம். 'காவிரி பிரச்னையைத் தீர்க்கவேண்டும்' என்று காமராஜ் காலம் முதல் சொல்லிவருகிறோம். அதனால்தான் அது மெகா சீரியல்போல் நீண்டு கொண்டேபோகிறது. '2020 க்குள் பேசித் தீர்ப்போம்' என்று கட் அண்டு ரைட்டாக செயல்படும்போதுதான் அது இலக்காகிறது. நினைத்த படி முடிக்கவேண்டும் என்ற ப்ரெஷரில் முடிக்கவும் முடிகிறது.

சென்னையில் வசித்த ஒருவர் தினம் வாக்கிங் செல்லுங்கள் என்று டாக்டர் சொன்னார் என்பதற்காக விடாமல் வாக்கிங் போனவர் மூன்று மாதம் கழித்து டாக்டருக்கு ஃபோன் செய்தாராம்... எங்கிருந்து தெரியுமா..? தூத்துகுடியிலிருந்து! 'டாக்டர், நடந்தது போதுமா, இன்னும் எத்தனை நாள் நடக்கணும்' என்றாராம். இதுபோல் வரையறை இல்லாமல் இலக்கு அமைத்தால் கம்பெனியின் உடம்புதான் இளைக்கும்!

அதிக வளர்ச்சி, அபரிமிதமான லாபம் போன்றவை இலக்கல்ல. எத்தனை சதவீத வளர்ச்சி, என்ன காலகட்டம் என்பது முக்கியம். தமிழகமெங்கும் விரிந்து பரந்திருக்கும் 'இளம் தொழில் முனைவோர் குழுமம்' (Young Entrepreneurs School) என்ற தொழிலதிபர் கூட்டமைப்பில் சேரும் அங்கத்தினர்கள் ஒவ்வொருவரும் 'வருடத்துக்கு 30% வளர்ச்சி காண்போம்' என்று உறுதிமொழி எடுக்கிறார்கள். அதுபோல் இலக்கு குறிப்பிட்டதாக, காலக்கெடுவுக்கு உட்பட்டதாக இருக்கவேண்டும்.

வியூக வாக்கியம் என்பதை நாம் முன்னே பார்த்த கம்பெனி விஷனுடன் குழப்பிக்கொள்ளாதீர்கள். விஷன் என்பது வழி. கம்பெனிக்கு இடப்படும் பாதை. உத்தி வாக்கியம் என்பது பயணம். இடப்பட்ட பாதையில் குறிப்பிட்ட காலம் பயணித்துச் சேரவேண்டிய இடம். அடையவேண்டிய குறிக்கோள்.

ஒரே பொருள் பிரிவிலுள்ள பல கம்பெனிகளுக்கு ஒன்றுபோல் விஷன் இருக்கலாம். கோர் வேல்யூஸ்கூட அமையலாம். ஆனால், ஒரே பொருள் பிரிவிலுள்ள இரண்டு கம்பெனிகளுக்கு ஒரே இலக்கு அமையக்கூடாது. அப்படி அமைவது பிரத்யேக வியுகமாக இருக்க முடியாது.

தேர்ந்தெடுக்கும் இலக்கு கம்பெனியின்மீது பெரிய தாக்கத்தை உண்டு செய்யும் தன்மை கொண்டது. உதாரணத்துக்கு விமானங்களைத் தயாரிக்கும் 'போயிங்' கம்பெனி இனி உலகின் பெரிய விமான தயாரிப்பு கம்பெனி என்றிருப்பதைவிட உலகின் அதிக லாபம்

சம்பாதிக்கும் விமான கம்பெனியாக மாறுவோம் என்று தன் குறிக்கோளாக வகுத்துக்கொண்டது. இதனால் கம்பெனி நிர்வாகம் முதல் விற்பனை செய்யும் விதம்வரை தன் மொத்த கம்பெனி செயல்பாடுகள், நடவடிக்கைகள் அனைத்தையும் அதற்கேற்ப புதியதாக வரையறுத்துக்கொண்டது.

செயற்பரப்பு (Scope)

அடுத்து, கம்பெனி செயற்பரப்பை வரையறுக்கவேண்டும். செயற்பரப்பு என்பது மூன்று பரிமாணங்களைக் கொண்டது:

- நம் வாடிக்கையாளர் யார்
- அவருக்கு என்ன அளிக்கப் போகிறோம்
- வேறெந்த தொழில், பொருட்களோடு ஒருங்கிணைக்க போகிறோம் (Vertical integration).

உணவகம் துவங்கப்போகிறீர்கள் என்று வைத்துக்கொள்வோம். அதன் செயல்பரப்பை வரையறுக்க முக்கியமான சில கேள்விகளுக்கு விடை காணவேண்டும். என்ன மாதிரி உணவகமாக இருக்கவேண்டும்? சைவமா, அசைவமா? சைவம் எனில் உடுப்பியா, செட்டிநாடா, வட இந்திய உணவா? அளிக்கப்போவது ஃபாஸ்ட் புட்டா, ஆற அமர்ந்து உண்ணும் டைனிங் முறையா? ப்ரீமியம் விலையிலா, குறைந்த விலையிலா, அல்லது மீடியம் விலையிலா? ஸ்வீட், காரம், ஜூஸ், ஐஸ் க்ரீம் ஐட்டங்கள் போன்றவையும் உண்டா? ஹோம் டெலிவரி உண்டா? கல்யாண விசேஷங்களுக்கு பல்க் ஆர்டர் எடுப்போமா? டெலிவரி செய்து அங்கே பரிமாறவும் செய்வோமா? சென்னையில் மட்டும் கடை திறப்பதா, தமிழகமெங்கும் விரிந்து பரவுவதா?

அதாவது பிசினஸின் மொத்த ஸ்கோப்பையும் வரையறுப்பது. பிசினஸ் எங்கு செல்லவேண்டும் என்பதில் இருக்கும் தெளிவு எங்கு செல்லக்கூடாது என்பதிலும் வேண்டும். 'ப்ரீமியமாகத்தான் விற்போம் என்று கம்பெனி வரையறுத்த பின் விற்கும் பொருட்களின் விலையைக் குறைத்து விற்பது தப்பாட்டம். அப்படிச் செய்யும்போது ப்ராண்டின் ப்ரீமியம் தன்மை குறைந்துவிடும். குறிவைத்த வாடிக்கை யாளர்கள் அதை ஒதுக்கித் தள்ளிவிடுவார்கள். அதோடு ஊழியர் களுக்கும் குழப்பம் ஏற்படும். கம்பெனியே குட்டிசுவராவதற்குக் குறுக்கு வழி!

அதேபோல் வாடிக்கையாளர் யார் என்பதைத் தெளிவாகப் புரிந்து கொண்டுவிட்டால் அவர்களைத் தாண்டி மற்றவர்களிடம் போய்

நேரத்தையும் முயற்சியையும் வீணடிக்க வேண்டிய அவசியமுமில்லை. பிரயாணிகள் அவசரமாக வந்து, அரக்க பரக்க சாப்பிட்டு செல்ல ஏதுவாக டவுன் பஸ் ஸ்டாண்ட் அருகில் ஹோட்டல் திறந்தால் அதோடு நிற்கவேண்டும். அதோடு ஆற அமர உட்கார்ந்து மெதுவாகச் சாப்பிடும் 'டைன் இன்' வகையையும் வைத்தால் குடும்பத்தோடு வந்து குதூகலமாக சாப்பிடுபவர்களையும் கவரலாம் என்று நினைத்தால் பிரயாணிகளும் வரமாட்டார்கள். குடும்பங்களும் வராது. உள்ளதும் போச்சுடா நொள்ளைக் கண்ணா என்று ஈயடித்துக்கொண்டு, போகும் வரும் பஸ்களைப் பார்த்துக்கொண்டிருக்கவேண்டியதுதான்.

சாதக நிலை (Advantage)

வியூகத்தின் சாரம் காம்பெடிட்டிவ் அட்வாண்டேஜ். வியூக வாக்கியத்தின் முக்கியமான மூன்றாவது அங்கம். குறிக்கோளை வரையறுத்து செயற்பாட்டை அறுதியிட்டபின் அதை அடையப்போகும் வழியை, பெறப்போகும் முறையை, பறிக்கப்போகும் வித்தையை வடிவமைப்பது. கம்பெனியைத் தனித்துவமாக தெரியவைப்பது அதற்கு மட்டுமே சொந்தமான சாதக அம்சங்கள்.

செட்டிநாட்டு ஸ்டைல் சைவ ரெஸ்டரண்ட் ஒன்றை சென்னையில் ஆரம்பிக்கப் போகிறோம் என்று முடிவு செய்தால் மட்டும் போதாது. உடனேயே வாடிக்கையாளர்கள் காரைக்குடியைக் கடந்து வந்து உங்கள் ஹோட்டல் வாசலில் கால் கடுக்க நின்று க்யூ கட்டமாட்டார்கள்.

சாதக நிலையைத் திறம்பட உருவாக்க சரியான கேள்விகளைக் கேட்டு அதற்கான விடை தேடவேண்டும். வாடிக்கையாளர்கள் ஏன் நம் ஹோட்டலுக்கு வரவேண்டும்? மற்ற செட்டிநாட்டு ஹோட்டல்கள் தராத, தர முடியாத எதை நாம் தரப்போகிறோம்? போட்டியாளர் களிடம் இல்லாத எது நம்மிடம் இருக்கப்போகிறது? இதையும் தெளிவாக வரையறுக்கவேண்டும்.

கம்பெனியைத் தனித்துவமாக ஆக்குவது எது என்பது தெளிவாக ஊழியர்களுக்கு தெரிந்தால்தான் அதை அடைவதற்குத் தங்கள் பங்களிப்பை அளிக்கமுடியும்.

கம்பெனியின் சாதக நிலையை இரண்டு அங்கங்களாக எழுதலாம். எழுதவேண்டும். வாடிக்கையாளருக்கு என்ன பயன் தரப் போகிறோம். இதற்கு கஸ்டமர் வேல்யூ ப்ரொபொசிஷன் (Customer value proposition) என்று பெயர். அதோடு கம்பெனியால் மட்டுமே எப்படி அந்த வித்தியாசத்தை அளிக்கமுடிகிறது என்பதிலும் தெளிவு வேண்டும். ஐந்தாம் அத்தியாயத்தில் நாம் பார்த்த வேல்யூ செயின் அமைப்பும் அதை வாடிக்கையாளருக்குப் பயனளிக்கும் வகையில் வடிவமைக்க வேண்டிய முறையும் இதற்கு உதவும்.

‘நாற்பது நிமிடத்தில் ஹோம் டெலிவரி; இல்லையெனில் பில்லில் தள்ளுபடி’ என்று எப்படி ‘டாமினோஸ் பீட்ஸா’வால் கூற முடிகிறது? வேறு எந்த பீட்ஸா ப்ராண்டும் இந்தப் பயனை வாடிக்கையாளர்களுக்கு அளிப்பதில்லை. அப்படி அளிக்கவும் மற்றவர்களுக்கு முடியாத காரியம். அப்படியென்றால் டாமினோஸ் மட்டும் இதை உத்திரவாதமாய் அளிக்க என்ன காரணம்? அவர்கள் ஊரெங்கும் கடை திறந்து, அதிகமாக டெலிவரி ஆட்களை நியமித்து, ஆர்டர் வந்தவுடன் சட்டென்று செய்து பட்டென்று பாக்கிங் செய்யும்படி செயல்களை அமைத்திருப்பதால். அதற்கேற்ப தங்கள் செயல்கள் அனைத்தையும் இயந்திரத்தனமாக்கியிருப்பதால்.

இலக்கு, செயற்பரப்பு, சாதகம் மூன்றையும் வரையறுப்பது லேசுபட்ட காரியமல்ல. ஒன்றுக்கொன்று விட்டுக்கொடுக்க வேண்டி வரும். அதிக வளர்ச்சி, மார்க்கெட் ஷேர் வேண்டும் என்றால் லாபம் சற்று குறைவாகத்தான் இருக்கும். பெரிய கம்பெனிகளுக்கு மட்டுமே விற்க முடிவெடுத்தால் சில்லறை வியாபாரிகளைக் கைவிட வேண்டியிருக்கும். குறைந்த விலையில் சட்டை, பேண்ட் விற்கப்போகிறோம் என்ற கம்பெனி புதிய ஃபாஷன்களை அறிமுகப்படுத்துகிறேன் என்று இறங்கக்கூடாது. இந்த ட்ரேட் ஆஃப் செய்ய தயாராக இருக்கும் கம்பெனிகளால் மட்டுமே சாதக நிலையை சரியாகப் பயன்படுத்தி குறிக்கோள்களை அடையமுடியும்.

வியூக அறிக்கை தெளிவாக வரையறுக்கப்பட்டால் கம்பெனிக்குப் பல பயன்கள் உண்டு. ஊழியர்கள் அனைவருக்கும் ‘என்ன செய்கிறோம், அதை எப்படி செய்யப்போகிறோம், எங்கே போகிறோம், அங்கு எப்படி போகப்போகிறோம்’ என்ற தெளிவு பிறக்கும். அத்தியாயத்தின் முதலில் நாம் பார்த்த குழப்ப சூழ்நிலைகள் கம்பெனியில் இருக்காது. மனதில் தெளிவு இருந்தால் எண்ணங்களில், செயல்பாடுகளில், முயற்சியில், நடவடிக்கைகளில் ஆட்டோமேடிக்காகத் தெளிவும் ஒருமுகப்படுத்தலும் வரும். இலக்கு எளிதாகும். பெரிய குறிக்கோள்கூட சிறியகோள் சைஸில் சிறுக்கும்.

வியூக அறிக்கை தயாரிக்க டிப்ஸ்

வியூக அறிக்கையின் அவசியத்தை, அழகைப் பார்த்தோம். வியூக அறிக்கை எழுதுவதில் உள்ள நெளிவுசுளிவுகளையும், எழுதும் முறைகளையும் இப்போது பார்ப்போம்.

வியூக அறிக்கை எழுத முதலில் தேவை... வியூகம்!

தெளிவான கோணத்தில், திறமையாய் ஆராய்ந்து முழுமையாய் வடிவமைக்கப்பட்ட வியூகம். இருக்கும் தொழிலை ஐயமற அறிந்து,

வாடிக்கையாளர் தேவையைத் தெளிவாய் புரிந்து, அதைத் திறம்பட வகைப்படுத்தி, எந்த வாடிக்கையாளர் பிரிவைக் குறிவைக்கப் போகிறோம் என்பதில் தெளிவு பெற்று அவர்களுக்கு என்ன அளிப்பது, எப்படி அளிப்பது என்பதை முடிவுசெய்வதுதான் வியூகம். இதைத்தான் ஒழுங்காய் முறையாய் முதலில் செய்யவேண்டும். இதை செய்ய உதவும் கருவிகளையும் முறைகளையும்தான் நாம் முந்தைய அத்தியாயங்களில் பார்த்தோம்.

இவை அனைத்தையும் அணைத்து, இணைத்து, பிணைத்து, பிசைந்து, அலச நமக்கு உதவ நாம் தெரிந்துகொள்ளவேண்டிய நாம் கண்டுபிடிக்கவேண்டிய ஒரு ஷார்ட் கட் உள்ளது. அதன் பெயர் 'ஸ்வீட் ஸ்பாட்' (Sweet spot).

சபாஷ், சரியான ஸ்வீட் ஸ்பாட்

இதென்ன ஸ்ரீ கிருஷ்ணா ஸ்வீட்ஸ்போல் ஏதாவது ஸ்வீட் கடையா? இல்லை. கிரிக்கெட்டில் பாட்ஸ்மென் அடிக்கும் எல்லா ஷாட்டுளும் பவுண்ட்ரி அடைவதில்லை. பேட்டில் சரியான இடத்தில் படும் போதுதான் பால் பவுண்ட்ரிக்கு பறப்பதைப் பார்த்திருப்பீர்கள். பேட்டில் அந்த இடத்துக்கு ஸ்வீட் ஸ்பாட் என்று பெயர். ஸ்வீட் ஸ்பாட் என்பதை ஒருவித ஸ்ட்ராங் பாயிண்ட் என்று வைத்துக்கொள்ளுங்கள்.

கம்பெனி வியூகம் அமைக்கும்விதத்தைப் பற்றிப் பேசுகையில் எதற்கு இந்த ஸ்வீட் ஸ்பாட்? இதை வார்த்தைகளில் விளக்கும் முன் இந்தப் படத்தை முதலில் பாருங்கள்.

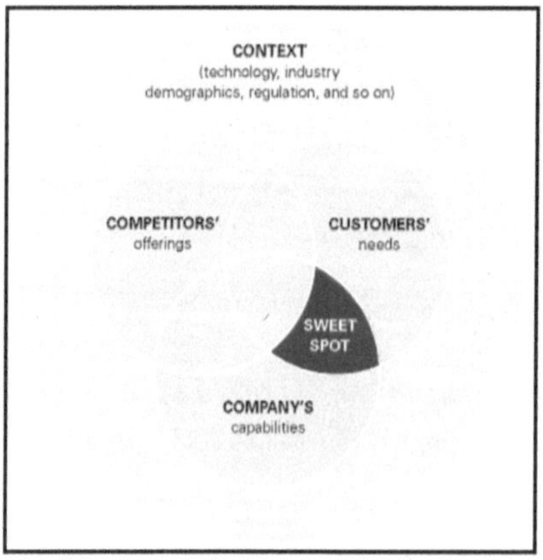

(Source: "Can you say what your strategy is?' by "David Collis' & "Michael Rukstad)

ஸ்கூல் படிக்கையில் கணிதப் பாடத்தில் 'வென் டயாக்ரம்' என்ற ஒன்றை படித்தது ஞாபகம் வருகிறதா? அதை மீண்டும் ஒரு முறை நினைத்துப் பாருங்கள். பிறகு மேற்கொண்டு படியுங்கள்.

செய்யும் தொழிலின் சூழ்நிலையை மனதில் கொண்டு போட்டியாளர் களைவிடச் சிறந்த முறையில் வாடிக்கையாளர்களின் தேவைகளைப் பூர்த்தி

செய்யும் வழியை, விதத்தை விவரிப்பதுதான் கம்பெனியின் ஸ்வீட் ஸ்பாட். இதன் வெவ்வேறு படிகளைப் பட்டியலிட்டுப் பார்த்தால் இன்னமும் ஈஸியாகப் புரியும்.

- தொழில் சூழ்நிலை, அதில் நிலவும் தொழில் நுட்பம், கட்டுப் படுத்தும் சட்ட திட்டங்கள், கலாசாரக் காரணிகள் போன்ற வற்றுக்கு இடையே மூன்று வட்டங்கள்.
- வாடிக்கையாளர் தேவைகளைக் குறிப்பது வலப்புறத்தில் உள்ள வட்டம்.
- போட்டியாளர்கள் என்ன தருகிறார்கள், எப்படித் தருகிறார்கள், வாடிக்கையாளர் தேவையை எப்படிப் பூர்த்தி செய்கிறார்கள் என்பதை குறிப்பது இடப்புற வட்டம்.
- நம் கம்பெனியின் சக்தி, செயல்பாடு, செய்யும் திறன் போன்றவற்றைக் குறிப்பது கீழே உள்ள வட்டம்.

முந்தின பக்கத்தில் இருக்கும் படத்தை பாருங்கள். வாடிக்கையாளர் விரும்பக்கூடிய அதே நேரம் போட்டியாளர்கள் தரமுடியாத சேவையை அல்லது பொருளைத் தரும்வகையில் ஒரு நிறுவனத்திடம் இருக்கும் திறமை எதுவோ அதுவே ஸ்வீட் ஸ்பாட். இந்தப் படத்தில் அடர்ந்த நிறத்தில் அது குறிப்பிடப்பட்டிருக்கிறது.

இந்தப் பகுதில் இருப்பது வாடிக்கையாளர்களுக்குத் தேவையான ஒன்று. ஆனால் தற்சமயம் எந்த போட்டியாளராலும் பூர்த்தி செய்யாத ஒன்று. அதோடு நம் கம்பெனியின் சக்திக்கு உட்பட்டு தயாரித்து வழங்கக் கூடிய ஒன்று. இதுவே கம்பெனியின் ஸ்வீட் ஸ்பாட். இந்த இடம் கொண்டு அடித்தால் எந்த பாலும் கண்டிப்பாய் சிக்ஸர் தானே!

வியூக வாக்கியமே தேவ வாக்கியம்

வியூக வாக்கியம் தனித்தன்மை வாய்ந்தது. கம்பெனிக்கு கம்பெனி வித்தியாசப்பட வேண்டியது. நாம் ஏற்கனவே பார்த்தது போல், ஒரு கம்பெனியின் வியூக வாக்கியம் அதன் போட்டி கம்பெனிக்கும் பொருந்தும் என்றால் அந்த வியூக வாக்கியம் சிறந்ததாக, வெற்றி ஈட்டித் தருவதாக இருக்கமுடியாது. முதல் காரியமாக அந்த வியூகத்தை சுத்தியால் அடித்து சுக்கு நூறாக உடைத்தெறிந்து தனித்துவமாய் திகழும் வகையில் மாற்றி அமைப்பது அவசியம். இதற்கு கம்பெனியின் ஸ்வீட் ஸ்பாட் என்ன என்பதை அறிந்து கொள்ளுங்கள்.

வியூக வாக்கியம் அமைப்பது பெரியதல்ல. அதை சேர்மன் முதல் சேர் துடைப்பவர் வரை, மேல்மட்ட முதலாளி முதல் கடைமட்ட ஊழியர்

வரை தெள்ளத்தெளிவாக விளக்கவேண்டும். எங்கு செல்கிறோம், என்ன செய்யப் போகிறோம், எப்படி அடையப் போகிறோம் என்பது தெரிந்தால்தான் வியூகம் முழுமையடையும். ஊர் கூடி இழுத்தால்தான் தேர் நகரும். ஊழியர் கூடி உழைத்தால்தான் இலக்கை அடைய முடியும்!

இதெல்லாம் சரி, வியூகத்தை எதற்கு 35 வார்த்தைகளில் ஹைக்கூ மாதிரி எழுதுவது என்று சிலர் கேட்கலாம்.

சரி வேண்டாம், உங்கள் கம்பெனி வியூக வாக்கியத்தை முழம் நீளத்துக்குகூட எழுதுங்கள். மாங்கு மாங்கென்று மரபுக்கவிதையில் வேண்டுமானாலும் எழுதுங்கள். அதுவும் இல்லையென்றால் அறுசீர் விருத்தத்தில் அழகாக ட்ரை பண்ணுங்கள். யார் உங்களை தடுக்கப் போகிறார்கள்?

என்ன, யாருக்கும் ஒரு எழவும் புரியாது. பரவாயில்லையா? எழுதும் உங்களுக்கு புரிந்தால் அதுவே பெரிய விஷயம்தான்.

வியூகம் புத்திக்கு உறைக்கவேண்டும். சிக்கென்று இருந்தால்தான் டக்கென்று புரியும். ஏழெட்டு வார்த்தைகள் அதிகமானாலும் ஓகே. டெண்டர்போல் வளவளவென்று எழுதினால் யாருக்கும் படிக்கப் பிடிக்காது. முதலில் நீங்களே படிப்பீர்களா?

வியூகம் சிக்கென்று, சிக்கனமாய், சிறப்பாய் எழுதுங்கள். பட்டுப் புடவை பார்க்க பவ்யமாய் இருந்தாலும் மினி ஸ்கர்ட்தானே காண மஜாவாக இருக்கிறது. அட, இதை நான் சொல்லவில்லை சார். காலிஸ் - ரக்ஸ்டட் சொல்கிறார்கள்!

11

ஹெட்ஜ்ஹாக் கோட்பாடு

நரியைப் பார்த்திருப்பீர்கள். அட்லீஸ்ட் கேள்விப்பட்டிருப்பீர்கள். ஹெட்ஜ்ஹாக் (Hedgehog) என்றால் என்ன தெரியுமா?

பெயரைக் கேட்டால் காட்டு மிருகங்களுக்கான லாட்ஜ்போல் இருக்கிறதா? ஹெட்ஜ்ஹாக் என்பது கிட்டத்தட்ட முள்ளம்பன்றி போன்ற ஒரு மிருகம். ஆனால் முள்ளம்பன்றியைவிடச் சின்னது. பெரிய சைஸ் எலிபோல் இருக்கும். உடம்பு முழுவதும் முள்ளம் பன்றிபோல் முள் உள்ள மிருகம்.

தோன்றிய நாள் முதல் நரிக்கு ஹெட்ஜ்ஹாக்கைப் பிடித்துத் தின்ன வேண்டும் என்று கொள்ளை ஆசை. ஆனால் இன்று வரை முடியவில்லை.

ஏன்?

ஹெட்ஜ்ஹாக் வேகமாக ஓடுமோ? இல்லை. பாய்ந்து தாக்கும் திறன் இருக்கிறதா? லேது. நாக்கில் விஷம் இருக்குமோ? கிடையாது. பிறகு எப்படி நரியிடமிருந்து தப்பிக்கிறது.

ரொம்ப சிம்பிள். நரி என்னென்னவோ தந்திரம் செய்யும். தகிடுதத்தம் போடும். திட்டம் வகுக்கும். புதரில் ஒளிந்திருந்து ஹெட்ஜ்ஹாக் அந்த பக்கமாய் வரும்போது அதன் மீது தாவும். ஹெட்ஜ்ஹாக் டென்ஷன் ஆகாது. ஓடாது. குய்யோ முறையோ என்று கத்தாது. நரி

அதன் அருகில் வந்து தாவ முயற்சிக்கும் போதும் கொஞ்சம்கூட பதற்றப்படாது. 'இந்த தரித்திரத்துக்கு எத்தனை பட்டாலும் புரியாது போலிருக்கிறது' என்பதுபோல் 'ஹூம்ம்ம்ம்ம்' என்று ஒருவித அலுப்போடு தன் சிறிய உடம்பை பந்துபோல் சுருட்டிக்கொண்டு அப்படியே நிற்கும்.

பாய்ந்து வரும் நரி பயந்து போய் பக்கத்தில் படாரென்று லாண்ட் ஆகி வெறுமனே பந்து போன்ற ஹெட்ஜ்ஹாக் பார்த்துக்கொண்டு நிற்கத்தான் முடியும். அதுதான் அதன் உடம்பெங்கும் அம்புகள் குத்திக்கொண்டு நிற்கிறதே. நரி அதன் உடம்பில் வாயை வைத்தால் முருகனுக்கு அலகு குத்திக்கொண்டதுபோல் வாயில் முள் குத்துமே. சரி, காலால் எட்டி உதைத்து தாக்கலாம் என்றால் ஹெட்ஜ்ஹாக்கின் ஆயிரமாயிரம் முள்கள் குத்தி நரியின் காலை கிட்டத்தட்ட ஊதுவத்தி ஸ்டாண்ட்போல் ஆக்கிவிடுமே!

நரி இப்படியும் அப்படியும் ஹெட்ஜ்ஹாக்கை ஐந்து ஆறு தடவை சுற்றி வரும். அதை ஒன்றும் செய்யமுடியாது என்பதை உணர்ந்து 'சே, என்ன எழவுடா இது' என்று வாலைச் சுருட்டிக்கொண்டு தன் இருப்பிடம் செல்லும். 'அடுத்து என்ன திட்டம் போட்டு இந்த பாழாய் போன ஹெட்ஜ்ஹாக்கைப் பிடிக்கலாம்' என்று லாட்ஜில் ரூம் போட்டு யோசிக்கத் துவங்கும்.

பனங்காட்டு நரி எந்த சலசலப்புக்கும் அஞ்சாது என்பார்கள். ஆனால் எந்த பனங்காட்டு நரியின் சலசலப்புக்கும் ஹெட்ஜ்ஹாக் அஞ்சியதே இல்லை!

நிற்க.

தொழிலைப் பற்றி பேசும்போது எதற்கு இந்த அனிமல் ப்ளானட்? வியூகங்கள் பற்றிய புத்தகத்தில் எதற்கு மிருகங்கள் பற்றிய விளக்கம்?

ஹெட்ஜ்ஹாக்-நரி மேட்டர் அந்தக் கால க்ரேக்க நாட்டு நீதி கதை. கதை கூறும் நீதி ரொம்ப சிம்பிள். 'நரிக்கு பல விஷயம் தெரியும், பலவற்றைச் செய்யும். அதனால் எதையும் உருப்படியாய் செய்யாது. ஹெட்ஹாட்ஜுக்கு ஒரு விஷயம்தான் தெரியும். அதை மட்டுமே செய்யும். அதனால் பிழைக்கும்'.

வாழ்க்கையை மட்டுமல்ல, வியாபாரத்தையும் எளிமையாக்கும் போது நம் பார்வை தெளிவடையும்; பயணிக்க வேண்டிய பாதை புலப்படும்; செய்யும் முயற்சிகள் முழுமையடையும்; அடைய வேண்டிய வெற்றி கைகூடும்!

எது அநாவசியமோ அதை விட்டு, எது முக்கியமோ அதை மட்டும் நினைத்து, கலங்காமல் முயற்சித்து, அசராமல் அடித்து, மஹேந்திர

சிங் தோனிபோல் கூலாக இருந்தால் வெற்றி உறுதி என்பதே ஹெட்ஜ்ஹாக் நமக்குக் கற்றுத் தருவது.

இதை 'குட் டு க்ரேட்' (Good to Great) என்ற புத்தகத்தில் மேற்கோள் காட்டி வெற்றிகரமான கம்பெனிகள் சிறந்த வியூகம் அமைக்கும் வழியை விளக்குகிறார் 'ஜிம் காலின்ஸ்' (Jim Collins). இவர் உலகப் புகழ் பெற்ற 'ஸ்டான்ஃபோர்ட் பல்கலைக்கழக'த்தில் நிர்வாகவியல் பேராசிரியராக பல காலம் இருந்தவர். பின் வேலையை உதறிவிட்டு கம்பெனிகள் அதிசிறந்ததாக விளங்க, காலங்காலத்துக்கும் வெற்றி பெற்று அபார வளர்ச்சி காண தேவையான வழிகளைக் கண்டுபிடிக்க ஆய்வுக்கூடம் ஒன்றை நிறுவி முழு மூச்சுடன் ஆராய்ந்து வருபவர்.

இவர் 21 பேர் கொண்ட ஆய்வுக் குழுவுடன் ஐந்து வருடங்கள், 1,435 கம்பெனிகளை அலசி, ஆயிரக்கணக்கான செய்திகள், புள்ளி விவரங்கள், ஆய்வறிக்கைகளைச் சேகரித்து படித்து பல கம்பெனி நிர்வாகிகளுடன் கலந்துரையாடி சிறந்த கம்பெனிகள் உருவாவது எப்படி என்று ஆராய்ந்தார். தன் ஆய்வு முடிவுகளை விலாவரியாக புத்தகமாக எழுதினார். நல்ல கம்பெனிகள் அதிசிறந்த கம்பெனிகளாவது எப்படி என்பதை விளக்கும் புத்தகம். அதானாலேயே அப்புத்தகத்தின் பெயர் குட் டு க்ரேட்!

ஆழ்ந்த ஆய்வுகளுக்குப் பின் அதிசிறந்தவை என்று காலின்ஸ் தேர்ந்தெடுத்தது பதினோரு கம்பெனிகளை. இந்த கம்பெனிகளின் வெற்றிக்கு அடித்தளம் இட்டது கம்பெனி தலைவரின் நிர்வாகத் திறன் என்கிறார். வெற்றிக்கு வித்திட்ட மற்ற காரணங்களில் முக்கியமானது இக்கம்பெனிகள் தங்களுக்கு போட்டுக்கொண்ட பாதை. ஆழமாய் சிந்தித்து, தெளிவாய் முடிவெடுத்து, எளிமையான பாதையை வகுத்துக்கொள்கின்றன அதிசிறந்த கம்பெனிகள்.

மற்ற கம்பெனிகள் நாய் வாய் வைப்பதுபோல் நாலாபக்கமும் தொட்டு, ஏகத்துக்கும் குழம்பி, இருப்பவர்களையும் குழப்பி, சிக்கலான பாதையைத் தேர்ந்தெடுத்து, சின்னாபின்னமாகி சீர்குலைந்து போய் சிதிலமைடைகின்றன.

அதிசிறந்த கம்பெனிகளை உருவாக்கி நிர்வகித்தவர்கள் ஹெட்ஜ்ஹாக் போன்றவர்கள். தெளிவாகச் சிந்தித்து, தேவையில்லாததை நீக்கி, தேவையானதை மட்டும் தேர்ந்தெடுத்து பாதை போட்டு பயணிக்கின்றனர். இதை ஹெட்ஜ்ஹாக் கோட்பாடு என்கிறார் காலின்ஸ்.தான் தேர்ந்தெடுத்த பதினோரு கம்பெனிகள் இதைத்தான் செய்தன. வெற்றி பெற்றன. பெற்ற வெற்றியைத் தக்கவைத்திருக்கின்றன என்கிறார்.

ஹெட்ஜ்ஹாக் கோட்பாடு

ஹெட்ஜ்ஹாக் கோட்பாடு ரொம்பவே எளிமையான ஒரு சித்தாந்தம். இது மூன்று வட்டம் கொண்ட திட்டம். ஒவ்வொரு வட்டமும் ஒரு கேள்விக்கான விடை. விடை என்றால் ரூம் போட்டோம், அதில் மீட்டிங் போட்டோம், பிஸ்கெட்டும் டீயும் தின்று நான்கு பேர் யோசித்தோம், பேசினோம், கண்டுபிடித்தோம் என்ற வகையிலான விடையல்ல. தன் ஆய்வில் சந்தித்த அதிசிறந்த கம்பெனிகள் இக்கேள்விகளுக்கான விடைகளை நான்கு வருடங்கள் வரைகூட தேடி, அலசி, ஆராய்ந்து முடிவு செய்தன என்கிறார்.

ஒவ்வொரு கம்பெனியும் பதில் தேடவேண்டிய அந்த மூன்று கேள்விகள் இதோ:

- எந்த விதத்தில் உங்கள் கம்பெனியால் உலகிலேயே சிறந்ததாக இருக்க முடியும்?
- உங்கள் கம்பெனியின் பொருளாதார இன்ஜினைச் செலுத்துவது எது? அதாவது உங்கள் கம்பெனிக்குத் தொடர்ந்து, மேன்மேலும் லாபம் ஈட்டும் தன்மையைப் பெற்றுத் தரவல்லது எது?
- நீங்கள் உணர்வுபூர்வமாய் நேசிப்பது எதை?

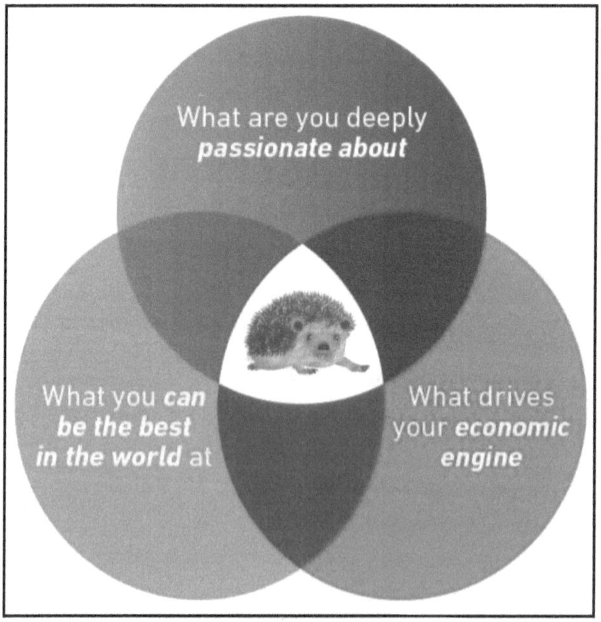

ஒவ்வொரு கேள்வியையும் ஒரு வேள்விபோல் நினைத்து பதிலைத் தேடவேண்டும். தேடும்போது பல பதில்கள் வரலாம். வரும். ஆனால் மூன்று கேள்விகளுக்கும் பொதுவாக ஒரு பதில் வரும். வரவேண்டும். அதுவே கம்பெனி பிழைக்க, தழைக்க, காலகாலத்துக்கும் சிறக்க வைக்க உதவும் தாரக மந்திரம்!

சாதாரண கம்பெனிகளுக்கும் அதிசிறந்த கம்பெனிகளுக்கும் உள்ள வித்தியாசம் இதுவே. அதிசிறந்த கம்பெனிகள் ஹெட்ஜ்ஹாக் கோட்பாட்டுக் கேள்விகளுக்கான தெளிவான விடையைப் புரிந்து கொண்டன. அப்புரிதலுக்கேற்ப வியூகங்கள் அமைத்துத் தங்கள் பாதையை வகுத்துக்கொண்டன.

நாம் சரியாய் புரிந்துகொள்ள இந்தக் கோட்பாட்டின் மூன்று கேள்விகளின் தன்மைகளையும் அதற்கு விடை காணும் வழிகளையும் இப்போது பார்ப்போம்.

எந்த விதத்தில் உங்கள் கம்பெனி உலகிலேயே சிறந்ததாக இருக்க முடியும்?

எல்லா கம்பெனிகளுக்கும் சிறந்ததாக ஆகவேண்டும் என்ற ஆசை இருக்கலாம். ஆனால், எல்லாவற்றிலும் சிறந்ததாக எந்த கம்பெனியாலும் இருக்கமுடியாது. எதில் சிறந்து விளங்குவது என்று கம்பெனிகள் தீர்மானிக்கவேண்டும். சிறந்த கம்பெனிகள் மட்டுமே இதைத் தெளிவாக உணர்ந்து, பதமாகப் பார்த்து, கர்வமில்லாமல் சிந்தித்து தாங்கள் எதில் சிறந்ததாக இருக்கமுடியும் என்று தேடித் தேர்ந் தெடுக்கிறார்கள்.

தங்களுக்கு எது தெரியுமோ, எது புரியுமோ அதை மட்டுமே செய்து, தங்கள் ஈகோ சொல்வதை கேளாமல் தங்கள் திறமை எதுவோ அதற்கேற்ப மட்டுமே முயற்சிகளை மேற்கொள்ளும் என்று சிறந்த கம்பெனிகளைப் பற்றிக் கூறுவார் 'வாரன் பஃப்பே'.

நாம் ஏற்கனவே பார்த்ததுபோல் 'பால் கொள்முதல் செய்யும் விதத்தை' சிறந்ததாக உணர்ந்து அதை மட்டுமே திறம்படச் செய்யும் 'ஹட்சன்' நிறுவனம்போல. பரந்து விரிந்த தங்கள் விநியோக சக்தியைக்கொண்டு நாடெங்கும் அன்றாடத் தேவைக்கான பொருள் களை வெற்றியுடன் அறிமுகப்படுத்தும் 'ஐடிசி' கம்பெனியைப்போல.

மற்ற கம்பெனிகளைவிட நம்மால் எதை மிகச் சிறந்ததாக செய்ய முடியும் என்று அறுதியிடுவதே ஹெட்ஜ்ஹாக் கோட்பாட்டின் முதல் கேள்வி. ஒன்றைச் சிறந்ததாகச் செய்ய முடியாவிட்டால் பிறகு எதற்கு அதைச் செய்துகொண்டு? அதைத் தலைமுழுகி எதைச் சிறப்பாகச்

செய்யமுடியுமோ அதை மட்டுமே செய்வது புத்திசாலித்தனம் அல்லவா.

ஒரு விஷயத்தைச் சிறந்ததாக உங்களால் செய்ய முடியவில்லை என்றால் அது உங்கள் ஹெட்ஜ்ஹாக் கோட்பாட்டுக்குள் கொண்டு வராதீர்கள். இந்தக் கேள்விக்கான விடையைத் தேடும்போது உங்களை நீங்களே ஏமாற்றிக்கொண்டு பொய் சொல்லாமல் உங்கள் கம்பெனி மற்ற கம்பெனிகளைவிட எவ்வகையில் சிறந்ததாக இருக்கமுடியும் என்று தேடுங்கள்.

உங்கள் கம்பெனி எதில் சிறந்தாதாக இருக்கமுடியும் என்பதைத் தெளிவாய் அறுதியிட நாம் ஏற்கனவே இப்புத்தகத்தில் பார்த்த ஸ்வாட் ஆய்வு, கோர் காம்ப்பெடன்ஸ் போன்ற கோட்பாடுகளை நினைவில் கொள்ளுங்கள். அதைச் செவ்வனே செய்தால் நீங்கள் எதில் சிறந்ததாக இருக்கமுடியும் என்பதைத் தெரிந்துகொள்ள முடியும்.

ஒரு விஷயத்தில் நீங்கள் ஒழுங்காய் செய்வதால் மட்டுமே அதில் சிறந்ததாய் விளங்குவீர்கள் என்று அவசியமில்லை. ஒழுங்காய் தெரிந்ததைச் செய்தால் நல்ல கம்பெனியாய் இருக்கலாம். ஒரு விஷயத்தை மற்றவர்களைவிடச் சிறந்ததாய் செய்தால் மட்டுமே அதிசிறந்த கம்பெனியாய் திகழ முடியும். இதை உலகின் அதிசிறந்த கம்பெனிகள் புரிந்து தங்கள் பாதையை அதற்கேற்ப வகுத்துக் கொண்டன என்கிறார் காலின்ஸ்.

அதிசிறந்த கம்பெனிகள் இக்கோட்பாட்டைத் தெளிவாகப் புரிந்து கொண்டதோடு மட்டும் நிற்கவில்லை. அதை மேலும் வளர்க்கத் தேவையான வளங்களை ஒதுக்கி, முதலீடு செய்து, கடும் முயற்சிகள் மேற்கொண்டன, அதனாலேயே மேன்மேலும் சிறந்து விளங்க முடிந்தன என்கிறார் காலின்ஸ்.

உங்கள் பொருளாதார இன்ஜினைச் செலுத்துவது எது?

அதிசிறந்த கம்பெனிகள் விடாமல், அதிக லாபம் ஈட்டி வந்ததை தன் ஆய்வில் கண்டார் காலின்ஸ். இதற்குக் காரணம் அவர்கள் திறமையாக அடையாளம் கண்டுகொண்ட எகனாமிக் இன்ஜின் (Economic engine) என்கிறார். கம்பெனி தன் லாபத்தை எப்படி வரையறுக்கிறது என்பதைப்பற்றிய கோட்பாடு இது.

லாபம் ஈட்டுவதால் அவர் ஆய்வு செய்த கம்பெனிகள் லாபம் அதிகமுள்ள தொழிலில் இருந்திருப்பார்கள் என்றுதானே நினைக்கிறீர்கள். அதுதான் இல்லை. இவர்கள் இருந்த அதே பொருள் பிரிவில் இருந்த மற்ற கம்பெனிகள் சிங்கியடித்துக்கொண்டிருக்க இந்த கம்பெனிகள்

மட்டும் சிங்கம்போல் சிங்கிளாக வந்தன, சிறப்பாக வெற்றி பெற்றன.

லாபம் ஈட்டும் தொழிலில் இருந்தால்தான் அதிசிறந்த கம்பெனியாக முடியும் என்றில்லை. தங்கள் தொழிலின் பொருளாதாரத்தை முழுவதுமாக புரிந்து அதற்கேற்ப தங்கள் செயல்திட்டங்களை வகுக்கின்றன. கம்பெனிகளுக்குத் தேவை லாபம். அந்த லாபத்தை விற்பனையை வைத்து மட்டுமே பல கம்பெனிகள் கணக்கிடுகின்றன. அதிசிறந்த கம்பெனிகள் மாற்றிச் சிந்திக்கின்றன. குறைவில்லா, தொடர்ந்த லாபத்தை ஈட்டித் தருவது எது என்று தேடுவதில்தான் சூட்சுமம் இருக்கிறது.

உதாரணத்துக்கு, 'இன்ஃபோசிஸ்' தன் பொருளாதார இன்ஜினாகக் கருதுவது வருடாந்திர லாபத்தை அல்ல. 'ப்ராஃபிட் பெர் எம்ப்ளாயி' (Profit per employee). அதாவது 'ஒவ்வொரு ஊழியர் மூலம் கிடைக்கும் லாபத்தை'.

உணர்வு பூர்வமாய் நீங்கள் நேசிப்பது எதை?

உணர்வுபூர்வமாக நீங்கள் எதை நேசிக்கிறீர்கள் என்பதை அறுதியிடுங்கள். இதை ஆங்கிலத்தில் பேஷன் (Passion) என்பார்கள். எதை செய்வதில் உங்களுக்கு பேஷன் உண்டோ அதை செய்யுங்கள். காலையில் கண் விழித்தது முதல் உங்களை விரட்டி ஆஃபீஸிலிருந்து அனைவரும் சென்ற பிறகும் உங்களை உழைக்க வைப்பது எதுவோ அதை மட்டுமே செய்யுங்கள் என்கிறார் காலின்ஸ்.

இந்த மூன்று விடைகளின் இண்டர்செக்ஷன்தான் உங்கள் ஹெட்ஜ்ஹாக் கோட்பாடு. உங்களுக்கு அதிக ஆர்வமும் பேஷனும் இருந்து அதை மற்றவர்களைவிடச் சிறந்தாய் செய்யமுடிந்து அது குறைவில்லா லாபம் தரவல்லதாக இருக்கிறதோ அதை கம்பெனி கோட்பாடாக்குங்கள். அந்தக் கோட்பாட்டை கம்பெனியின் கண்களில் கடிவாளமாய் கட்டி அதன் வழி மட்டும் வியாபாரத்தைப் பார்த்து, அதன்படி முடிவுகள் எடுத்து, அதன் பாதையில் பயணம் செய்தால் வெற்றி நாடு தொட்டு, அங்கு சக்சஸ்புரத்தில் நம்பர் ஒன் இலக்க அட்ரஸை அலேக்காக அடைவீர்கள்!

யோசித்துப் பாருங்கள். நீங்கள் சிறந்து விளங்கும் விஷயம் மீது உங்களுக்கு பேஷன் இல்லையெனில் அந்தப் பணியைக் கடனே என்றுதான் செய்வீர்கள். நீங்கள் பேஷன் வைத்திருக்கும் விஷயம் உங்கள் எகனாமிக் இன்ஜின் இல்லையெனில் அதில் லாபம் சம்பாதிக்கமாட்டீர்கள். ஆக, அந்த மூன்று விடைகளின் சங்கமம்தான் உங்கள் வெற்றியின் ஆதாரம் என்பதைப் புரிந்துகொள்ளுங்கள்.

ஹெட்ஜ்ஹாக் உருவாக்கமும் உதாரணமும்

ஹெட்ஜ்ஹாக் கோட்பாடு என்பது சிறந்ததாக மாற இலக்கிடும் லட்சியமல்ல. சிறந்ததாக ஆக மாறும் முயற்சியும் அல்ல. சிறந்ததாக மாற இடும் திட்டமும் அல்ல.

ஹெட்ஜ்ஹாக் கோட்பாடு என்பது எந்த விஷயத்தில் சிறந்ததாக இருக்கமுடியும் என்ற தெளிவான புரிதலைப் பெறுவது. வாழ்க்கையிலும் வியாபாரத்திலும் சில விஷயங்கள் புரியாமல் இருப்பதால்தானே புலம்பவேண்டியிருக்கிறது. புரிந்துவிட்டால் தீர்ந்து பிரச்னை; ஓய்ந்தது ஒப்பாரி.

மூன்று வட்டங்களைப் பாருங்கள். அந்த மூன்று வட்டங்கள் ஒன்றையொன்று வெட்டும் இடம்தான் உங்கள் ஹெட்ஜ்ஹாக் கோட்பாடு. இதுவே உங்கள் கம்பெனியின் ஆதார மந்திரம். வியூகங்களை நடத்திச் செல்லப்போகும் கடிவாளம்.

பன்னாட்டு கம்பெனிகள் முதல் பல்பொடி விற்கும் சிறு பிசினஸ் வரை அனைவருக்கும் பொருந்தும் கோட்பாடு இது. இன்னும் சொல்லப் போனால் சிறு பிசினஸை இருக்கும்போதே இந்தக் கோட்பாட்டை வரையறுத்துக்கொண்டால் பயணிக்க வேண்டிய பாதை தெளிவாகும். பயணிக்க வேண்டிய பயணமும் எளிதாகும்.

சிறிய, வளரும் பிசினஸ் இந்தக் கோட்பாட்டை எப்படி தனக்கு வரையறுத்துக் கொண்டிருக்கிறது என்பதைப் புரியவைக்க இராமனாதபுரம் வரை செல்வோம், வாருங்கள்.

இராமனாதபுரத்தில் உள்ளது 'பெஸ்ட் மம்மி' என்கிற பேக்கரி. நகரெங்கும் கிளைகள் கொண்ட இந்த பேக்கரி பஸ் ஸ்டாண்ட், மார்க்கெட் ஏரியா, சூப்பர் மார்க்கெட் போன்ற இடங்களில் கடை திறந்து வாடிக்கையாளர்கள் சௌகரியமாக அமர்ந்து சாப்பிடும் வசதியுடன் ப்ரெட் ஐடம்ஸ், ஸ்வீட்ஸ், கேக், கார வகைகள், டீ, காபி, ஜூஸ் வகையறா விற்கும் ப்ராண்ட். சின்ன கம்பெனி என்றாலும் பெரிய கனவுகளோடு இராமனாதபுர மாவட்டமெங்கும் பரவி பிறகு மற்ற மாவட்டங்களுக்கும் பரவும் திட்டம் வகுத்து வைத்திருக்கிறார்கள். இவர்கள் தங்களுக்கென்று வகுத்திருக்கும் ஹெட்ஜ்ஹாக் கோட்பாட்டை பார்ப்போம்.

எவ்விதத்தில் சிறந்தாக இருப்பது:	'அம்மா கைமணம்போல் சுவையான பேக்கரி ஐடங்கள் சமைப்பது.'

பொருளாதார என்ஜின்	:	'ஒவ்வொரு வாடிக்கையாளரிடமிருந்து பெறும் லாபம்.'
உணர்வு பூர்வமாய் நேசிப்பது	:	வாடிக்கையாளர்களை வீட்டுக்கு வரும் விருந்தாளிகளைப்போல் உபசரிப்பது

எந்த பேக்கரிக்கும் பொருந்தக்கூடிய கோட்பாடுபோல் தோன்றுகிறதா? பெஸ்ட் மம்மி தங்களுக்கென்று பிரத்யேகமாக வகுத்திருக்கும் இக்கோட்பாடு எப்படி ஒரு தெளிவான கடிவாளம் போட்டு திட்ட மிட்ட நேர் பாதையில் அவர்களை அழைத்துச் செல்லும் திறன் வாய்ந்து என்பதை விலாவாரியாய் பார்போம்.

பல பேக்கரிகள் திறந்த புதிதில் பேக்கரி ஐடங்கள் மட்டும் விற்று பின் நாளாக சிகரெட், வெத்தலை, பாக்கு என்று வருபவர்களின் மற்ற சிறிய தேவைகளையும் பூர்த்தி செய்வோம் என்று பேக்கரியை டீ கடையாக்கி அது பத்தாதென்று பெட்டி கடையாக மாற்றுவதை பார்த்திருப்பீர்கள். இப்படிச் செய்வதால் புதிய வாடிக்கை யாளர்களைப் பெறுவதுபோல் தெரிந்தாலும் பேக்கரிக்கென்ற அந்தஸ்த்தை இழந்து பேக்கரி வாடிக்கையாளர்களை மெதுவாக இழக்க வேண்டிவரும்.

இந்தத் தவறை நாமும் செய்யக்கூடாது. நாம் ஒரு பேக்கரி. அதற்குண்டான சிறிய ஐடங்கள் அதாவது 'லைட் ஈட்ஸ்', மட்டுமே சுவையாகச் செய்து வழங்கவேண்டும் என்பதில் தெளிவாக உள்ளது பெஸ்ட் மம்மி. தாங்கள் ஹோட்டல் இல்லை. அதனால் இட்லி, தோசை போன்ற சமாச்சாரங்களையும் தருவது தங்கள் பேக்கரியின் தன்மையை நீர்க்கச் செய்யும் என்று அது போன்ற ஐடங்களை அளிப்பதுமில்லை.

அதனாலேயே ஹெட்ஜ்ஹாக் கோட்பாட்டின் முதல் வட்டத்தை தெளிவாக வரையறுக்க முடிந்து: 'அம்மா கைமணம்போல் சுவையான பேக்கரி ஐடங்கள் சமைப்பது.'

ஊரெங்கும் பல இடங்களில் பேக்கரிகள் திறக்கப்பட்டிருப்பதைப் பார்த்திருப்பீர்கள். இங்குதான் பேக்கரி திறக்கவேண்டும், இங்கு திறக்கக் கூடாது என்று எதுவுமில்லை என்றாலும் பெஸ்ட் மம்மி தங்கள் கிளைகள் மக்கள் அதிகம் கூடியிருக்கும், லேசான பசியுடன், சற்று உட்கார்ந்து ஓய்வெடுக்கவேண்டும் என்ற பரபரப்பில் இருக்கும் இடங்கள்தான் தங்களுக்கு ஏற்றது என்பதை வரையறுத்துக் கொண்டது.

ஏன் இப்படி?

மக்களைக் கவரும் வகையில் தங்களால் விளம்பரம் செய்ய முடியாது, அப்படிச் செய்யவும் அவசியமில்லை என்பதால். அதனால் மக்கள் தங்களை நாடி, தேடி வரும் வரை காத்திராமல் அவர்கள் எங்கிருக்கிறார்களோ, எங்கு கூடுகிறார்களோ அங்கு கடை திறப்போம் என்ற காரணத்தால்.

வேலை நிமித்தமாக ஊருக்கு வரும் மக்கள் பயணக் களைப்போடு இறங்குவார்கள், அவர்கள் சற்று நேரம் அமர்ந்து ஆசுவாசப்படுத்துக் கொள்ள ஏதுவாக பஸ் ஸ்டாண்ட் அருகில் தன் பேக்கரியைத் திறக்கிறது. அதேபோல் கடைத் தெருவுக்கு வருபவர்கள் ஷாப்பிங் செய்த களைப்பில் இருப்பார்கள். அவர்கள் சற்று ஓய்வெடுக்க வசதியாக கடைத் தெருவில், மார்க்கெட் ஏரியாவில் தன் கிளைகளைத் திறக்கிறது. அதேபோல் சூப்பர்மார்க்கெட்டுக்கும் மால்களுக்கும் குழந்தைகளோடு வருபவர்கள் அங்கு சுவையான பேக்கரி ஐடங்களைப் பார்த்தால் சாப்பிடத் தோன்றும் என்பதற்காக சூப்பர்மார்க்கெட்டுக்குள் ஷாப்-இன்-ஷாப் போலவும், மால்களில் கிளைகளாகவும் கடை திறக்கிறது.

இப்படிக் கிளைகள் திறப்பதால் ஒரே ஏரியா வாடிக்கையாளர்களை நம்பி இருக்கவேண்டாம், புதிய வாடிக்கையாளர்களைப் பெற்றுக்0 கொண்டிருக்கலாம் என்று நம்புகிறது பெஸ்ட் மம்மி. அதனாலேயே ஹெட்ஜ்ஹாக் கோட்பாட்டின் இரண்டாவது வட்டத்தை இப்படி வரையறுக்கிறது: 'ஒவ்வொரு வாடிக்கையாளரிடமிருந்து பெறும் லாபம்.'

'சிரிக்கத் தெரியாதவன் கடை திறக்கக்கூடாது' என்று ஒரு பழமொழியே உண்டு. வரும் வாடிக்கையாளர்களை பல கடைகளில் கண்டுகொள்ளாமல் இருப்பார்கள். ஏதோ வேண்டா வெறுப்பாய் பார்ப்பார்கள். இப்படிச் செய்தால் வியாபாரம் எப்படி வளரும். வாடிக்கையாளர் எப்படி வருவார்?

வீட்டுக்கு நாம் விரும்பி அழைக்கும் விருந்தாளிகளை இப்படியா வரவேற்போம்? 'வாங்க வாங்க என்று வாய் நிறைய அழைத்து, அவருக்கு கேட்டதை, கேட்காததை, அவருக்கு பிடித்த முறையில் புன்னகையுடன் தந்து விருந்தோம்ப மாட்டோமா? வழியனுப்பும் போது சந்தோஷத்துடன் செல்லும் விருந்தாளி நம்மைப் பற்றி நான்கு பேரிடம் சொல்ல மாட்டாரா?

இதைத்தான் செவ்வனே செய்கிறது பெஸ்ட் மம்மி. அன்பான வரவேற்பு, கனிவான சேவை, இனிமையான விருந்தோம்பல் என்று

வந்தவரை அசத்தவேண்டும் என்று கங்கனம் கட்டிக்கொண்டு அதற்கேற்ப கடையை உருவாக்கி, அதைச் சரியாகச் செய்யும் ஊழியர்களை மட்டுமே வேலைக்கு எடுக்கிறது. இதனால்தான் ஹெட்ஜ்ஹாக் கோட்பாட்டின் மூன்றாவது வட்டத்தை இப்படி வரையறுக்கிறது: 'வாடிக்கையாளர்களை வீட்டுக்கு வரும் விருந்தாளிகளைப்போல் உபசரிப்பது.'

சரியான புரிதலோடு தெளிவான ஹெட்ஜ்ஹாக் கோட்பாடு என்று கடிவாளம் கட்டிய பெஸ்ட் மம்மி என்ற குதிரை இராமனாதபுரத்தில் வெற்றி பெற்று மற்ற மாவட்டங்களுக்குப் படையெடுக்கத் துவங்கியிருக்கிறது.

வருங்காலத்தில் இதன் வெற்றி உறுதி செய்யப்பட்டுவிட்டது என்பதைத் தனியாக வேறு சொல்லவேண்டுமா என்ன!

ஹெட்ஜ்ஹாக் கோட்பாட்டின் முக்கியத்துவம்

ஹெட்ஜ்ஹாக் கோட்பாட்டின் மகத்துவத்தை வேறொரு வகையில் புரிந்துகொள்ளமுயல்வோம். நாம் மேலே பார்த்த ஹெட்ஜ்ஹாக் கோட்பாட்டை மீண்டும் ஒரு முறை பார்ப்போம். அதே மூன்று அங்கங்கள் கொண்ட படம். ஆனால் வட்டங்களின் இடை வெட்டையும் அதன் அர்த்தங்களையும் இப்போது பார்போம்.

நீங்கள் எதில் சிறந்து விளங்குகிறீர்களோ அதை உணர்வுபூர்வமாக நீங்கள் நேசிக்கவில்லை எனில் அதை வேண்டா வெறுப்பாகத்தான் செய்வீர்கள்.

மற்ற கம்பெனிகளைவிடச் சிறந்தாகச் செய்ய முடியாத ஒன்றுதான் உங்கள் பொருளாதார என்ஜின் என்றால் உங்கள் கம்பெனி ஒரு வேளை நல்ல கம்பெனியாய் திகழலாம். அதிசிறந்த கம்பெனியாய் திகழ முடியாது. நீங்கள் அதிகம் நேசிக்கும் விஷயம் உங்கள் பொருளாதார என்ஜினாக இல்லாத பட்சத்தில் உங்கள் கம்பெனி மீது உங்களுக்கு நாட்டம் இருக்கும். ஆனால் என்ன, லாபத்துக்குத்தான் உங்கள் கம்பெனி மீது அதிக நாட்டம் இருக்காது.

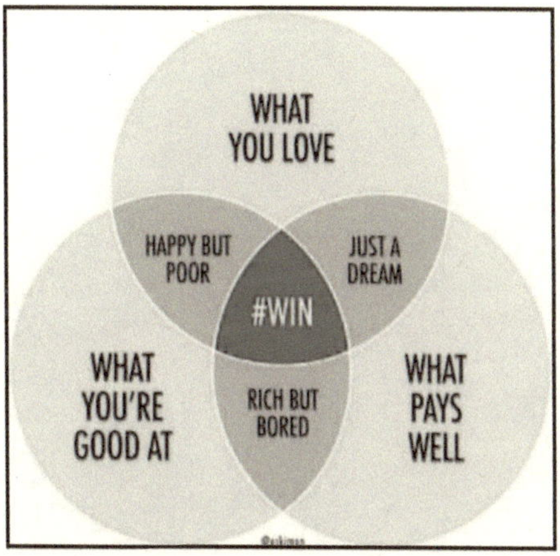

காலின்ஸ் கண்டெடுத்த குட் டு க்ரேட் கம்பெனிகள் பிரயத்தனப்பட்டு தங்களுக்கேற்ற ஹெட்ஜ்ஹாக் கோட்பாட்டை வரையறுத்து தங்கள் வளமான வருங்காலம் அந்தக் கோட்பாட்டின் படிதான் என்பதை உணர்ந்து தங்கள் நேரம், உழைப்பு, முதலீடு அனைத்தையும் அதன் மீது பிரயோகித்தன, அதனாலேயே பெரும் வெற்றி பெற்றன.

குட் டு க்ரேட் கம்பெனிகளுக்கும் அதே பொருள் பிரிவில் இருந்த அதன் போட்டியாளர் கம்பெனிகளுக்கும் இரண்டு பெரிய வித்தியாசங்கள் இருந்ததை ஆய்வில் உணர்ந்தார் காலின்ஸ். முதலாவது, அதிசிறந்த கம்பெனிகள் தங்கள் வியூகங்களை ஹெட்ஜ்ஹாக் கோட்பாட்டை அடிப்படையாககொண்டே அமைத்துக்கொண்டன. இரண்டாவது, அதிசிறந்த கம்பெனிகள் ஹெட்ஜ்ஹாக் கோட்பாட்டை தங்கள் கடிவாளமாக்கி தங்கள் அனைத்து முயற்சிகளை அதன்படியே வடிவமைத்துக்கொண்டன.

எது அநாவசியமோ அதை விட்டு, எது முக்கியமோ அதை மட்டும் நினைத்து, கலங்காமல் முயற்சித்து, அசராமல் அடித்து, கூலாக இருந்தால் வெற்றி உறுதி என்பதே ஹெட்ஜ்ஹாக் நமக்குக் கற்றுத் தரும் பாடம். சுள்ளென்று தன் உடல் முள் கொண்டு நமக்கு குத்திக்காட்டும் உண்மை!

ரவுண்ட் 4

PLAYGROUND

குழப்பங்களும் கூச்சல்களும் நிறைந்த பிசினஸ் சூழலைப் புரிந்து கொள்ளும் சூட்சமத்தை இந்நேரம் புரிந்துகொண்டிருப்பீர்கள். கம்பெனியைக் கரைசேர்க்க கலங்கரை விளக்கமாக விளங்கும் வியூகங்கள் அமைக்கும்விதத்தை அறிந்துகொண்டிருப்பீர்கள். புதைகுழி நிரம்பிய மார்க்கெட் பாதையில் பயமின்றி, பாதுகாப்பாகப் பயணிக்கும் வித்தையைத் தெரிந்துகொண்டிருப்பீர்கள்.

இனிமேல் யாருக்குக் காத்துக்கொண்டிருப்பது? இனியும் எதற்குப் பொறுத்துக்கொண்டிருப்பது? புறப்படுங்கள். பகையாளிகள் பதுங்கியிருக்கின்றனர். போர்களம் அழைக்கிறது. பகையைப் பார்த்தாகிவிட்டது. கம்பெனியின் ப்ராண்டுகளைக் கையிலெடுத்து காம்ப்பெடிட்டிவ் விளையாட்டைத் துவங்கவேண்டியதுதான் பாக்கி.

அஞ்சும் காதலியிடம் கெஞ்சும் மொழியில் கூறுங்கள் ‘கொஞ்சம் பொறு கண்ணே, சற்று விளையாடிவிட்டு வருகிறேன்’!

மார்க்கெட்டில் நம் பொருள் இருக்கும் நிலையைப் புரிந்துகொண்டு, ப்ராண்டின் பலம் பலவீனங்களைத் தெரிந்துகொண்டு, சுற்றுச்சூழலில் அமையும் வாய்ப்புகளை அச்சுறுத்தல்களை அறிந்துகொண்டு அதற்கேற்ப வியூகம் அமைத்து வளர்ச்சியை வரவேற்று வளரும் வழியை விவரிக்கப்போகிறோம் நான்காவது பகுதியில்.

12

ஸ்வாட் திறனாய்வு

போர்க் கலையை போரடிக்காமல் நமக்குப் புரியும்படி, பிடிக்கும்படி விளக்கும் நல்ல புத்தகம் 'Art of War'. இப்புத்தகம் எழுதப்பட்டது இரண்டாயிரம் வருடங்களுக்கு முன்பு. எழுதியவர் சீன இராணுவத் தளபதியாக இருந்த 'சன் சூ' (Sun Tzu). அதில் போரில் படைகளின் வெற்றிக்கும் தோல்விக்கும் வழி வகுக்கும் வழிகளை விவரமாய் விளக்குகிறார்.

'போர்களத்தில் உங்களையும் அறியாமல் உங்கள் எதிரிகளை அறியாமல் போரிட்டால் கண்டிப்பாய் தோல்வி நிச்சயம், கன்ஃபார்ம்டாய் உயிர்சேதம் உத்தரவாதம்'.

'போர்களத்தில் உங்களை மட்டும் அறிந்து உங்கள் எதிரிகளை அறியாமல் இருந்தால் ஒருவேளை பெற்றி பெறலாம், பல நேரங்களில் தோல்வியைத்தான் தழுவுவீர்கள்'.

'போர்களம் செல்லும் முன் உங்களையும் அறிந்து உங்கள் எதிரிகளையும் அறிந்து போரிட்டால் தோல்வி என்பதே தெரியாமல் ஆயிரமாயிரம் போர்களில் வெல்வீர்கள்'.

பொன் எழுத்தில் பொறிக்கப்படவேண்டிய இந்தக் கூற்று போரில் வெற்றி பெற மட்டுமல்ல; பிசினஸில் வெற்றி பெறவும் தொழிலில் வளர்ச்சி பெறவும்.

போரிடப் போகும் முன் நம்மை நாம் தெளிவாக அறிந்துகொண்ட பின் களமிறங்குவதே விவேகம். மனதில் வைராக்கியமும் வீரமும் இருக்கலாம். இருக்கவேண்டும். ஆனால் போரிட இவை மட்டுமே போறாது. வெற்றி பெற இவை மட்டுமே பத்தாது.

என்னதான் வைராக்கியத்துடன் சைக்கிள் ஓட்டினாலும் பைக்கை ஓவர்டேக் செய்ய முடியாது. அனுதினமும் ஆமை முயலை முந்துவதில்லை!

நம் ப்ராண்டின் பலங்கள் என்ன என்ன தெரிந்துகொள்வதோடு அதன் பலவீனங்கள் எவை என்று அறிந்துகொள்ளவேண்டும். பொருள் பிரிவு என்னும் போரில் நம் ப்ராண்டுக்குச் சாதகமாக சாதகமான தன்மைகள் என்னென்ன என்பதைப் புரிந்துகொள்ளவேண்டும். மார்க்கெட் சூழலில் புதைந்திருக்கும் அச்சுறுத்தல்களை அறிந்துகொள்ள வேண்டும்.

இது தெரியாமல் மார்க்கெட்டர் போரிடப் புறப்பட்டால் 'போகாதே போகாதே என் கணவா பொல்லாத சொப்பனம் நானும் கண்டேன்' என்ற பேதாஸ் சாங் பேக்ரவுண்டில் பாடும்.

'உன்னையறிந்தால், நீ உன்னையறிந்தால் உலகத்தில் போராடலாம்' என்றார் கவிஞர் கண்ணதாசன். போருக்கும் பிசினஸுக்கும் போகும்போது நம் பலம், பலவீனம் தெரிந்து செல்வது அவசியம். மார்க்கெட் வாய்ப்புகளை அறிவது முக்கியம். அச்சுறுத்தல்களை அடையாளம் காணபதும் அவசியம்.

இதற்கு தேவை ஸ்வாட் திறனாய்வு (SWOT Analysis). பலங்கள் (Strengths), பலவீனங்கள் (Weaknesses), வாய்ப்புகள் (Opportunities), அச்சுறுத்தல்கள் (Threats) இந்த நான்கு ஆங்கில வார்த்தைகளின் முதல் எழுத்தின் கோர்வைதான் ஸ்வாட்!

நம் ப்ராண்டின் பலங்களை, பலவீனங்களைத் தெரிந்துகொண்டு, எதிராளியின் பலங்களை, பலவீனங்களைப் புரிந்துகொண்டு மார்க்கெட் வழங்கும் வாய்ப்புகளை வளைத்துப்போட்டு அதன் அச்சுறுத்தல் களை எதிர்கொள்வதன் அவசியத்தை அறிந்துகொள்ள, திட்டங்களை செயல்படுத்தும்விதங்களைப் புரிந்துகொள்ள நமக்கு உதவும் கருவிதான் ஸ்வாட் திறனாய்வு.

ஸ்வாட் என்ற ஸ்வீட் கோட்பாடு

செய்யும் தொழிலின், நடத்தும் கம்பெனியின், விற்கும் ப்ராண்டின் உட்புற மற்றும் வெளிப்புறக் காரணிகளின் பூரண ஆய்வுதான்

ஸ்வாட். வியூகங்கள் அமைக்கும்போது, முடிவுகள் எடுக்கும்போது அதைபாதிக்கும் காரணிகளை முழுவதுமாக அறிந்து செயல்பட வேண்டும் என்பதைக் குறிக்கிறது ஸ்வாட்.

தொழிலைப் பாதிக்கும் காரணிகளை இரண்டாகப் பிரிக்கிறது ஸ்வாட். முதலாவது, உட்புற காரணிகள் (Internal factors). கம்பெனியின் பலங்கள் மற்றும் பலவீனங்கள் இதில் அடங்கும். இரண்டாவது வெளிப்புறக் காரணிகள். சுற்றுச்சூழலில் உள்ள வாய்ப்புகள் மற்றும் அச்சுறுத்தல்கள்.

எந்த ஒரு தொழிலின் வருங்காலத்தையும் நிர்ணயிப்பது உட்புற மற்றும் வெளிப்புறக் காரணிகளின் ஆழ்ந்த அறிவும் அதைப் பல்வேறு கோணங்களில் பார்த்துப் புரிந்துகொள்ளும் ஆய்வுமே. வெளிப்புறக் காரணிகளைச் சமாளிக்கவும் சமயோஜிதமாகப் பயன்படுத்தவும் கம்பெனிகள் முதலில் தங்கள் உட்புற காரணிகளின் தாக்கத்தைப் புரிந்துகொள்வது அவசியம்.

ஸ்வாட் திறனாய்வைத் திறம்படச் செய்வதன் மூலம் பலங்களைக் கொண்டு மார்க்கெட் வாய்ப்புகளை அடையாளம் கண்டு அதைப் பயன்படுத்திக்கொள்ளும் வழிகளை அறிய முடியும். அறியவேண்டும்.

அதோடு பலவீனங்களை இனங்கண்டுகொண்டு அச்சுறுத்தல்களிலிருந்து தற்காத்துக்கொள்ளும் நடவடிக்கைகளை மேற்கொள்ள முடியும். மேற்கொள்ளவேண்டும். விலாவரியாக இக்கோட்பாட்டை விவரிப்பதற்கு முன் ஸ்வாட்டின் நான்கு அங்கங்களின் கதை சுருக்கமும் இதோ.

பலங்கள்: செய்யும் தொழிலுக்கு, விற்கும் ப்ராண்டுகளுக்குப் பயன் தந்து வளர்ச்சிக்கு வழிவகுக்கும் கம்பெனியின் அம்சங்கள்.

பலவீனங்கள்: நடத்தும் கம்பெனிக்கும் விற்கும் ப்ராண்டுகளுக்கும் குந்தகம் விளைவித்து வளர்ச்சியை தடுக்கக்கூடிய விஷமங்கள்.

வாய்ப்புகள்: கம்பெனி தங்கள் ப்ராண்டுகளின் வளர்ச்சிக்கு பயன் படுத்தக்கூடிய வகையில் அமையும் வெளிப்புற சூழலின் தன்மைகள்.

அச்சுறுத்தல்கள்: தொழிலை, கம்பெனியை, ப்ராண்டை பாதித்து அதன் வளர்ச்சிக்கு வில்லனாய் விளங்கும் வெளிப்புற சூழலின் தாக்குதல்கள்.

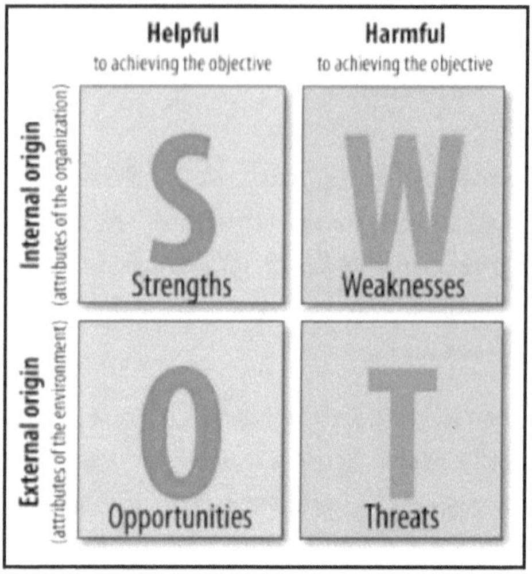

பலங்கள்

ஆஞ்சநேயருக்கு தன் பலம் தெரியாது என்பார்கள். அவர் உம்மாச்சி, பலம் தெரிந்தாலும் தெரியாவிட்டாலும் அவருக்கு தினம் அபிஷேகம் நடக்கும். திவ்யமாய் ஆகாரம் கிடைக்கும். உங்கள் கம்பெனிக்கும் ப்ராண்டுகளுக்கும் அனுதினமும் ஆகாரமும் வெற்றிக்கு ஆதாரமும் வேண்டுமென்றால் முதல் காரியமாக அதன் பலங்களைப் பட்டியலிட வேண்டும். இந்த விஷயத்தில் சின்ன கம்பெனி, பெரிய கம்பெனி என்ற பாகுபாடு கிடையாது. எத்தனை சிறிய கம்பெனியாய் இருந்தாலும், என்னதான் பிரபலமான ப்ராண்டாக இல்லாதிருந்தாலும் பலங்களைப் புரிந்துகொள்வது அவசியம்.

பலங்களை அடையாளம் காண போட்டியாளர்களைவிட உங்களைச் சிறந்ததாக்கும் விஷயங்கள் எவை என்று பாருங்கள். உங்கள் கம்பெனிக்கும், ப்ராண்டுக்கும் வேல்யூவைக் கூட்டி காம்ப்பெடிட்டிவ் அட்வாண்டேஜ் தருவதே பலங்கள். அபரிமிதமான விற்பனை, ப்ராண்டுக்கு நற்பெயர், கம்பெனிக்கு நன்மதிப்பு, கம்பெனியின் ஆர் அண்ட் டி திறன், ப்ராண்டை தொடர்ந்து வாங்கும் வாடிக்கையாளர்கள், ப்ராண்டின் காப்புரிமை, பரந்த வினியோக நெட்வர்க் போன்றவை கம்பெனிக்கு பலங்கள்.

கம்பெனி வளங்களை வ்ரையோ ஆய்வு செய்கையில் அவை விலைமதிப்பு உடையதாக, அரிதாக இருந்து அதை கம்பெனி பயன்படுத்தும் வகையில் அமைந்து உங்கள் போட்டியாளர்கள் காப்பியடிக்க முடியாதபடி அமைந்திருந்தால் அவையே உங்கள் கம்பெனியின் பலங்கள் என்பதைக் கண்ணை மூடிக்கொண்டு சொல்லலாம்.

போட்டியாளர்களிடம் இருக்கும் ஒன்று உங்களிடமும் இருந்தால் அது பலம் அல்ல. காம்பெடிட்டிவ் அட்வாண்டேஜ் தரக்கூடிய ஒன்று

மற்றவரிடம் இல்லாமல் இருந்து, உங்களிடம் இருந்தால் அதுவே பலம். உங்கள் கடை 'இலவச ஹோம் டெலிவரி' செய்வது நல்ல காரியம். ஆனால் போட்டியாளர் கடைகளும் அதையே செய்தால் ஹோம் டெலிவரி உங்கள் பலமாகாது.

பலவீனங்கள்

புராணக் கதைகளில் அசுரனின் உயிர் ஏழு கடல்களுக்கு அப்பால் ஆறாவது மலையின் ஐந்தாவது குகைக்குள் நான்காவது பாறைக்கு பின்னால் இருக்கும் கிளியின் கண்ணில் இருக்கிறது. அதுதான் அவன் பலவீனம். அந்த கிளியை அங்கு அடித்தால் அசுரனுக்கு இங்கு வலிக்கும் என்று படித்திருப்பீர்கள். பாட்டி சொல்லக் கேட்டிருப்பீர்கள்.

உங்கள் கம்பெனி மற்றும் ப்ராண்ட் பலவீனத்தை அத்தனை தூரமெல்லாம் சென்று தேடவேண்டாம். கம்பெனி மற்று ப்ராண்டின் வளர்ச்சிக்கு தடையாய் விளங்கும் விஷயங்கள் உங்கள் கண் முன்னேயே காணமுடியும். எத்தனை பெரிய கம்பெனியாய் இருந்தாலும், எவ்வளவு வெற்றிகரமான ப்ராண்டாக இருந்தாலும் அவற்றுக்கு பலவீனங்கள் இருந்தே தீரும். இது விதிவிலக்கில்லாத மார்க்கெட்டிங் விதி.

வசதியான முதலீடு இல்லாத நிலை, விரிவான விநியோக சக்தி இல்லாதிருப்பது போன்றவை பலவீனங்கள். உங்களைவிட உங்கள் போட்டியாளர்களுக்குப் பலம் தரும் விஷயங்கள் எவை என்று பார்த்து அவை உங்களிடம் இல்லாமல் இருந்தால் அவை பெரும் பாலும் உங்கள் பலவீனங்களாக இருக்கும்.

பல கம்பெனி நிர்வாகங்கள் தங்கள் பலவீனங்களை லேசில் ஒத்துக்கொள்வதில்லை. ஏதோ ஒத்துக்கொண்டால் ஆட்டத்தில் சேர்க்கமாட்டார்கள், அசிங்கமாகத் திட்டுவார்கள் என்பதுபோல் பலவீனங்களை மூடி மறைப்பார்கள். இப்படிச் செய்வது தப்பாட்டம். பூனை கண்ணை மூடிக்கொள்வதால் பூலோகம் இருண்டு போவதில்லை. பலவீனங்களைத் தேடிப் பிடித்துப் புரிந்துகொண்டால்தான் அதை நீக்கும் முறைகளை ஆராய முடியும். அட் லீஸ்ட் அதன் வீரியத்தைக் குறைக்கும் வழிகளைத் தேட முடியும்.

வாய்ப்புகள்

வாய்ப்புகள் வலிய வந்து வீட்டுக் கதவை தட்டும், அப்போது அதை வக்கணையாய் வழித்தெடுக்கலாம் என்ற பழமொழியை நம்பி பல

தொழிலதிபர்கள் கம்பெனி கதவை சாத்தி காலிங் பெல் சத்தம் கேட்க காத்திருக்கின்றனர். வாய்ப்புகள் தேடிக்கொண்டும் வராது. கதவை தட்டிக்கொண்டும் நிற்காது. நாம்தான் விழியில் விளக்கெண்ணெய் ஊற்றிக்கொண்டு வாய்ப்புகள் வாய்க்கிறதா என்று தேடவேண்டும். கிடைத்த வாய்ப்பைப் பயன்படுத்திக்கொள்ளவேண்டும்!

வாய்ப்புகள் பல ரூபங்களில் பல விதங்களில் பல வழிகளில் பிறக்கும். தேடினால் கிடைக்கும். மார்க்கெட்டில் ஏற்படும் மாற்றம், புதிய தொழில் நுட்பத்தின் நுழைவு, அரசாங்கத்தின் சட்டதிட்டங்களில் ஏற்படும் மாற்றங்கள் என்று வாய்ப்புகள் பல விதங்களில் வாய்க்கும். அதைத் தேடிப் பிடித்துப் போட்டியாளர்களுக்கு முன் சமயோஜிதமாகப் பயன்படுத்தும் சாதுர்யம்தான் மார்க்கெட்டிங் திறன். அதைத் தேடாமல், கிடைத்திருக்கவேண்டிய வாய்ப்பை போட்டியாளர்களுக்குத் தாரை வார்த்துவிட்டு 'வடை போச்சே' என்று வருத்தப்பட்டு பிரயோஜனமில்லை.

வாய்ப்புகள் மேல் 'இதோ ஒரு அரிய வாய்ப்பு, இதை இன்றே பயன்படுத்தி பணம் பண்ணவும்' என்று போர்டு எதுவும் இருக்காது. நாம்தான் மார்க்கெட்டிங் கண்ணோட்டம் கொண்டு பார்த்து தோண்டித் துருவி தேடிப் பிடிக்கவேண்டும். பல சமயங்களில் வாய்ப்புகள் அவ்வாறு கண்களுக்குத் தெரிவதில்லை. ஈசிஆர் ரோடு இந்த அளவுக்கு பாப்புலராகி அங்கு க்ரவுன்ட் விலை ஏகத்துக்கும் ஏறி, அந்த ரோட்டில் இருக்கும் கடைகள், ஹோட்டல்களுக்கு இத்தனை மவுசு இருக்கும் என்று பதினைந்து வருடங்களுக்கு முன் கொஞ்சமாவது நினைத்துப் பார்த்தீர்களா? வாய்ப்பை வலிய போய் தேடியவர்களுக்கு மட்டுமே வாய்த்தது அங்கு நிலம் வாங்கும் ப்ராப்தம். அதை முறையாய் பயன்படுத்தினார்கள். மொத்தமாய் பணம் பண்ணினார்கள்.

அச்சுறுத்தல்கள்

அக்காலத்தில் அரசர்கள் ஒற்றர் படை ஒன்றை வைத்திருப்பார்களாம். பக்கத்து நாடு முதல் பகைவர் கோட்டை வரை இவர்கள் பரவலாக பிரயாணம் செய்து பதுங்கி இருந்து, பழகிப் பார்த்து பகை பற்றி செய்தி சேகரித்து அரசர்களுக்கு தெரிவிப்பார்களாம். அதுபோல் நீங்களும் உங்கள் கம்பெனிக்கும் ப்ராண்டுகளுக்கும் சுற்றுச்சூழல் மூலம் வரும் ஆபத்துகளை, அச்சுறுத்தல்களை முன்கூட்டியே தெரிந்துகொள்வது புத்திசாலித்தனம்.

அதற்காக ஒற்றர் படை ஒன்றை செட் அப் செய்யுங்கள் என்று சொல்லவில்லை. தொழில் சூழலை தெள்ளத் தெளிவாகத் தெரிந்து கொண்டு பிசினஸ் சூழலை முழுவதுமாகப் புரிந்துகொண்டு அதில் உங்கள் கம்பெனியை, ப்ராண்டுகளைத் தாக்கத் தயாராய் இருக்கும், வளர்ச்சியைத் தடுக்கும் வகையில் இருக்கும் அச்சுறுத்தல்களை அறிந்துகொண்டால் போதுமானது.

புதிதாய் தோன்றும் போட்டியாளர்கள், இண்டெர்னெட்டில் விற்கும் ஆன்லைன் வியாபாரங்கள், அரசாங்கக் கொள்கை மாற்றங்கள், வாடிக்கையாளர் வாழும் முறையில் ஏற்படும் மாற்றங்கள் என்று கம்பெனிக்கும் ப்ராண்டுக்கும் அச்சுறுத்தல்கள் பல வழிகளில் தோன்றும். பலவிதங்களில் தாக்கும்.

அச்சுறுத்தல்கள் என்பவை வெளிப்புறக் காரணிகள். அதன் மீது உங்களால் ஆதிக்கம் செலுத்தமுடியாது. அவற்றைத் தடுக்கவும் முடியாது. உன்னிப்பாகக் கவனித்து, உஷாராய் இருந்து அதன் வீரியத்தை வேண்டுமானால் குறைக்கலாம். திடீர் தாக்குதல் என்ற அதிர்ச்சியிலிருந்து தற்காத்துக்கொள்ளலாம். வெளிப்புற அச்சுறுத்தல்கள் உங்கள் கட்டுப்பாட்டில் இல்லை என்பதற்காக கை கட்டி, வாய் மூடி, வரும்போது பார்த்துக்கொள்வோம் என்று விட்டேத்தியாக விடக்கூடாது. அச்சுறுத்தல்களை அறிந்துகொண்டு அவை தாக்கும் போது செயல்படுத்தவேண்டிய கண்டின்ஜென்சி திட்டங்களை முன்னமே வகுத்து தயாராய் இருப்பதே புத்திசாலி மார்க்கெட்டருக்கு லட்சணம். அப்படிச் செய்யும்போது ஆபத்தைத் தடுக்க முடியா விட்டாலும் அதன் தாக்கத்தைக் குறைக்க முடியும்.

ஸ்வாட் ஆய்வுக்கு ஸ்ட்ராங்கான டிப்ஸ்

ஸ்வாட் ஆய்வு ஒரு சப்ஜெக்டிவ் செயல்பாடு என்பதை முதலில் புரிந்துகொள்ளுங்கள். ஒருவர் பார்வைபோல் இன்னொருவர் பார்வை இருக்கவேண்டிய அவசியமில்லை. பார்க்கும் கோணத்தைப் பொறுத்து பார்ப்பவர்கள் பார்வை மாறுபடலாம். உங்கள் கம்பெனி ஆர் அண்ட் டி உங்கள் கண்ணுக்குப் பலமாகத் தெரியும். உங்கள் மார்க்கெட்டிங் துறைக்கு அது பலவீனமாகத் தெரியலாம்.

அதனால்தான் ஸ்வாட் ஆய்வை ஒருவர் மட்டும் ரூம் போட்டு யோசிக்காமல் ஒரு டீமாக அமர்ந்து முடிவு செய்வது உசிதம். வெறும் கருத்துகளை மட்டும் சார்ந்து ஸ்வாட்டை முடிவு செய்யாமல் முடிந்த வரை ஆதாரபூர்வ டேட்டா கொண்டு முடிவுசெய்வது தவறுகள் நேராமல் தடுக்க உதவும். அப்படிச் செய்வதனால் சார்புநிலை

சாராமல் உண்மையான, கலப்படமற்ற ஸ்வாட் திறனாய்வைத் திறம்படச் செய்யமுடியும்.

தேர்ந்தெடுக்கும் ஒவ்வொரு காரணியையும் உங்கள் போட்டியாளர்களுடன் ஒப்பிட்டு ஸ்வாட்டை வரையறுக்கவேண்டும். தனியாய் பார்த்து தெரிந்துகொள்வதல்ல பலமும் பலவீனமும். உங்கள் ப்ராண்டின் ஆண்டு வளர்ச்சி விகிதம் 15% என்றால் 'ஆஹா என்னமாய் வளர்கிறோம்' என்று சந்தோஷப்படலாம்.

ஆனால் அதுவே ப்ராண்டின் பலமாகிவிடாது. போட்டியாளர்கள் ஆண்டுக்கு 25% வளர்ந்தால் உங்கள் வளர்ச்சியைப் பலம் என்று கருத முடியுமா!

ஸ்வாட் ஆய்வை முழுமையாய், முறையாய் செய்ய கம்பெனியின் ஒவ்வொரு துறை வாரியாகச் சிந்திப்பது சிறந்தது. மார்க்கெட்டிங் துறையே தொழிலின் முக்கியமான ஒன்று என்றாலும் ஆர் அண்டு டி துவங்கி, தயாரிப்பு, நிதி, அக்கவுண்டிங், சேல்ஸ், மனித வளம் என்று ஒவ்வொரு துறையாகத் தேர்ந்தெடுத்து போட்டியாளர்களோடு ஒப்பிட்டுப் பார்த்து ஸ்வாட் காரணிகளைக் கண்டெடுங்கள். கணக்கெடுங்கள். துறைவாரியாய் தேடவேண்டும் என்பதற்காக ஏகத்துக்கும் காரணிகளைத் தேடிக்கொண்டிருக்காதீர்கள். ஒவ்வொரு துறையிலும் கம்பெனி மற்றும் ப்ராண்டின் வளர்ச்சியைப் பாதிக்கும் முக்கியமான ஐந்து அல்லது ஆறு காரணிகளை வரையறுத்து ஆராய்ந்தால் போதும், எதேஷ்டம்.

உங்கள் கம்பெனியில் பல ப்ராண்டுகள் இருந்தால் ஒவ்வொரு ப்ராண்டுக்கும் ஸ்வாட் திறனாய்வு செய்வது அவசியம். உங்கள் ப்ராண்டுகள் பல பொருள் பிரிவுகளில் இருக்கலாம். ஒரு ப்ராண்டுக்குப் பலமான ஒரு காரணி இன்னொரு ப்ராண்டுக்குப் பலவீனமாகக்கூட இருக்கலாம். அதனால்தான் ஒவ்வொரு ப்ராண்டையும் தேர்ந்தெடுத்து அதன் போட்டியாளர்களோடு, அது சார்ந்த பொருள் பிரிவோடு ஒப்பிட்டு ஸ்வாட் திறனாய்வை மேற்கொள்ளவேண்டும்.

ஸ்வாட் ஆய்வு என்பது ஒரு வழிகாட்டும் கையேடு மட்டுமே. கம்பெனியை நோய் தீர்த்து புஷ்டியாக்கும் மருந்து அல்ல. அதைத் திறனுடன் தீர்மானித்து அதற்கேற்ப வியூகங்களைத் திறமையுடன் பிரயோகிப்பதில்தான் வெற்றி அடங்கியிருக்கிறது.

அதேபோல் உறுதியான, இறுதியான ஸ்வாட் என்று எதுவுமில்லை. பலம் என்று நினைத்தவை கூடலாம், குறையலாம்; பலவீனம் என்று கருதியவை இருக்கலாம், போகலாம்; வாய்ப்புகள் வளரலாம், குறையலாம்; அச்சுறுத்தல்கள் தெரியலாம்; மறையலாம். அதனால்தான் ஸ்வாட் திறனாய்வு என்பது ஒரு முறை செய்துவிட்டு மறக்கும் வேலையல்ல. ரெகுலராய் செய்துவரவேண்டிய ஆய்வு.

ஸ்வாட் ஆய்வின் பயன்கள்

ஸ்வாட் திறனாய்வு செய்ய கருவிகளோ கம்ப்யூட்டர்களோ தேவையில்லை. சேர்ந்து அமர்ந்து தீர ஆராய்ந்து யார் வேண்டுமானாலும் ஈசியாகப் புரிந்துகொள்ளக்கூடிய உபயோகிப்பதற்கு எளிதான, நடைமுறைக்கு சாத்தியப்படும் எளிமையான ஆய்வு; வலிமையான ஆய்வு. இதுதான் ஸ்வாட் திறனாய்வின் மிகப் பெரிய பலம்.

கம்பெனியின் உட்புற, வெளிப்புறக் காரணிகளைப் புரிந்து கொள்ளும் முயற்சி என்பதால் சரியான வியூகம் அமைத்து கம்பெனியைக் காக்க, ப்ராண்டை வளர்க்க ஏதுவாகிறது. கம்பெனி செல்லவேண்டிய பாதை, அடையவேண்டிய குறிக்கோள்களை நிர்ணயிக்க உதவுகிறது. அதோடு கம்பெனி வேறென்ன ஆய்வுகள் செய்யவேண்டும், வேறு எந்தெந்த விஷயங்களில் கவனம் செலுத்தவேண்டும் என்று நமக்குத் தெளிவாக அறிவுறுத்தவும் செய்கிறது.

காற்றுள்ளபோதே தூற்றிக்கொள் என்பதுபோல் மார்க்கெட்டில் வளர்ச்சிக்கான வாய்ப்புக்களைத் தேடி மற்றவர்களுக்கு முன் அவற்றைப் பிடித்துப் பயன்படுத்தி வளர்ச்சிக்கு வித்திடும் வியூகங்களை அமைக்க ஸ்வாட் திறனாய்வு பெரிதும் உதவுகிறது. அதேபோல் வருமுன் காப்பதே விவேகம் என்பதற்கேற்ப பிசினஸ் சுற்றுசூழல் அச்சுறுத்தல்கள் ஆபத்து விளைவிக்கும் முன்னரே அதன் தாக்கத்தைக் குறைக்க கண்டின்ஜன்சி திட்டங்களை வகுக்கவும் வழி செய்கிறது ஸ்வாட் திறனாய்வு.

ஸ்வாட் டேபிள்

ஸ்வாட் திறனாய்வை ஈசியாக நீங்கள் புரிந்துகொள்ள இதோ ஒரு சிம்பிள் செக்லிஸ்ட். இது சும்மா ஓர் உதாரணம் மட்டுமே. சப்ஜாடாய் எல்லா காரணிகளையும் பிடித்து வரிசைப்படுத்தவில்லை. அதோடு

இது கம்பெனிகளுக்கிடையே மாறுபடும் என்பதை நினைவில் வைத்து மேலே படியுங்கள்.

பலன்கள்	**பலவீனங்கள்**
கம்பெனி தலைமை	நிதி வசதியின்மை
நிர்வாக திறன்	கம்பெனிக்கு கெட்ட பெயர்
தெளிவான கோட் காம்ப்பெடன்ஸி	திறன் குறைவான ஊழியர்கள்
கம்பெனி நன்மதிப்பு	சந்தேகப்படவைக்கும் பொருள் தரம்
ப்ராண்டுக்கு நற்பெயர்	முறையான முதலீடு இல்லாமை
ஆர் அண்டு டி திறன்	வித்தியாசப்படுத்தப்படாத ப்ராண்டுகள்
ப்ராண்ட் க்வாலிடி	அரசாங்க சட்டதிட்டங்களில் மாறுதல்
மார்க்கெட்டில் ப்ராண்டின் நிலை	தகுந்த தொழில் திறன் இல்லாமை
தயாரிப்பு சக்தி	
விநியோகத் திறன்	
காப்புரிமை	

வாய்ப்புகள்	**அச்சுறுத்தல்கள்**
பொருளாதார வளர்ச்சி	பொருளாதார மந்த நிலை
பலவீனமான போட்டியாளர்கள்	பலமான போட்டியாளர்கள்
பொருள் பிரிவில் வளர்ச்சி	ஆன்லைன் போட்டி
புதிய தொழில் திறன்	அரசாங்க சட்டதிட்டங்களில் மாற்றம்

13

ஜெனரிக் வியூகங்கள்

தொழிலுக்கு அவசியம் இலக்கும் வியூகங்களும். எதை அடைவது என்பது இலக்கு. அதை எப்படி அடைவது என்று தீர்மானிப்பது வியூகம். எந்த பிசினஸுக்கும் குறிக்கோள்ளும் அதைக் குறிபார்த்து அடிக்கும் திறனும் வேண்டும். மார்க்கெட்டிங் என்பதே வியூகங்கள் தானே.

வியூகங்களைப் பல கம்பெனிகள் பலவிதங்களில் அணுகுகின்றன. அமைக்கும் வியூகம் சிறந்ததாக இருக்கவேண்டும் என்று அனைவரும் விரும்பினாலும் சிறந்த வியூகம் என்று ஒன்று இல்லை. கம்பெனியின் சூழ்நிலையைப் புரிந்து அதன்படி அமைக்கப்படும் வியூகம் மட்டுமே சிறந்தது என்று கருத முடியும்.

சுற்றுப்புறச் சூழலுக்கேற்ப, மார்க்கெட் போட்டிகளைச் சமாளிக்க, காலகாலத்துக்கும் ப்ராண்டுகளைப் பாதுகாக்க தொழிலுக்கு மூன்று ஆதார வியூகங்கள் இருக்கின்றன என்கிறார் 'மைக்கேல் போர்ட்டர்'. நாம் ஏற்கனவே இரண்டு முறை சந்தித்த அதே ஹாவர்ட் பல்கலைக்கழகப் பேராசிரியர்தான்.

மார்க்கெட் சூழலை மொத்தமாகப் பார்க்கும்போது அதை அனுசரித்து போட்டிகளைச் சமாளித்து பாதுகாப்பான நிலைப்பாட்டை கம்பெனி நிறுவ கம்பெனிகளுக்கு மூன்று ஆதார வியூகங்கள் உண்டு என்கிறார். அவை என்னென்ன, எப்படி இருக்க வேண்டும், எவ்வாறு அமைக்க

வேண்டும் என்பதை ‘காம்பெடிட்டிவ் ஸ்ட்ரேடஜி’ (Competitive Strategy) என்ற தன் புத்தகத்தில் ‘ஜெனரிக் ஸ்ட்ரேடஜீஸ்’ (Generic Strategies) என்ற தலைப்பில் விளக்கியுள்ளார். அவர் கூறும் மூன்று ஆதார வியூகங்கள் இவை:

- தயாரிப்புச் செலவைக் கட்டுப்படுத்தல் (Overall cost leadership)
- பொருளை வித்தியாசப்படுத்தல் (Differentiation)
- ஒருமுகப்படுத்தல் (Focus)

ஒவ்வொரு கம்பெனியும் தன் சூழல், சக்தி, குறிக்கோள்களுக்கு ஏற்ப இந்த மூன்று வியூகங்களில் ஒன்றைத் தேர்ந்தெடுத்து அதற்கேற்ப தொழிலை வடிவமைக்கவேண்டும். தேர்ந்தெடுத்த அந்த வியூகம்தான் தொழிலின் ஒவ்வொரு அசைவையும் செயலையும் நிர்ணயிக்க வேண்டும் என்கிறார்.

அந்த மூன்று வியூகங்களுக்கு நிர்வாக உலகம் அவர் பெயரையே வைத்து ‘போர்ட்டர்ஸ் ஜெனரிக் ஸ்ட்ரேடஜீஸ்’ என்றழைக்கிறது. எந்தத் தொழிலுக்கும் அதன் வியூகங்களுக்கும் ஊற்றாய் விளங்கும் மூன்று தாய் வியூகங்களை இவை. ஐந்து போட்டி சக்திகளைச் சமாளித்து வாடிக்கையாளரைக் கவர்ந்திழுக்க இந்த மூன்றில் ஒன்றைத் தேர்ந்தெடுத்துச் செயல்படுத்தவேண்டும். இதைச் சரியாகத் தேர்ந் தெடுத்தபின் இதைத் திறமையாகப் பிரயோகப்படுத்த நிர்வாகத்தின் முழு அர்ப்பணிப்பு வேண்டும். அதோடு கம்பெனியின் அமைப்பு இதைச் செயல்படுத்த ஏதுவான வகையில் வடிவமைக்கப்படவேண்டும்.

தயாரிப்பு செலவைக் கட்டுப்படுத்தல்

பொருள் வகையில் மற்றவர்களைவிடத் தயாரிப்புச் செலவைக் கணிசமாகக் குறைத்து அனைவரையும்விட குறைவான விலையில் விற்பது முதல் வகை வியூகம். இது லேசுப்பட்ட காரியம் அல்ல. அனைவருக்கும் சாத்தியப்படக்கூடியதும் அல்ல. வெறும் செலவைக் குறைப்பது மட்டுமல்ல இவ்வகை வியூகம். மற்றவர்கள் நெருங்க முடியாத வண்ணம் செலவுகளைக் குறைத்து விலை விஷயத்தில் மற்றவர்களுக்குத் தலைவனாய் இருப்பதே இந்த வியூகம்.

இந்த வியூகத்தைத் தேர்ந்தெடுக்கும் கம்பெனியின் விலைக்குத் தன் விலையைக் குறைத்து விற்கும் போட்டியாளர்கள் அந்த விலையில் நஷ்டம்தான் அடையமுடியும் என்கிற நிலையை உருவாக்கும் வியூகம் இது. ‘சரவணா ஸ்டோர்ஸ்’ சக்கைப் போடு போடுவது இந்த வியூகத்தைக் கையாண்டுதான்.

அதனால்தான் இதை காஸ்ட் லீடர்ஷிப் என்கிறார் போர்ட்டர். அதாவது தயாரிப்புச் செலவை கட்டுப்படுத்திக் கட்டுக்குள் வைத்திருப்பதில் தலைவனாய் இருப்பது. இதைச் செய்ய பிரம்மப்பிரயத்தனப்படவேண்டும். அதிக அளவில் பொருளைத் தயாரிக்கும் தொழில் சாலைகள், எஃபிஷியண்ட் ஆபரேஷன்ஸ், டைட் கண்ட்ரோல் போன்றவற்றோடு அதிகச் செலவில்லாத ஆர் அண்ட் டி, குறைந்த விளம்பர செலவு, குறிப்பிட்ட அளவு மட்டுமேயான விற்பனைக்குப் பிந்திய சேவை போன்றவை இவ்வகை வியூக அமைப்புக்கு அவசியம்.

அதற்காகச் செலவைக் குறைக்கிறேன் பேர்வழி என்று பொருளின் தரம் கண்றாவியாக இருந்து தொலைத்தால் யாரும் பொருளைச் சீண்டக்கூட மாட்டார்கள். உலக அளவு தரம் தேவையில்லை. கலகம் ஆகும் அளவுக்கு தரம் குறையாமல் ஏற்றுக்கொள்ளும்படியாக இருந்தால் போதுமானது.

இவ்வகை வியூகம் அமைக்கச் சில இன்றியமையாத தேவைகள் உண்டு. குறைந்த விலையில் விற்கக்கூடிய சிறந்த தொழில் நுட்பம், குறைவான சம்பளத்தில் லேபர், பொருளைச் சுலபமாகத் தயாரிக்கும் படியான அமைப்பு, எளிதான, விலை குறைவான விநியோக முறை, கட்டமைப்பான நிர்வாக அமைப்பு போன்றவை.

இவ்வியூகத்தை ஒருமுறை அமைத்துவிட்டால் பிறகு கவலை யில்லை, கல்லாவில் காசு கொட்டும் சத்தத்தைக் கேட்டுக்கொண்டே இருக்கலாம் என்று தப்புக்கணக்கு போடாதீர்கள். உங்களைவிடக் குறைந்த செலவில் பொருளைத் தயாரிக்கும் புதிய தொழில் நுட்பத்தை இன்னொருவர் கண்டுபிடித்துத் தொலைத்தால் குறைந்த விலை தலைவன் என்ற உங்கள் சீட் டர்ரென்று கிழியும். அதனால் செலவைக் குறைக்கும் புதிய முறைகளை, முயற்சிகளை முயன்று கொண்டே இருக்கவேண்டும். அதோடு, தயாரிப்பு செலவைக் குறைப்பதிலேயே முழு கவனம் இருப்பதோடு மாறி வரும் மார்க்கெட்டையும் வாடிக்கையாளர் தேவைகள் மீதும் ஒரு கண் இருந்துகொண்டே இருக்கவேண்டும்.

பொருளை வித்தியாசப்படுத்தல்

பலவிதங்களில் முதல் வியூகத்துக்கு நேர் எதிர் வியூகம் இது. பொருள் பிரிவில் மற்றவர் யாரும் அளிக்காத யுனீக் பொருள் என்று தன் பொருளை வித்தியாசப்படுத்திக் காட்டுவது இந்த வியூகம்.

இதில் விலை முக்கியமல்ல; தயாரிப்புச் செலவு ஒரு பொருட்டல்ல. போட்டியாளர்களைவிடத் தங்கள் பொருளை ஏதோ ஒருவகையில்

வித்தியாசப்படுத்திக் காட்டும் வியூகம் இது. ப்ராண்டின் வடிவிலோ இமேஜிலோ வாடிக்கையாளர் சேவையிலோ அல்லது இதன் கலவையாலோ ப்ராண்டை வித்தியாசப்படுத்தி காட்டலாம். அப்படிச் செய்து பொருளை விலை கூடுதலாகக்கூட விற்கலாம்.

இதை எப்படி செய்வது என்பதை அப்படி செய்த கம்பெனிகள் சிலவற்றைக் கொண்டே பார்ப்போம். பொருளைப் புதுமையாக வடிவமைத்து வித்தியாசப்படுத்தலாம். கம்ப்யூட்டர்கள் பலவும் ஒரே கலரில், ஒரே வடிவில், ஒரே ஜாதியில் இருக்க புதுவித டிசைன்கள், பளபள கலர்களில் கம்ப்யூட்டர்களை டிசைன் செய்து மற்றவற்றை விட வித்தியாசமாகத் தெரிந்த 'ஆப்பிள் மேக்கிண்டாஷ்' போல.

இமேஜ் கொண்டும் ப்ராண்டை வித்தியாசப்படுத்தலாம். எத்தனையோ கார்கள் ரோட்டில் நம்மை கடந்து போகும். ஆனால் 'மெர்சீட்ஸ் பென்ஸ்', 'பிஎம்டபிள்யூ', 'ஆடி' கார்கள் சென்றால் ஒரு முறைக்கு இரு முறை அந்த கார்களைப் பார்க்கத் தோன்றுகிறதே. அதில் யார் இருக்கிறார்கள் என்று கண்கள் தேடுகிறதே. இது அந்த கம்பெனிகள் உருவாக்கிய இமேஜ் மூலமாகத்தானே.

நவீனத் தொழில் நுட்பம் மூலமாகவும் ப்ராண்டை வித்தியாசப் படுத்தலாம். கொசு வீட்டுக்குள் வராமல் தடுக்க ஜன்னல்களில் போடப்படும் நெட்டில் அழுக்கு படிந்து அசிங்கமாய் தெரிந்து அதோடு சீக்கிரமே கிழியும் பிரச்னையைத் தவிர்க்க புதிய தொழில் நுட்பம் கொண்டு கண்ணுக்கு தெரியாத வகையில் ஸ்க்ரீன்கள் மூலம் ஜன்னல் வழியாக கொசு வராமல் தடுக்கும் 'ஃபைஃபர் மொஸ்கிடோ ஸ்க்ரின்ஸ்' (Phifer Mosquito Screens) என்ற ப்ராண்ட் செய்ததுபோல.

போட்டியாளர் அளிக்காத தன்மைகள் கொண்டு புதிய பயன்கள் அளித்தும் ஒரு கம்பெனி தன் ப்ராண்டை வித்தியாசப்படுத்தி, வெற்றிகரமாக விலை அதிகம் வைத்துக்கூட விற்க முடியும். டூத்ப்ரஷ்ஷை எப்போதுமாற்றவேண்டும் என்று அதுவரை யாரும் தராத 'இண்டிகேட்டர்' என்ற அம்சத்தை அளித்து டூத்பிரஷ்ஷை வித்தியாசப்படுத்தி காட்டிய 'ஓரல் பி' போல.

யாரும் நினைத்துப் பார்க்க முடியாத அபரிமிதமான வாடிக்கையாளர் சேவை அளிப்பதன் மூலமாகவும் ப்ராண்டை வித்தியாசப்படுத்த முடியும். வெரைட்டியான சுவையான ஐடங்கள் இருந்தாலும், பரிசுத்தமான சர்வர்கள், பணிவான சேவை, கேட்காமலே டேபிளில் வைக்கப்படும் குடிதண்ணீர், அன்பான உபசரிப்பு என்று வாடிக்கையாளர் சேவையில் தன்னை மற்ற ஹோட்டல்களிலிருந்து வித்தியாசப்படுத்திக் காட்டும் 'சரவண பவன்' போல.

இங்கு ஒன்றை முக்கியமாகக் குறிப்பிடவேண்டும். ப்ராண்டை வித்தியாசப்படுத்துகிறேன் என்று விலையை வாடிக்கையாளர் வாங்க முடியாத அளவுக்கு கூட்டுவதல்ல இந்த வியூகம். வித்தியாசப் படுவதுதான் நோக்கமே ஒழிய, விலை அல்ல என்பதே இந்த வியூகத்தின் அடிப்படைத் தத்துவம்.

அப்படி வித்தியாசப்படுத்திக் காட்டும்போது வாடிக்கையாளர் இந்த ப்ராண்டையே மீண்டும் மீண்டும் வாங்கும் ப்ராண்ட் லாயல்டியும் அதிகரிக்கிறது. விலை சற்று கூடினாலும் வாடிக்கையாளர் அதைப் பெரியதாக எடுத்துக்கொள்வதிலை. 'கோல்கேட்' அல்லது 'ஹார்லிக்ஸ்' விலை நான்கைந்து ரூபாய் ஏறுவதால் அதை வாங்குவதை நாம் நிறுத்துகிறோமா? இந்த ப்ராண்ட் லாயல்டியே கம்பெனியைப் போட்டியாளர்களிடமிருந்து காப்பாற்றுகிறது.

இந்த வியூகம் அமைக்கத் திறமையான ஆர் அண்டி டி, அழகான பொருள் வடிவமைக்கும் துறை, தேர்ந்த வாடிக்கையாள்ர் திறனாய்வு, சிறந்த தயாரிப்பு தரம், பணிவான சேவை போன்றவை மிக முக்கியம்.

ஒருமுகப்படுத்தல் (Focus)

ஒரு குறிப்பிட்ட வாடிக்கையாளர் பிரிவையோ பொருள் வகையையோ அல்லது ஒரு சில குறிப்பிட்ட இடங்களையோ மட்டும் குறிவைத்து விற்பது இவ்வகை. குறிவைத்த பிரிவுக்கு மட்டும் ப்ராண்டை வடிவமைத்து, அப்பிரிவுக்கு மட்டும் விலை குறைத்தோ அல்லது ப்ராண்டை வித்தியாசப்படுத்திக் காட்டுவது. இதற்காக கம்பெனியின் ஒவ்வொரு முனைப்பும், முயற்சியும் இதைச் செயல்படுத்தும் விதமாக வடிவமைக்கப்படவேண்டும்.

'டெக்கத்தலான்' என்கிற ப்ராண்ட் பெரிய அளவில் பல ஊர்களில் கடை திறந்து சிறந்த சேவையுடன் விளையாட்டு சாதனங்களை விற்கிறது. விளையாட்டு சாதனங்கள் விற்பதாலோ என்னவோ தன் கடைகளை விளையாட்டு மைதானம் சைஸுக்கு பெரியதாக அமைக்கிறது. இதுவும் போதாதென்று தன் கடை வளாகத்திலேயே பலவித விளையாட்டுகள் விளையாடும் அளவுக்கு இடமும் வசதியும் தருகிறது. பரந்த இடம், விரிந்த கடை, சிறந்த சேவை என்று விளையாட்டு சாதனங்கள் பொருள் பிரிவின் காப்டனாய் திகழ்கிறது. பல கம்பெனிகள் பிசினஸை விளையாட்டாகப் பார்க்க, டெக்கத்தலான் விளையாட்டை பிசினஸாகப் பார்க்கிறது!

இவ்வகை வியூகம் அமைப்பதன் ஆதார தத்துவம் அகல வாடிக்கை யாளர்களை உழுவதை விட ஆழ உழுவது. ஆழ உழுது அந்த பிரிவில் பிஸ்தாவாய் திகழ்வது. அதன் மூலம் கொள்ளை லாபம் பெறுவது.

பரந்து விரிந்து பலதரப்பட்டவர்களை குறிவைத்து அனைவரையும், அனைத்து மார்க்கெட்டிலும் திருப்திபடுத்தும் போட்டியாளர்களை விட சிலரை, சில இடங்களில் மட்டுமே குறி வைத்து அவர்கள் தேவைகளை பரிபூரணமாய் பூர்த்தி செய்து அவர்களை மகிழ்விப்பது மூலம் வாடிக்கையாளர்களின் லாயல்டியைப் பெற வழி செய்யும் வியூகம் இது.

பல சமயங்களில் சிறிய வாடிக்கையாளர் பிரிவையோ சிறிய மார்க்கெட்டையோ பெரிய கம்பெனிகள் கண்டுகொள்வதில்லை. அதை ஒரு பொருட்டாகவே மதிப்பதில்லை. அது போன்ற நேரங்களில் சிறிய குளத்தில் பெரிய மீனாக இருக்க வழி செய்யும் வியூக அமைப்பு இது. ஷாம்பு மார்க்கெட்டில் பல கம்பெனிகள் பல ப்ராண்டுகளுடன் கூட்டமாய் நுரைத்துக்கொண்டு நிற்க 'மெடிகேர்' என்னும் ப்ராண்ட் பேன் போக்கும் ஷாம்புவாய் ஒரு சிறிய பிரிவை குறிவைத்து வெற்றி பெற்றது இவ்வகை வியூகம் கொண்டுதான். இன்று பேன் போக்கும் ஷாம்பு என்றால் தலையில் உள்ள பேன்கூட மெடிகேர் ப்ராண்ட் பெயரைதான் சிபாரிசு செய்யும்!

ஒருமுகப்படுத்தல் வியூகத்தைச் செயல்படுத்துபோதும் பொருளின் விலை பெரிய பொருட்டல்ல. அதற்காகப் பொருளுக்கு நினைத்த விலையை வைத்து விற்கிறேன் என்று கிளம்பினால் ஒருமைப் படுத்திய உங்கள் ப்ராண்டை ஓரங்கட்டி ஒன்றும் இல்லாமல் செய்து விடுவார்கள் வாடிக்கையாளர்கள்.

ஒருமுகப்படுத்தி ப்ராண்டை விற்பதோடு மட்டுமில்லாமல் மார்க்கெட்டை ஆராய்ந்து வருவதும் அவசியம். உங்கள் ப்ராண்டை ஒரு குறிப்பிட்ட வாடிக்கையாளர் பிரிவை மட்டும் குறிவைத்து விற்று வரும்போது இன்னொரு போட்டியாளர் அதே பிரிவை இன்னமும் சிறியதாக்கி அதன் உட்பொருளுக்கு ஏற்ற ப்ராண்டை அறிமுகப் படுத்தவும் முடியும். நீங்கள் சின்னதாக்கி விளையாடினால் அதே விளையாட்டை இன்னொருவர் ஆடக்கூடாதா என்ன!

மீண்டும் ஷாம்ப்பு மார்க்கெட்டை எடுத்துக்கொள்வோம். மிருதுவாக்க, அடர்த்தியாக்க, நீளமாக்க, கருப்பாக்க என்று ஏகப்பட்ட ஷாம்புக்கள் இருக்க அதில் பொடுகைப் போக்குகிறேன் என்று குறிப்பிட்ட ஒரு பிரிவை மட்டும் குறிவைத்து உள்ளே நுழைந்தது 'ஹெட் அண்ட் ஷோல்டர்ஸ்'. அந்தப் பிரிவு இன்று வளர்ந்து பெரியதாகியிருக்கிறது. நாளை இன்னொரு ப்ராண்ட் மார்க்கெட்டில் நுழைந்து 'நான் பெண்களுக்கான பொடுகு போக்கும் ஷாம்பு. அவர்கள் மிருதுவான கூந்தலுக்காக பிரத்யேகமாக தயாரிக்கப்பட்டது' என்று கூறி ஒரு புதிய உட்பிரிவை உருவாக்க முடியும். ஹெட் அண்ட் ஷோல்டர்ஸ்

மார்க்கெட்டிலிருந்து பெண்களை அந்த புதிய ப்ராண்டால் தள்ளிக்கொண்டு போகவும் முடியும்!

இந்த மூன்று வகை வியூகங்கள்தான் தொழிலுக்கு ஆதாரமானது. எந்த கம்பெனியும் இதில் ஒன்றைத் தேர்ந்தெடுத்து அதற்கேற்பத் தன் தொழிலை வடிவமைக்கவேண்டும் என்கிறார் போர்ட்டர். பலத்துக் கேற்ப, திறமைக்கேற்ப, மற்றவர்களால் காப்பியடிக்க முடியாத வியூகத்தை அழகாய் தேர்ந்தெடுத்து, அதற்கு அமர்க்களமாய் செயல் வடிவம் கொடுத்து, அதை அட்டகாசமாய் நிர்வகிப்பதுதான் வெற்றியின் ரகசியம் என்கிறார்.

திரிசங்கு சொர்க்கம்

சொர்க்கத்தில் இருந்தால் சௌக்கியம். வேறு வழியில்லாமல் நரகத்தில் இருந்தால்கூட ஒரு வழியில் தலையெழுத்து என்று விட்டு விடலாம். ஆனால் சொர்க்கத்திலும் இல்லாமல் நரகத்திலும் இல்லாமல் திரிசங்கு சொர்க்கத்தில் வாழும் வாழ்க்கை விபரீதம். கீழேயும் போகாமல் மேலேயும் ஏறாமல் திரிசங்கு சொர்க்கத்தில் மாட்டிக்கொண்ட புராணக் கதையைக் கேள்விப்பட்டிருப்பீர்கள். இதை Stuck in the middle என்கிறார் போர்ட்டர்.

நம் புராணக்கதையைப்பற்றி அவர் கூறவில்லை. ஆதார மூன்று வியூகங்களில் ஒன்றைத் தேர்ந்தெடுத்து அதன்படி தொழிலை, கம்பெனியை வடிவமைத்த பின் இரண்டாவது வியூகத்தையும் சேர்த்து பிரயோகிப்பவர்கள் திரிசங்கு சொர்க்கவாசிகள். தெளிவாக உத்தியைத் தேர்ந்தெடுக்காமல் தொழில் செய்பவர்களும் ஒரு உத்தியை தேர்ந்தெடுத்து இன்னொரு உத்தியைச் சேர்த்துப் பிரயோகிப்பவர்கள் குழப்பத் திலகர்கள். இவர்கள் மேலேயும் போகாமல் கீழேயும் போகாமல் திரிசங்கு சொர்க்கத்தில் நரக வேதனை அனுபவிப்பவர்கள்.

இப்படி செய்து பட்டுக்கொண்டு படாதபாடு பட்ட ஒரு கம்பெனியை பற்றி தெரிந்துகொள்ள நாம் ஷாப்பிங் செல்லவேண்டியிருக்கிறது. நாம் செல்லப் போகும் இடம் 'ஃபுட்வேர்ல்ட்' டிபார்ட்மெண்ட் ஸ்டோர்.

'ஆர்பிஜி' க்ரூப்பும் 'டெய்ரி ஃபார்ம் இண்டர்னேஷனல்' என்ற பன்னாட்டு நிறுவனமும் சேர்ந்து ஆரம்பித்த கம்பெனி. டிஃப்ரென்சியேஷன் உத்தியைத் தேர்ந்தெடுத்து தொழில் துவங்கினார்கள். நகரின் பிரதான சாலைகளில் பெரிய கடைகள், ஏசி வசதி, பார்க்கிங், தேர்ந்த விற்பனையாளர்கள் என்று பிசினஸை வடிவமைத்தனர். ஆரம்பத்தில் வாடிக்கையாளர்களின் நம்பிக்கை பெற்று சக்கை போடு போட்டு வளர்ந்து வந்து ஃபுட்வேர்ல்ட்.

ஆனால் நாளடைவில் விற்பனையை அதிகரிக்கும் பேராசையுடன் 'சேல்', 'இலவசம்', 'இது வாங்கினால் அது ஃப்ரீ' என்று டிஃப்ரென்சியேஷனோடு சேர்ந்து விலைக்குறைப்பு உத்தியையும் கையாண்டனர்.

ஃபுட்வோர்ல்ட் தலைகீழாக நின்றாலும் அவர்கள் விலைகள் மற்ற கடைகளை விடக் குறைவாக இருக்க முடியாது. ஏனெனில் ஃபுட்வோர்ல்ட் மலிவான விலையில் பொருள்களை விற்கும் வகையில் வடிவமைக்கப்படவில்லை. விலை குறைப்பால் பணவரவும் குறைந்து வாடிக்கையாளர்களுக்குத் தரமான சேவையையும் வழங்க முடியவில்லை. அதனால் வெறுப்படைந்த வாடிக்கையாளர்கள் 'இது ஃபுட்வோர்ல்ட் அல்ல. பேட் வோர்ல்ட்' என்று பை பை காட்டி பையைத் தூக்கிக்கொண்டு பக்கத்து கடைக்குப் போய்விட்டனர்.

டெய்ரி ஃபார்ம் கம்பெனிக்கு அசாத்திய கோபம். 'உங்களுக்கு பிசினஸ் செய்யவே தெரியல. நாங்கள் கிளம்புகிறோம். நீங்கள் எக்கேடு கெட்டாவது போங்கள்' என்று ஆர்பிஜியுடன் பார்ட்னர்ஷிப்பை முறித்துக்கொண்டு சொந்த ஊர் திரும்பினர். அதோடு ஃபுட்வோர்ல்ட் பெயரையும் பயன்படுத்தக்கூடாது என்று கூறிவிட்டனர். ஃபுட்வோர்ல்ட் 'ஸ்பென்சர்ஸ்' என்று பெயர் மாற்றம் செய்யப்பட்டது.

'ஒருவர் மட்டும் குடியிருந்தால் துன்பம் ஏதுமில்லை, ஒன்றிருக்க ஒன்று வந்தால் என்றும் அமைதியில்லை' என்று கவிஞர் கண்ணதாசன் சொன்னது போலவே நடந்து தொலைத்தது!

ஜெனரிக் வியூகங்கள் ஒன்றைத் தேர்ந்தெடுத்து அதை மட்டுமே கட்டிக்கொண்டு அழுது அதனால் ஆயுசுக்கும் சிரிக்கும் கம்பெனியை தேட வேறு எங்கும் செல்லவேண்டாம். அது போன்ற கம்பெனி டிபார்ட்மெண்ட் ஸ்டோர் வகையிலேயே உண்டு. அதன் பெயர் 'நீல்கிரீஸ்'. கடை துவங்கியது முதல் அவர்கள் தேர்ந்தெடுத்தது டிப்ரென்ஷியேஷன் வியூகத்தை. 'உலகத் தர ஷாப்பிங் அனுபவத்தை தருவதே எங்கள் வியூகம்' என்று வரையறுத்தது நீல்கிரீஸ். இன்றுவரை அதுபோலவே தொழில் புரிந்துவருகிறது.

பிரதான சாலைகளில் கடை விரித்து, பரந்த பரப்பளவுடன் அமைத்து, பார்க்கிங் வசதி படைத்து, ஏசி குளுமை கொடுத்து, தேர்ந்த விற்பனை பிரதிநிதிகள் கொண்டு தங்கள் வியூகத்துக்கேற்ப தொழிலை வடிமைத்தது நீல்கிரீஸ். 'உலகத்தர சேவை' என்ற வியூகத்துக்கு என்ன தேவையோ அதை மட்டுமே செய்தனர். அதை மட்டுமே செய்து வருகின்றனர்.

அதனால்தான் நீல்கிரீஸ் கடைகளில் 'சேல்', 'விலைக் குறைப்பு' போன்ற சலுகைத்தனத்தைப் பார்க்க முடியாது. ஏனெனில் நீல்கிரீஸ் வாடிக்கையாளர்கள் இதை எதிர்பார்த்து வருவதில்லை. 'எனக்கு விலை பொருட்டல்ல, நல்ல ஷாப்பிங் அனுபவம்தான் முக்கியம்' என்று நினைப்பவர்களை மட்டுமே கவர்வோம் என்று தெளிவாக முடிவு செய்திருக்கிறது நீல்கிரீஸ். அதனால்தான் சிறந்த வாடிக்கை யாளர் சேவை மூலம் தங்களை வித்தியாசப்படுத்துகிறது. இந்தியாவின் சிறந்த டிபார்ட்மெண்ட் ஸ்டோர்களில் ஒன்றாக இன்றும் வெற்றியுடன் திகழ்கிறது.

ஒவ்வொரு கம்பெனியும் தங்கள் திறமைக்கேற்ப, தேவைக்கேற்ப ஓர் வியூகத்தைத் தேர்ந்தெடுத்து வகுத்துக்கொள்ளவேண்டும். அதற்கேற்ப தங்கள் செயல்பாடுகளை வகைப்படுத்திக் கொள்ள வேண்டும். ஒரு வியூகத்தை மட்டும் வைத்துகொள்வதற்கு பதில் இரண்டு வியூகங்களாக வைத்துக்கொண்டால் இன்னும் பெட்டர்போலத் தோன்றும். ஒன்றைவிட இரண்டு பெரியது, பெட்டர்போல் தெரியும். ஃபுட்வோர்ல்ட் நினைத்ததுபோல. ஆனால் அது தப்பாட்டம். இருபது வயது பெண்ணை திருமணம் செய்வதும், பத்து வயதில் இரண்டு பெண்களை திருமணம் செய்வதும் ஒன்றாக இருக்குமா? அல்லது நன்றாகத்தான் இருக்குமா?

தொழில் புரிய பிரதான உத்திகளை விவரமாக விளக்கி உங்கள் பிசினஸ் சுமையை இறக்கி வைத்திருக்கும் இந்த போர்ட்டருக்கு நீங்கள் டிப்ஸ் ஏதும் தரவேண்டாம். அவர் சொன்ன டிப்ஸ் படி நடந்து கொண்டால் போதும்!

14

ஆன்சாஃப் வளர்ச்சி க்ரிட்

ஆஃப்ரிக்காவில் ஒவ்வொரு விடியலிலும் மான் கண் விழிக்கும் போது அதன் மனதில் ஒரே எண்ணம்: 'சிங்கத்தைவிட வேகமாக ஓட வேண்டும். இல்லை என்றால் சிங்கத்திடம் சாகவேண்டியதுதான்.'

ஆஃப்ரிக்காவில் ஒவ்வொரு விடியலிலும் சிங்கம் கண் விழிக்கும் போது அதன் மனதில் ஒரே எண்ணம்: 'மானைவிட வேகமாக ஓடவேண்டும். இல்லை என்றால் பட்டினியால் சாகவேண்டியதுதான்.'

'நீ மானாக இருந்தாலும் சிங்கமாக இருந்தாலும் காலை சூரியன் உதித்ததிலிருந்தே ஓடு, வேகமாக ஓடு' என்கிறார் 'கிரிஸ்டஃப்பர் மெக்டூகல்' (Christoper McDougall). இவர் எழுதிய 'பார்ன் டு ரன்' (Born to run) என்கிற புத்தகத்தில் நாம் பிறந்ததே ஓடுவதற்காக என்கிறார்.

பிறப்பை விடுங்கள், பிசினஸிலும் ஓடவேண்டிய அவசரத்தில் வாழ்கிறோம். உக்கிரம் நிறைந்த போட்டிப் புதைகுழியில் பிசினஸ் செய்கிறோம். வளர்வது என்பது 'இருந்தால் நல்லது' என்ற நிலை போய் 'இல்லையேல் மடிவது' என்ற நிலை. ஒவ்வொரு பிசினஸும் வளர்ச்சி கண்டால்தான் பிழைக்கவே முடியும். இருந்த இடத்தில் இருந்தால் போதும் என்று நின்றால் போட்டி என்னும் சிங்கத்திடம் சிக்கி, சின்னாபின்னமாகி, சீரழிய வேண்டியதுதான்.

பிசினஸில் எப்படி வளர்வது? ப்ராண்ட் விற்பனையை எப்படிக் கூட்டுவது? தொழிலில் எப்படி உயர்வது?

இதற்கு காம்ப்ளான், வயாக்ரா மாதிரி மாத்திரைகள் உண்டா? எது எதற்கோ லேகியம் இருக்கிறதே, இதற்கு ஏதேனும் லேகியம் இருக்கிறதா? பலான விஷயத்துக்கெல்லாம் காயகல்பம் கிடைக்கிறதே, பிசினஸ் தழைத்து பணம் சம்பாதிக்க 'தொழிலோபித பணம் கொட்டோகொட் கமலதூஷிதம்' என்ற எந்த சூரணமாவது கிடைக்குமா?

இருக்கிறது. மாத்திரை இல்லை. வளர்ச்சிக்கான யாத்திரை. வளமான வளர்ச்சிக்கு வழிகாட்டியிருக்கிறார் 'ஐகர் ஆன்சாஃப்' (Igor Ansoff). 1957ல் 'ஹார்வர்ட் பிசின்ஸ் ரெவ்யூ' ஜர்னலில் Strategies for Diversification என்னும் கட்டுரையில் பிசினஸ் வளர்வதற்கு நான்கு பிரதான வழிகள் இருக்கின்றன என்கிறார். அவர் தந்திருக்கும் வழிக்கு அவர் நினைவாக 'ஆன்சாஃப் மேட்ரிக்ஸ்' (Ansoff Matrix) என்று பெயர் சூட்டி அழைக்கிறது தொழில் உலகம்.

கம்பெனி வளர புதிய ப்ராண்டுகள் புகுத்தினால் போதும் என்று பலர் நினைக்கின்றனர். அதுவும் போதவில்லை என்றால் புதிய தொழில் களைத் துவங்கினால் போயிற்று என்று நினைக்கின்றனர். நாம் முன்பே பார்த்ததுபோல் புதிய, புரியாத தொழிலில் காலை விட்டு கையைச் சுட்டுக்கொண்டு பாதாதி கேசமும் பட்டுக்கொள்கின்றனர்.

கம்பெனி விற்பனையை விருத்தி செய்ய வழிகள் உண்டு. அறிவு சார்ந்து சிந்தித்து, அடிமேல் அடிவைத்து ஸ்டெப் பை ஸ்டெப்பாகச் செல்லப் படிகள் உண்டு. பயபக்தியுடன் பார்த்து பயணிக்க வழிகள் உண்டு என்பதே ஆன்சாஃப் தரும் ஐடியா.

கம்பெனி சில ப்ராண்டுகளை அறிமுகப்படுத்துகிறது. சில மார்க்கெட்டுகளில் விற்கிறது. அந்த கம்பெனி புதிய பொருட்களை அறிமுகப்படுத்தலாம். புதிய மார்க்கெட்டுகளைத் தேடி செல்லலாம். இதுவரை விற்காத பொருட்களை அறிமுகப்படுத்தலாம்.

ஆக, வளர நான்கு பிரதான வழிகள் உண்டு என்கிறார் ஆன்சாஃப். இந்த நான்கு வழிகளையும் ஒரு மாடல்போல் ஆக்கினால் படத்திலுள்ளதுபோல் (அடுத்தபக்கம்) இருக்கும். இதைச் செயல்படுத்தும் முறைகளையும், செயல்பாடுகளையும் அடுத்து பார்ப்போம். இதை இன்னமும் ஈசியாக புரிந்துகொள்ள ஆன்சாப் மேட்ரிக்ஸை பயன்படுத்தி 'பெப்சிகோ கம்பெனி' வளர்ந்த, தொடர்ந்து வளர்கின்ற வழியை ஓர் உதாரணமாய் எடுத்துக்கொண்டு அலசுவோம்.

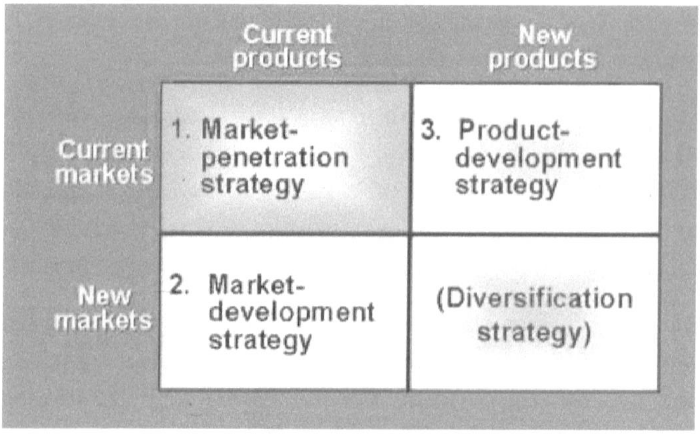

(Source: Ansoff Matrix)

உங்கள் கம்பெனி சில ப்ராண்டுகளைத் தற்சமயம் விற்றுக் கொண்டிருக்கும். சில மார்க்கெட்டுகளில் அதை விற்றுக் கொண்டிருக்கும். உங்கள் கம்பெனி புதிய ப்ராண்டுகளை அறிமுகப் படுத்தலாம். இதுவரை போகாத மார்க்கெட்டுகளில் நுழையலாம். இந்த நான்கையும் இந்த க்ரிட்போல் அமையுங்கள். இதன் கலவையில் நான்கு க்வாட்ரண்டுகள் (Quadrants) அமைகிறது பாருங்கள். ஈசியாகப் புரிவதற்கு இந்த நான்கு க்வாட்ரண்டுகளுக்கும் நம்பர் இடுவோம்.

க்வாட்ரண்ட் *1:* இந்த க்வாட்ரண்ட் தற்போது நீங்கள் விற்கும் ப்ராண்டுகளும் தற்சமயம் விற்றுக்கொண்டிருக்கும் மார்க்கெட்டுகளும்.

க்வாட்ரண்ட் *2:* இது நீங்கள் தற்போது விற்றுக்கொண்டிருக்கும் ப்ராண்டுகளும் இனிமேல் நுழையக்கூடிய புதிய மார்க்கெட்டுகளும்.

கவாட்ரண்ட் *3:* இங்கு நீங்கள் தற்சமயம் விற்றுக்கொண்டிருக்கும் மார்க்கெட்டுகளில் அறிமுகப்படுத்தக்கூடிய புதிய ப்ராண்டுகள்.

க்வாட்ரண்ட் *4:* இந்த கட்டத்தில் நீங்கள் அறிமுகப்படுத்தக்கூடிய புதிய ப்ராண்டுகளும் அதை எடுத்துச் செல்லக்கூடிய புதிய மார்க்கெட்டுகளும்.

இந்த நான்கு கட்டங்களையும் முறையாக தந்திருக்கும் நம்பர் வரிசையில் கடந்து போவதே வளர்ச்சிக்கு சரியான பாதை என்பதே ஆன்சாஃப் நமக்கு அறிவுறுத்துவது. அதை எப்படிச் செய்வது என்பதையும் அவரே விளக்குகிறார்.

முதல் படி: 'இருக்கும் ப்ராண்டுகள். விற்கும் மார்க்கெட்டுகள்'

கம்பெனி வளர எடுத்த உடனேயே புதிய தொழில்கள், புதிய ப்ராண்டுகள், புதிய மார்க்கெட்டுகள் என்று இறங்காமல் இருக்கும் ப்ராண்ட் விற்பனையை ஏற்கனவே போட்டியிடும் மார்க்கெட்டு களில் கூட்டும் வழிகளை முதலில் ஆராயவேண்டும். இதற்கு 'மார்க்கெட் பெனெட்ரேஷன் ஸ்ட்ரேடஜி' (Market Penetration Strategy) என்று பெயர். அதாவது மார்க்கெட்டை ஆழ உழும் வியூகம்.

நீங்கள் விற்கும் மார்க்கெட்டுகளில் உங்கள் ப்ராண்டுகள் முழுவதும் சென்று சேராமல் இருக்கலாம். உங்கள் ப்ராண்டை இன்னமும் சரியாய் அறியாத வாடிக்கையாளர்கள் இருக்கலாம். அங்கெல்லாம் ப்ராண்டை விரிவுபடுத்தும் விநியோக முயற்சிகளை முதலில் மேற்கொள்ள வேண்டும்.

இருக்கும் மார்க்கெட்டில் உள்ள வாடிக்கையாளர்கள் அனைவருக்கும் உங்கள் ப்ராண்ட் பற்றித் தெரியாமல் இருக்கலாம். அல்லது தெரிந்தும் ஏதோ காரணங்களுக்கு வாங்காமலும் இருக்கலாம். இந்தக் குறையை நிவர்த்தி செய்ய விளம்பரங்களைக் கூட்டுங்கள். ஃப்ரீ சாம்ப்ளிங், ப்ராண்ட் செயல்விளக்கம் போன்றவற்றைச் செய்து அவர்களை ப்ராண்டை உபயோகிக்க வைத்து அதன் பெருமையை உணர வைப்பதன் மூலம் அவர்களை வாடிக்கையாளர் ஆக்குங்கள்.

போட்டியாளரின் ப்ராண்டுகளை வாங்கி வரும் வாடிக்கை யாளர்களைக் கவர அவர்களுக்கு அதுவரை கிடைக்காத புதிய பயன்கள் உங்கள் ப்ராண்டில் சேர்த்துத் தரமுடியுமா என்று ஆராயுங்கள். உங்கள் வாடிக்கையாளர்கள் உங்கள் ப்ராண்டை மட்டுமே லாயல்டி யோடு வாங்க பணிவான விற்பனைச் சேவையைக் கூட்டுங்கள். இது மட்டுமில்லாமல் இருக்கும் வாடிக்கையாளர்களை உங்கள் ப்ராண்டைக் கூடுதலாக வாங்க வைக்க வழிகளை யோசியுங்கள்.

'பெப்சிகோ' இந்தியாவில் பெப்சியை முதலில் அறிமுகப்படுத்தி முதலில் செய்த வேலைகள் இவைதான். விளம்பரப்படுத்துவது, ஃப்ரீ சாம்பிளிங் தருவது, ஸ்பான்சர் செய்வது போன்ற விற்பனை மேம்பாட்டுச் செயல்கள் பலவற்றை முதலில் செய்தது. பிறகு இருக்கும் மார்க்கெட்டுகளில் வாடிக்கையாளர்களின் எண்ணிக்கையைப் பெருக்கும் வகையில் 'பெப்சி' 200 மி.லி. பாட்டில்களில் ஐந்து ரூபாய் விலையில் 'சோட்டா பெப்சி' என்று அறிமுகப்படுத்தியது. பத்து ரூபாய்க்கு பெப்சி விற்றபோது விலை அதிகம் என்று அதுவரை வாங்காமல் இருந்த அடித்தட்டு மக்கள்கூட இதனால் கவரப்பட்டு பெப்சியை வாங்கத் துவங்கினர். மற்றவர்களும் குறைந்த விலைதானே என்று பெப்சியை அதிகம் வாங்கி பருக ஆரம்பித்தனர்.

இந்த முயற்சிகளால் பெப்சியின் விற்பனை நுரைக்க நுரைக்கப் பெருகியது.

இரண்டாம் படி: 'இருக்கும் ப்ராண்டுகள். புதிய மார்க்கெட்டுகள்'

நீங்கள் செய்யவேண்டிய அடுத்த முயற்சி உங்கள் ப்ராண்டுகளை இதுவரை நுழையாத மார்க்கெட்டுகளில் அறிமுகப்படுத்துவது. இதற்கு 'மார்க்கெட் டெவலப்மெண்ட் ஸ்ட்ரேடஜி' (Market Development Strategy) என்று பெயர். அதாவது புதிய மார்க்கெட்டு களை வளர்க்கும் வியூகம்.

பல காரணங்களுக்காக சில ஊர்களில் உங்கள் ப்ராண்டுகளை நீங்கள் கொண்டு செல்லாமல் இருந்திருக்கலாம். அந்த ஊர்களில் புதிய டிஸ்ட்ரிப்யூட்டர்களை, ஸ்டாக்கிஸ்டுகளை, டீலர்களை நியமித்து உங்கள் விநியோக முறையை அதிகப்படுத்தும் முயற்சிகளை மேற்கொள்ளுங்கள்.

இந்தியாவில் ஆறு லட்சத்துக்கும் அதிகமான கிராமங்கள் இருக்கின்றன. சத்தியமாக அத்தனை கிராமத்திலும் உங்கள் ப்ராண்ட் இருக்கப் போவதில்லை. முடிந்த வரை விநியோகத்தைக் கூட்டி உங்கள் ப்ராண்ட் இல்லாத கிராமங்களை அடையும் வழியைத் தேடுங்கள்.

புதிய மார்க்கெட்டுகள் என்றால் புதிய ஊர்கள், கிராமங்கள் என்று மட்டும் அர்த்தமல்ல. இருக்கும் ஊர்களிலேயே இதுவரை உங்கள் ப்ராண்ட் கிடைக்காத இடங்கள் பல இருக்கும். அங்கெல்லாம் உங்கள் ப்ராண்ட் கிடைக்கும்படி செய்யலாம். பிஸ்கெட், சாக்லேட், மில்க் ஷேக் போன்ற பொருட்களை விற்கிறீர்கள் எனில் இவற்றை வெறும் கடைகளில் மட்டுமே விற்காமல் ஸ்கூல், காலேஜ் கேண்டீன்களில் விற்கும் முயற்சிகளை மேற்கொள்ளலாம். ஆபீஸ் வளாகம், மால், தியேட்டர், மல்டிப்ளெக்ஸ், பஸ் டெர்மினஸ் போன்ற இடங்களில் உங்கள் பொருட்கள் கிடைக்கும்படிச் செய்யுங்கள்.

அதேபோல் இதுவரை நீங்கள் குறிவைக்காத வாடிக்கையாளர் பிரிவுகளைக்கூடக் கவர்ந்து உங்கள் ப்ராண்டுகளை வாங்கவைக்க முடியுமா என்று ஆராயுங்கள்.

இவையெல்லாமே ஏற்கெனவே இருக்கும் மார்க்கெட்டுகள்தான். ஆனால் உங்கள் கம்பெனிக்கு புதிய மார்க்கெட்டுகள். இதுவரை கவராத வாடிக்கையாளர்கள். அதனால் இதிலிருந்து வரும் விற்பனை உங்களுக்குக் கூடுதல் தானே!

பெப்சிகோ இந்தியாவுக்கு வந்து முதலில் பெரிய நகரங்களில் தன் பொருட்களை விற்கத் துவங்கியது. பின் அதையும் தாண்டி சிறிய

ஊர்களுக்குள் நுழைந்தது. அதுவும் போதாமல் தன் விநியோக அமைப்பை விரிவுபடுத்தி கிராமங்களில், பட்டித் தொட்டிகளில்கூட பெப்சி கிடைக்கும் வசதியை அளித்தது. அது மட்டுமில்லாமல் ஸ்கூல், காலேஜ் காண்டீன், ஃபுட் கோர்ட் போன்ற இடங்களிலும் தன் பொருள்கள் கிடைக்கும்படி செய்தது.

வாடிக்கையாளர்கள் நினைத்த நேரத்தில், கிடைக்கும் தூரத்தில் தன் பொருள்கள் இருக்கும்படியாக ரயில்வே ஸ்டேஷன், பஸ் ஸ்டாண்ட், தியேட்டர், மால் போன்ற கூட்டமான பொது இடங்களில் வெண்டிங் மெஷின் நிறுவி அதன் மூலம் தன் ப்ராண்டுகள் தாராளமாகக் கிடைக்கும்படி செய்து விற்பனையை அதிகரித்து வளர்ந்தது.

மூன்றாம் படி: 'புதிய ப்ராண்டுகள். இருக்கும் மார்க்கெட்டுகள்'

இருக்கும் ப்ராண்டுகளை மட்டுமே கட்டிக்கொண்டு அழாமல் தங்கள் ப்ராண்டுகளைப்போல இருக்கும் புதிய பொருள் வகைகளை கம்பெனி அறிமுகப்படுத்தி வளர்ச்சி காணலாம். இதற்கு 'ப்ராடக்ட் டெவலப்மெண்ட் ஸ்ட்ரேடஜி' (Product Development Strategy) என்று பெயர். அதாவது புதிய பொருள்களை வளர்க்கும் வியூகம். மார்க்கெட்டில் ஏற்கனவே இது போன்ற பொருட்கள் இருந்தாலும் கம்பெனிக்கு இவை புதிய ப்ராண்டுகள்.

புதிய பொருள்கள் என்பதற்காக நீங்கள் தற்சமயம் விற்றுக் கொண்டிருக்கும் ப்ராண்டுகளுக்கு சற்றும் சம்பந்தமில்லாத பொருள்களை விற்பதல்ல. நீங்கள் உங்கள் தொழில் என்று வரையறுத்துக் கொண்டதற்கேற்ப, உங்கள் கோர் காம்பெடன்ஸ் எதுவோ அதற்கேற்ப, நீங்கள் தற்சமயம் விற்கும் பொருள்களுக்கேற்ற புதிய பொருட்களை அறிமுகப்படுத்துவதே இந்த முயற்சி.

'பெப்சிகோ' இந்தியாவில் 'பெப்சி கோலா'வுடன் மட்டுமே நுழைந்தது. மெதுவாக தன்னை நிலைநிறுத்திக்கொண்ட பின் புதிய மார்க்கெட்டுகளில் நுழைந்தது. நாட்டின் மூலை முடுக்கெல்லாம்கூட இருக்கும் தன் பரந்த விரித விநியோக சக்தியை முழுவதும் பயன்படுத்திக்கொள்ளும் வகையிலும் கம்பெனியின் நற்பெயரைப் பயன்படுத்தும் விதத்திலும் தாகம் தீர்க்கும் புதிய பொருள் வகைகளை அறிமுகப்படுத்தியது. 'அக்வா ஃபீனா' மினரல் வாட்டர், 'மிரிண்டா' ஆரஞ்சு பானம், 'செவன் அப்', 'நிம்பூஸ்' எலுமிச்சை பானங்கள், 'மவுண்டன் ட்யூ' என்கிற தெம்பூட்டும் பானம் போன்றவற்றை அறிமுகப்படுத்தியது.

இதுவும் பத்தாதென்று 'ட்ராபிகானா' என்ற ஜூஸ் ப்ராண்டை அறிமுகப்படுத்தி அதில் திராட்சை, சாத்துக்குடி என்று பல

தினுசுகளில் பானங்களைக் கொண்டு வந்திருக்கிறது. இதன் மூலம் சில்லென்று வளர்கிறது.

நான்காம் படி: 'புதிய ப்ராண்டுகள். புதிய மார்க்கெட்டுகள்'

மூன்று படிகளையும் வெற்றிகரமாகக் கடந்தபின் இன்னமும் வளர்ச்சி வேண்டும் என்றால் இருக்கவே இருக்கிறது நான்காம் படி. உங்கள் ப்ராண்டுகளுக்கு சற்றும் சம்பந்தமில்லாத புதிய பொருட்களைக் கொண்டு வருவது, இதற்கு 'டைவர்சிஃபிகேஷன் ஸ்ட்ரேடஜி' (Diversification Strategy) என்று பெயர்.

இதுவரை அறிமுகம் இல்லாத பிசினஸ் என்பதால் இதில் ரிஸ்க் அதிகம். எடுத்தவுடன் இதைச் செய்யாமல் வளர்வதற்கான கடைசி அஸ்திரமாக இதைப் பிரயோகிக்கவேண்டும். இதையும் ஐடியாவோடு, அறிவு சார்ந்து, அகலக்கால் வைக்காமல் அழகாகச் செய்தால் அமோக வெற்றி பெற முடியும்.

கொஞ்சம் இரு, தெரியாத தொழிலைச் செய்யாதே என்று கூறினாயே. அகலக்கால் வைத்தால் அகால மரணம் என்று பயமுறுத்தினாயே. அப்படி செய்து அவஸ்தைப்படும் கம்பெனிகள் லிஸ்ட்டை அளித்தாயே. இப்போது அப்படியே மாற்றிச் சொல்கிறாயே. அதற்குள் சிலபஸ் மாறிவிட்டதா என்று நீங்கள் கேட்பது எனக்கு கேட்கிறது. என் பதிலை உங்களிடம் சில கேள்விகள் கேட்டு விளக்குகிறேன்.

உலகிலேயே பெரிய ஃபாஸ்ட் ஃபுட் கம்பெனி எது தெரியுமா?

சொன்னால் நம்ப மாட்டீர்கள். 'பெப்சிகோ'!

இதென்ன பெப்சிகோ? நாம் இதுவரை பார்த்த பெப்சி, அக்வா ஃபீனா, மிரிண்டா பானங்களைத் தயாரிக்கும் கம்பெனியின் பெயர்தான் பெப்சிகோ. இந்த பெப்சிகோ 'யம் ரெஸ்டாரண்ட்ஸ்' என்ற கம்பெனியின் ஓனரும்கூட. யம் கம்மென்று என்று சும்மா உட்காராமல் ஜம்மென்று பல ஃபாஸ்ட் ஃபுட் ரெஸ்டாரண்ட் ப்ராண்டுகளைத் துவங்கி அதை செயினாக்கி உலகெங்கும் கிளை திறந்திருக்கிறது.

சீஸ் தோசைபோல் விதவிதமான வகைகளில் வட்டமாக விருந்தளிக்கும் 'பீட்ஸா ஹட்'. கொக்கரக்கோ என்று கத்தாமல் கோழி கறி கிளறித் தரும் 'கெண்டக்கி ஃப்ரைட் சிக்கன்'. மெக்ஸிகோகாரன்போல் தொப்பி அணியாமல் அவர்கள் உணவை அளிக்கும் 'டேகோ பெல்'. கடல் மீன்களைப் பிடித்து ப்ளேட்டில் ப்ரெசெண்ட் செய்யும் 'லாங் ஜான் சில்வர்ஸ்'. இதுபோல் இன்னமும்கூட ஏகப்பட்ட ரெஸ்டாரண்ட் ப்ராண்டுகளின் சொந்தக்காரர் இந்த யம் ரெஸ்டாரண்ட்ஸ். அந்த யம் கம்பெனியின் ஒரே ஓனர்தான் பெப்சிகோ.

என்ன பெரிய ரெஸ்டாரண்ட். எத்தனை இருக்கப்போகிறது இதன் கிளைகள் என்று அசால்ட்டாய் எடை போடாதீர்கள். யம் ரெஸ்டாரண்ட் கம்பெனிக்கு சொந்தமான அத்தனை ப்ராண்டுகளின் கிளைகளின் மொத்த எண்ணிக்கை முப்பத்து நாலாயிரத்துக்கும் மேல். ஆண்டு விற்பனை பதினான்கு பில்லியன் டாலர்கள். பணி புரியும் ஊழியர்களின் எண்ணிக்கை கிட்டத்தட்ட ஆறு லட்சம்.

இப்போதுபுரிகிறதா எப்படி பெப்சிகோ உலகிலேயே பெரிய ஃபாஸ்ட் ஃபுட் கம்பெனி என்பதை. இந்நேரம் இன்னொன்றையும் நீங்கள் உணர்ந்திருக்க முடியும். யம் ரெஸ்டாரெண்ட்ஸ் நிர்வகிக்கும் விதவிதமான வெவ்வேறு ப்ராண்டுகள் ஒவ்வொன்றிலும் பெப்சி கம்பெனியின் பானங்கள் மட்டுமே விற்கப்படுகின்றன. அதாவது முப்பத்தி நாலாயிரம் கிளைகளுக்கு வரும் வாடிக்கையாளர்கள் பெப்சிகோ கம்பெனி பானங்களை மாட்டுமே பார்க்க முடியும், பருக முடியும்!

உங்களிடம் அடுத்த கேள்வி. உலகிலேயே பெரிய ஸ்னாக் ஃபுட் கம்பெனி எது தெரியுமா?

பெப்சிகோ தானுங்கோ!

பெப்ஸிகோ ‘ஃப்ரிட்டோ லேஸ்’ என்ற மற்றொரு தனி கம்பெனி வைத்திருக்கிறது. இந்த கம்பெனியை உங்களுக்கு தெரியாமல் இருந்தாலும் இதன் ப்ராண்டுகளை பாக்கெட் பாக்கெட்டாக வாங்கி நொறுக்குகிறீர்கள். ‘குர்குரே’, ‘லேஸ்’, ‘சீடோஸ்’ ‘அங்கிள் சிப்ஸ்’ இன்னமும் ஏகப்பட்டது உண்டு. இந்த ப்ராண்ட் பெயர்களைப் படித்தபின் நாக்கு நமநமவென்று மாறி கிச்சன் சென்று இதில் எதையாவது எடுத்து நொறுக்கினால் நன்றாக இருக்குமே என்று தோன்றுமே!

ஃபாஸ்ட் புட் ப்ராண்டுகள், நொறுக்கு தீனி வகையறாக்கள் எல்லாம் பெப்சிகோ கம்பெனிக்கு சம்பந்தமே இல்லாத டைவர்சிஃபிகேஷன் போல் உங்களுக்குத் தோன்றும். குருட்டாம் போக்கில் புது பிசினஸ் துவங்கி குருட்டு அதிர்ஷ்டத்தில் பெற்ற வெற்றிகள்போல் இருக்கும். ஆனால் ஆழமாகக் கவனித்தால் இதிலுள்ள அர்த்தமும் வெற்றியின் ஆதார ரகசியமும் புரியும்.

பெப்சிகோ தன்னை ‘தாகம் தீர்க்கும் கம்பெனி’ என்று தெளிவாக வரையறுத்துக்கொண்டிருக்கிறது. அதனால் தாகம் தீர்க்கும் பானங்களை விற்கிறது. புதிய ப்ராண்டுகளை அறிமுகம் செய்கிறது. புதிய மார்க்கெட்டுகளைத் தேடிப் போகிறது. சாப்பிடும்போது குடிப்பார்கள் என்று ஃபாஸ்ட் ஃபுட் ப்ராண்டுகளை ஆரம்பித்து அங்கும் தன் பானங்களை விற்கிறது. பத்தாததற்கு நொறுக்கு தீனிக்கு ஒரு கம்பெனி வேறு!

பெப்சிகோவின் உத்தி ரொம்ப சிம்பிள்: ‘எங்கள் ஃபாஸ்ட் புட் செண்டர்களில் சாப்பிடுங்கள். அங்கு எங்கள் பானங்களை பருகுங்கள். தாகம் எடுத்தால் எங்கள் ப்ராண்டுகளை வாங்குங்கள். தாகம் எடுக்கவில்லையா? எங்கள் ஸ்னாக்குகளை வாங்கிச் சாப்பிடுங்கள். அதனால் உங்களுக்கு தாகம் எடுக்கும். அப்போது எங்கள் பானங்களை பருகி தாகத்தைத் தணித்துக்கொள்ளுங்கள்’!

புரிகிறதா? சம்பந்தமேயில்லாத தொழில்களில் பெப்ஸிகோ இறங்கவில்லை. ஸ்நானப் ப்ராப்தி இல்லாத பிசினஸ்களை துவங்கவில்லை. தேவையில்லாத டைவர்சிஃபிகேஷன் வியூகத்தையும் வகுக்கவில்லை.

தான் எந்தத் தொழிலில் இருக்கிறோம் என்பதைத் தெளிவாக வரையறுத்தது. அதற்கேற்ற, அதற்கு அருகே உள்ள, அதற்கு சம்பந்தமுள்ள தொழில்களை மட்டுமே துவங்கியது. அதற்கேற்ற ப்ராண்டுகளை மட்டுமே அறிமுகப்படுத்தியது. உலகெங்கும் கொடி கட்டிப் பறந்து லாபத்தை லம்ப்பாக அள்ளுகிறது.

ஐகர் ஆன்சாஃப் போட்டுக் கொடுத்திருக்கும் வளர்ச்சிப் பாதை பெப்சிக்கு மட்டுமல்ல, உங்களுக்கும்தான். ஐகர் சொன்னதுபோல் செய்தால் உங்கள் பிசினஸ் டைகர்போல் சீறும். சீரும் சிறப்புமாய் சீறும்!

15

ப்ராடக்ட் வாழ்க்கை சக்கரம்

பிறந்து, வளர்ந்து, முதுமையடைந்து, இறுதியில் இறப்பது என்பது வாழ்க்கைக்கு மட்டுமல்ல, விற்கும் பொருள்களுக்கும் பொருந்தும் தத்துவம். ஒரே வித்தியாசம். எல்லா பொருள்களுக்கும் இது பொருந்தும் என்றாலும் எல்லா பொருட்களும் இறக்கவேண்டும் என்ற நியதியில்லை. முதுமையிலேயே பல காலம் போகாமல் இழுத்துக்கொண்டு இருக்கும் பொருள்கள் உண்டு. ஆனால் பொதுவாகவே வாழ்க்கை சக்கரம் என்பது வாழ்க்கையிலும் உண்டு, வியாபாரத்திலும் உண்டு.

மேலே தொடர்வதற்குள் ஒன்றைத் தெளிவாக்குகிறேன். பொருள் என்று குறிப்பிடுவது பொருள் பிரிவுகளை. ப்ராண்டுகளை அல்ல. இதைக் கவனத்தில் கொள்ளுங்கள்.

டியோடரண்ட் என்பது பொருள். 'ரெக்ஸோனா' என்பது ப்ராண்ட்.

ஆயுள் காப்பீடு என்பது பொருள். 'எல்ஐசி' என்பது ப்ராண்ட்.

தியேட்டர் என்பது பொருள். 'சத்யம்' என்பது ப்ராண்ட்.

பொதுவாகவே பொருள் என்பது நிலையில்லாதது. அது முதலில் மார்க்கெட்டில் அறிமுகப்படுத்தப்படுகிறது. அப்பொருளை மக்கள் ஏற்றுக்கொண்டு மெதுவாக வாங்க ஆரம்பிக்க அதன் விற்பனை வளர்கிறது. அப்பொருளை வாங்கக்கூடிய மக்கள் அனைவரும் அதை வாங்கிவிட்ட நிலையில் அதன் விற்பனை தேக்க நிலையை

அடைகிறது. பின் அப்பொருள் தரும் பயனை வேறொரு பொருள் இன்னமும் பெட்டராக தரத் துவங்க அல்லது கால மாற்றத்தால் அப்பொருளின் தேவை குறையத் துவங்க அது மடிந்து மறைகிறது. அல்லது இழுத்துக்கொண்டு இன்றோ நாளையோ என்று ரேழியில் கிடத்தப்படுகிறது. இதுதான் ப்ராடக்ட் வாழ்க்கை சக்கரம் (Product life cycle).

இந்த தத்துவம் சப்ஜாடாய் எல்லா பொருள்களுக்கும் விதிவிலக் கில்லாமல் பொருந்தும். வெவ்வேறு பொருள்களின் வாழ்க்கை சக்கரத்தின் வேகம் வெவ்வேறாக இருக்கலாம். ஆனால் சக்கரம் ஒன்றுதான். அது வேலை செய்யும் விதம் ஒன்றுதான்.

செல்ஃபோன் சேவை என்னும் பொருள் அறிமுகப்படுத்தப்பட்டு அதிவேகமாக வளர்ந்து வருகிறது. ஆனால், அந்தப் பொருளுக்கு முன்பே கொண்டுவரப்பட்ட மைக்ரோவேவ் என்னும் பொருள் இன்னமும் வளராமல் இருக்கிறது.

அதேபோல் பல பொருள்கள் வளர்ந்து மடிகின்றன. சில பொருள்கள் வளர்ந்து தேய்ந்தாலும் மடியாமல் இருக்கின்றன. ஒரு நாள் மடியலாம் என்றாலும் இன்று வரை மடியவில்லை என்பதே உண்மை. பேஜர்கள் அறிமுகப்படுத்தப்பட்டு பிய்த்துக்கொண்டு வளர்ந்தாலும் வந்த வேகத்திலேயே மறைந்துவிட்டன. ஆனால் நூறு வருடங்களுக்கு மேலாக இருக்கும் ந்யூஸ்பேப்பர் என்னும் பொருள் அதற்கு பின்னால் வந்த ரேடியோ, டீவி, இண்டெர்னெட் போன்றவற்றின் தாக்கத்தை மீறி வாழ்ந்துகொண்டுதான் வருகிறது.

நம் நாட்டில் இப்போதுதான் படிப்பறிவு வளர்ந்து வருகிறது என்பதால் பத்திரிகை படிக்கும் வழக்கம் அதிகரித்து வருகிறது. ஆனால் பல காலமாகவே படிப்பறிவு அதிகமிருக்கும் மேலை நாடுகளில் பத்திரிகை படிக்கும் வழக்கம் குறைந்து வருகிறது. பல பத்திரிகைகள் மூடப்பட்டுவிட்டன. மீதி உள்ளவை இப்போதோ அப்போதோ என்று இழுத்துக் கொண்டிருக்கின்றன. நம் நாட்டிலும் இது கண்டிப்பாக நடக்கத்தான் போகிறது. என்ன, பத்திரிகைகள் ஒரே வழியாக மூடப்பட்டு பேஜர்கள்போல் அந்த பொருள் சுவடே இல்லாமல் போகுமா அல்லது தொட்டுக்கோ துடைத்துக்கோ என்று அங்கொன்றும் இங்கொன்றுமாக ஓரிரு பத்திரிகைகள் பீராய்ந்து கொண்டு இருக்குமா என்பதுதான் கேள்வி. பத்திரிகைகளை பாத்ரூம் போகும்போது படிக்கும் பிரக்ருதிகள் இருக்கும் வரை இவற்றுக்கு ஆயுசு இருக்குமோ என்னவோ!

பொருள் வாழ்க்கை சக்கர தத்துவ தாத்பரியம்

பொருள்களுக்கு வாழ்க்கை சக்கரம் இருக்கிறது என்று கூறுகையில் நாம் நான்கு முக்கிய விஷயங்களைக் கூறாமல் கூறுகிறோம்.

- பொருள்கள் சாஸ்வதமல்ல, அவற்றுக்கு ஆயுள் என்று ஒன்று உண்டு.
- பொருள்கள் பல படிகளைக் கடந்து செல்ல வேண்டியிருக்கிறது. ஒவ்வொரு படியும் ஒன்றுபோல் இருப்பதில்லை. அதனால் பொருளை விற்கும் கம்பெனிக்கு ஒவ்வொரு படியிலும் வெவ்வேறு வாய்ப்புகள் அமையும். விதவிதமான சவால்கள் தோன்றும். பல ரூபங்களில் பிரச்னைகள் வரும்.
- ஒவ்வொரு படியிலும் பொருளால் கிடைக்கும் லாபத்தின் அல்லது நஷ்டத்தின் அளவு மாறுபடும்.
- இந்தக் காரணங்களால் பொருளை வளர்க்கத் தேவையான மார்க்கெட்டிங், நிதி சார்ந்த, மனித வள, தயாரிப்பு மற்றும் அனைத்துத் துறைகளின் வியூகங்களும் மாறுபடும். மாறுபட வேண்டும். மாறுபட்டே தீரும்.

பொருள் வாழ்க்கை சக்கரத்துக்கு நான்கு படிகள் உண்டு. அறிமுகம், வளர்ச்சி, முதிர்ச்சி, சரிவு. இந்த நான்கு படிகளையும் அதன் தன்மைகளையும் அலசுவோம்.

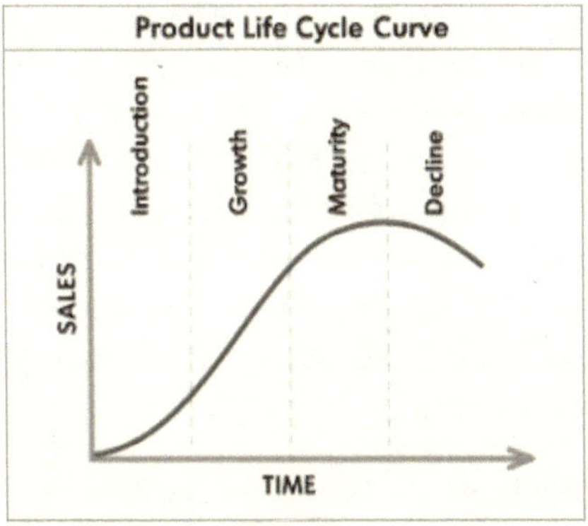

முதல் படி: அறிமுகம்

புதிய பொருள் மார்க்கெட்டில் அறிமுகம் செய்யப்படுவதுதான் வாழ்க்கை சக்கரத்தின் முதல் படி. மார்க்கெட்டில் பொருளுக்குப் போடப்படும் பிள்ளையார் சுழி. எல்லா புதிய பொருள்களும்

அறிமுகப்படுத்தப்பட்ட உடனேயே மக்களால் ஏற்கப்படுவதில்லை. நம் நாட்டில் தற்சமயம் அறிமுகப்படலத்தில் இருக்கும் சில பொருள் வகைகள் ஃபோர் ஜி சேவை, ஹாண்ட் சானிடைஸர், ஸ்பா, டிஷ் வாஷர், பவர் பாங்க், எலெக்ட்ரிக் கார், ஜிம் செல்ல அணியும் பிரத்யேக ஆடைகள் போன்றவை.

அறிமுகப்படலம் என்பது அறியப்படாத, ஆபத்து நிறைந்த ஒரு நிச்சயமற்ற நிலை. புதிய பொருளுக்கான டிமாண்ட் மார்க்கெட்டர்களால் பிரயத்தனப்பட்டு உருவாக்கப்படவேண்டும். இதை உருவாக்கத் தேவைப்படும் காலமும் முயற்சியும் பொருளின் தன்மையையும் புதுமையின் அளவிலும், மாற்றுப் பொருட்களின் தன்மை பொறுத்து அமையும். கேன்சரைக் குணப்படுத்த அறிமுகப்படுத்தப்படும் மாத்திரையை மக்கள் ஏற்றுக்கொள்ள வைக்க ரொம்பவும் மெனெக்கெட வேண்டியதில்லை. கேன்சர் இருப்பவர் வாங்குவதை விடுங்கள். கேன்சர் இல்லாதவர்கூட எதற்கும் இருக்கட்டும் என்று ஏகத்துக்கும் வாங்கி எள்ளுருண்டைபோல் தினமும் தின்பார்கள்.

அதேபோல் அறிமுகப்படுத்தப்படும் பொருள் ஏற்கனவே இருக்கும் பொருள்போல் இருந்து, அதைவிடச் சிறந்த பயன் தந்தால் அப்பொருளை மக்கள் ஏற்றுக்கொள்வது எளிதாகும். செல்ஃபோன் சேவை அறிமுகப்படுத்தப்பட்டு ஒரு சில வருடங்களிலேயே அந்த மார்க்கெட் பிய்த்துக் கொண்டு பறந்ததற்கு காரணம் லேண்ட்லைன் ஃபோன் சேவையைபோல் அது இருந்து அதைவிட சௌகரியம் தந்ததால்.

மார்க்கெட்டில் இல்லாத புதிய பொருளாக இருந்தால் அல்லது அதிக தொழில் நுட்பம் நிறைந்த பொருளாக இருந்தால் மார்க்கெட்டர் மெனெக்கெடவேண்டும். நம்மவர்கள் புதியதை டபக்கென்று வாங்கும் ரகமல்ல. ஹோட்டலுக்கு சென்று ஆற அமர மெனு கார்டை படித்து என்னதான் புதிய ஐடங்கள் இருந்தாலும் 'இரண்டு இட்லி, ஒரு காபி' கேட்பவர்கள். அதனால்தான் புதிய பொருள் பிரிவுகள் பல அறிமுகப்படுத்தப்பட்டு தோல்வி கண்டிருக்கின்றன. கியர் இல்லாத பைக்குகள், சாட்டிலைட் ரேடியோ போன்றவை இந்த லிஸ்ட்டில் சேர்க்கப்படவேண்டியவை.

அறிமுகப் படலத்தில் போட்டி அதிகம் இருக்காது. புதிய தொழில் நுட்பத்துக்குக் காப்புரிமை வாங்கியிருந்தால் அந்தக் காப்புரிமை காலம் காலாவதியாகும்வரை அப்பொருளே ராஜா. இதற்கு உயர்ந்த உதாரணம், 'வயாக்ரா'. பலர் நினைப்பதுபோல் வயாக்ரா என்பது செக்ஸ் எண்ணங்களை வளர்க்கும் மாத்திரை அல்ல. சிலருக்கு எரெக்டைல் டிஸ்ஃபங்ஷன் (Erectile dysfunction) என்ற பிரச்னை வரலாம். அப்பிரச்னைக்குத் தீர்வுதான் வயாக்ரா.

புத்தகத்தில் பதிப்பிக்கும் வகையில் விளக்கவேண்டுமென்றால் பலான மேட்டரில் தேவைப்படும்போது சிலருக்கு 'ம்ஹூம் நான் மாட்டேன், எனக்கு தூக்கம் வருது' என்று, கூடப் பிறந்ததே எழுந்திருக்காமல் படுத்துக்கொண்டு மக்கர் பண்ணி கழுத்தை அறுக்கும். அந்த நேரத்தில் பாதிக்கப்பட்டவர் பாவம் என்ன செய்வார்?

ஒன்றும் செய்ய முடியாது. அதுதான் ப்ராப்ளம்!

கொடிக் கம்பம் சரியாய் வேலை செய்யாது சார். போதுமா? அக்குறையை நிவர்த்தி செய்யும் பொருள்தான் வயாக்ரா. இதை 'ஃபைஃபர்' என்னும் கம்பெனி கண்டுபிடித்து காப்புரிமையும் பெற்றது. 2020 வரை வேறு எந்த கம்பெனியும் இது போன்ற கொடி கம்ப மாத்திரையை அறிமுகப்படுத்த முடியாது.

கேட்கவேண்டுமா? இம்மாத்திரை சக்கை போட்டு விற்கிறது என்பதை விளக்கத்தான் வேண்டுமா? சைஃபர் மார்க் வாங்கியவர்கள் கூட ஃபைஃபர் தயவால் செண்டம் எடுத்து செஞ்சுரி அடிக்க உலகெங்கும் வயாக்ராவின் வளர்ச்சி நயாக்ராவை மிஞ்சுகிறது!

எல்லா பொருள்களுக்கும் அதுபோல் காப்புரிமை கிடைப்பதில்லை. காப்புரிமை இல்லாத பொருள்கள் அறிமுகப்படுத்தப்படும்போது அது மக்களால் ஏற்றுகொள்ளப்படுகிறதா என்று மற்ற கம்பெனிகள் பொறுந்திருந்து பார்ப்பார்கள். மக்களுக்குப் பிடித்திருக்கிறது என்ற அறிகுறி தெரிந்தால் போதும், அப்பொருள் பிரிவில் குலைகுலையாய் முந்திரிக்கா என்று கூட்டமாய் நுழைந்து கும்மியடிக்கத் துவங்குவார்கள். அப்போது அப்பொருள் பிரிவு லைஃப் சைக்கிளின் அடுத்த கட்டத்துக்கு நுழையத் தயாராகும்.

இரண்டாம் படி: வளர்ச்சி

வாடிக்கையாளர் தேவையை ஏதோ ஒருவகையில் பூர்த்தி செய்தாலோ அல்லது ஏற்கனவே இருக்கும் பொருள்களைவிட பெட்டராக இருந்தாலோ அறிமுகப்படுத்தப்படும் பொருள் மக்களால் ஏற்றுக் கொள்ளப்படும். அதன் டிமாண்ட் கூடும். மக்கள் அப்பொருளை ஏற்றுக்கொள்ளும் வேகம் பொருளுக்கு பொருள் மாறுபடும். இதற்கு வளர்ச்சிப் படலம் என்று பெயர். டியோடரண்ட், காஸ்மெடிக்ஸ், கார்கள், ஷாம்பு, ஆயுள் காப்பீடு, டிபார்ட்மெண்ட் ஸ்டோர், மல்டிப்ளெக்ஸ் போன்றவை வளர்ச்சி படலத்தில் இருக்கும் பொருள் பிரிவுகள்.

புதிய பொருள் பிரிவின் விற்பனை அதிகரிக்க துவங்க இதை மக்கள் ஏற்றுக்கொள்ள துவங்கிவிட்டார்கள் என்பதை உணரும் மற்ற

கம்பெனிகள் இப்பொருள் பிரிவில் அதிக அளவில் நுழைவார்கள். பலர் ஏற்கெனவே இருக்கும் பொருளைப் போலவே தயாரித்து விற்க சிலர் சமயோஜிதமாக இருக்கும் பொருளைவிட அதிகப் பயன் அளித்தோ புதிய வடிவமப்பு கொண்டோ பொருளைத் தயாரித்து விற்பார்கள். பொருள் பிரிவில் போட்டியின் உக்கிரம் அதிகரிக்கத் துவங்குவது இந்தப் படலத்தில்தான்.

அறிமுகப் படலத்தில் பொருளை மக்கள் ஏற்றுக்கொள்ளத் தேவையான செயல்களையும் வியூகங்களையும் அமைத்திடும் மார்க்கெட்டர்கள் வளர்ச்சிப்படியில் தங்கள் ப்ராண்டை மற்ற ப்ராண்டுகளிடமிருந்து வித்தியாசப்படுத்திக் காட்டுவது எப்படி, போட்டியாளர்களைவிட்டு நம்மிடம் வாடிக்கையாளர்களைக் கவர்ந்து இழுப்பது எப்படி என்பதில் கவனம் செலுத்துவார்கள். செலுத்தவேண்டும்.

புதிய விநியோக முறைகள் மூலம் பொருளை வாடிக்கையாளரிடம் கொண்டு சேர்க்கும் வழிகள் ஆராயவேண்டும். புதிய தொழில் நுட்பம் மூலம் பொருளின் தயாரிப்புச் செலவு குறைக்கும் முயற்சிகளை மேற்கொள்ளவேண்டும். அதுமட்டுமில்லாமல் போட்டி பெருகுவதால் பொருளின் விலை குறைக்கப்படும் சாத்தியக்கூறும் அதிகம். இதனால் மேலும் வாடிக்கையாளர்கள் பொருள் பிரிவுக்குக் கவரப்பட்டு பொருளை வாங்கத் துவங்குவார்கள். இதனால் விற்பனை அதிகரிக்கும். அதிக விற்பனை மற்றவர்கள் கண்களை உறுத்தி இன்னமும்கூட புதிய போட்டியாளர்கள் பொருள் பிரிவுக்குள் நுழைய போட்டியின் உக்கிரம் வக்கிரமடையும். டீடீஎச் சேவை, டீ.வி, செல்ஃபோன் சேவை போன்ற பொருள் பிரிவுகளில் இவ்வகைப் போட்டியைக் காணலாம்.

மூன்றாம் படி: முதிர்ச்சி

ஒரு டம்ப்ளர் தண்ணீரில் சர்க்கரையைப் போட்டால் அது உடனே கரையும். இன்னமும் கொஞ்சம் சர்க்கரை போடும் போதும் கரையும். ஆனால் ஒரு அளவுக்குப் பிறகு சர்க்கரை தண்ணீரில் கரையாமல் அப்படியே அடியில் தங்கும். இதை சேச்சுரேஷன் பாயிண்ட் என்பார்கள். பொருள் பிரிவுகளும் அது போலவே. மார்க்கெட்டில் ஒரு அளவுவரைதான் பொருள் பிரிவுகள் வளரும். அப்பொருளை வாங்கக் கூடியவர்கள் அனைவரும் வாங்கத் துவங்கிய பின் அப்பொருள் பிரிவின் விற்பனை தேக்க நிலையை அடையும்.

வாங்கக்கூடிய அனைவரும் வாங்கியாகிவிட்டது. புதிய வாடிக்கை யாளர்கள் இல்லை என்ற நிலையை மெச்சூரிட்டி ஸ்டேஜ் என்பார்கள். இந்தியாவில் சோப்பு உபயோகம் சுமார் தொன்னூற்றி

எட்டு சதவீதம். அதாவது சோப் வாங்கக்கூடிய நிலையிலுள்ள மக்களில் 98% பேர் சோப்பை ரெகுலராய் வாங்குகிறார்கள். இனிமேல் புதியதாய் சோப் பிரிவில் நுழையப் போகிறவர்கள் யாரும் இல்லை.

இதனால்தான் சோப் பொருள் பிரிவு முதிர்ச்சி நிலையை அடைந்திருக்கிறது. இதில் வளர்ச்சி பெரியதாக இல்லை. இருக்கும் சோப் கம்பெனிகள் வளர போட்டியாளர்களை அடித்து அவர்கள் வாடிக்கையாளர்களைக் கவர்ந்தால்தான் உண்டு என்ற நிலை. அதனால்தான் சோப் பொருள் பிரிவில் குடுமிப்பிடி சண்டை. ஒன்று வாங்கினால் ஒன்று இலவசம் என்று ஒரு சோப் ப்ராண்ட் கூறினால் இன்னொரு ப்ராண்ட் 'அது கிடக்கிறது, எங்கள் சோப்பை வாங்கினால் இரண்டு சோப் இலவசம்' என்கிறது.

வளர்ச்சி தடைபடுவதாலும், போட்டி அதிகரிப்பதாலும், விற்பனை மேம்பாட்டு செயல்கள் கூடுவதாலும் இப்பொருள் பிரிவில் லாபம் ஈட்டும் தன்மை குறைகிறது. இந்தியாவில் முதிர்ச்சி படியில் உள்ள மற்ற பொருள் பிரிவுகள் டிடெர்ஜண்ட், டெஸ்க்டாப் கம்ப்யூட்டர்கள் போன்றவை.

முதிர்ச்சி நிலை பல ஆண்டுகள்கூட நீடிக்கலாம். சோப் மார்க்கெட்டின் விற்பனை பல ஆண்டுகளாகவே தேக்க நிலையிலேயே இருக்கிறது. சில பொருள் பிரிவுகளில் முதிர்ச்சி நிலை வெகு சீக்கிரத்திலேயே முற்றி விற்பனை குறையத் துவங்கலாம். இப்படித்தான் முகப்பவுடர் பொருள் பிரிவு முதிர்ச்சி நிலையை அடைந்து அதன் விற்பனை குறையத் துவங்கியிருக்கிறது.

நான்காம் படி: சரிவு

பொருள் பிரிவு முதிர்ச்சியடைவது காலப்போக்கில் முற்றி கடைசியில் சரியத் துவங்கும். இன்னமும் பெட்டரான புதிய பொருள்களின் வருகையாலும், புதிய தொழில் நுட்பத்துடன் கூடிய பொருள்கள் வருகையாலும் பழைய பொருள் பிரிவை மக்கள் புறக்கணிக்கத் துவங்குவார்கள். இதனால் அப்பொருள் பிரிவின் விற்பனை சரியத் துவங்குகிறது.

சரிவின் வேகம் பொருள் பிரிவுக்கேற்ப மாறுபடும். சில பொருள் பிரிவுகள் வேகமாக சரிந்து விழுந்து மறையும். மார்க்கெட்டில் நுழைந்த வேகத்திலேயே பேஜர்கள் செல்ஃபோன் வருகையால் விரைவாகக் காணாமல் போனது போல.

வேறு சில பொருள் பிரிவுகள் புதிய பொருள் வகை வரவால் மெல்லத் தேயும். டைப்ரைட்டர், மொபெட் போன்றவை உதாரணங்கள். சில

பொருள் பிரிவுகள் வாழவும் முடியாமல் போகவும் முடியாமல் வெகு காலம் இழுத்துக்கொண்டு கிடக்கும். சீடிக்கள் இந்த வகையறா.

எந்தப் பொருள் பிரிவும் இந்த வாழ்க்கை சக்கரச் சுழற்சியின் பிடியில் சிக்காமல் தப்பிக்கமுடியாது என்பதை மார்க்கெட்டர்கள் உணர வேண்டும். நீங்கள் விற்கும் ப்ராண்ட் பொருள் வாழ்க்கைச் சக்கரத்தின் எந்தப் படலத்தில் உள்ளது என்பதை உணர்ந்து உத்தி அமைப்பதே புத்திசாலித்தனம்.

வாழ்க்கைச் சக்கரப் படலங்கள் மாறாதவை என்றாலும் உங்கள் பொருளை அது இருக்கும் படியின் தன்மைகளுக்கேற்ப வியூகம் அமைக்க முயற்சிக்கவேண்டும். வளர்ச்சிப் படலத்தில் ஒரு பொருள் இருக்கிறதென்பதற்காக அது கண்டிப்பாக வளரும், வளர்ந்து கொண்டே செல்லும் என்று சொல்வதற்கில்லை. வளரும் நிலையிலிருந்த பேஜர் அதே சூட்டோடு காணாமல் போனதை நினைவில் கொள்ளுங்கள்.

அதேபோல் முதிர்ச்சி படலத்தில் ஒரு பொருள் இருப்பதால் அது கண்டிப்பாகச் சரியும் என்று சொல்வதற்கில்லை. டீவியின் வருகையால் ரேடியோ கேட்பவர்கள் எண்ணிக்கை ஒரு காலத்தில் சரிந்து ரேடியோ காணாமல் போகும் அபாய நிலையில் இருந்தது. ஆனால், தனியார் எஃப் எம் ஒலிபரப்பு துவங்கி பரிசுத் திட்டம், ரேடியோ ஸ்டேஷனை அழைத்துப் பேசி ஊர் முழுவதும் உங்கள் குரல் கேட்கச் செய்யுங்கள் என்ற பயன்கள் அளிக்கப்பட்டு அதுவும் போதாதென்று செல்ஃபோன்களில் எஃப் எம் கேட்கும் வசதி வந்து சேர, அதுவரை ஈனஸ்வரத்தில் ஒலித்துக்கொண்டிருந்த ரேடியோ ஒலிபரப்பு இன்று உச்ச ஸ்தாயியில் ஊரெல்லாம் உரக்க ஒலிக்கிறது.

வாழ்க்கை சக்ரத்துக்கேற்ப சமயோஜிதமாக சிந்தித்து, விவரமாக வியூகம் அமைத்து, சாமர்த்தியமாக செயல்படத்தான் மார்க்கெட்டிங். அப்படி செய்யத்தான் மார்க்கெட்டர். வாழ்க்கை சக்கரத்துக்கேற்ப வியூகம் அமைக்கும் முறையை, முடிந்தால் பொருளின் வாழ்க்கைச் சக்கரத்தையே மாற்றியமைக்கும் முறைகளை இப்போது பார்ப்போம்.

அறிமுகப் படல வியூகங்கள்

புதிய பொருளை அறிமுகப்படுத்திவிட்டீர்கள் என்பதற்காக யாரும் அதை வாங்க க்யூ கட்ட மாட்டார்கள். நீங்கள் உங்கள் பொருளை, அதன் தன்மைகளை, பயன்களை வாடிக்கையாளர்களுக்குத் தெளிவாக அறிமுகப்படுத்தவேண்டும். பரவலாக விநியோகிக்க வேண்டும். இதற்குக் கடைக்காரர்கள் தயவு வேண்டும். அவர்களுக்கும் பொருளின் தன்மை, பயன்கள், உபயோகிக்கும் விதம் போன்றவை தெளிவாக விளக்கப்படவேண்டும். வாடிக்கையாளர் வந்து

விசாரிக்கும்போது கடைக்காரர் 'ஓ, அந்த பொருளா, ஏதோ புதுசா வந்திருக்கு. எப்படின்னு தெரியல நீங்க வாங்கி நல்லா இருந்தா சொல்லுங்க' என்று கூறினால் வந்தவர் வாங்குவாரா?

புதிய பொருள் என்பதால் அதைத் தெளிவாக குழந்தைகளுக்கு விளக்குவதுபோல் விளக்கவேண்டும். 'டீடீஎச்' வகை ஒளிபரப்பு துவங்கப்பட்டபோது அந்த ப்ராண்டுகள் எப்படி அதை செயல் முறை விளக்கம் தந்து விளம்பரங்கள் தந்தன என்பதை நினைத்துப் பாருங்கள். டீடீஎச் என்றால் என்ன, அது செயல்படும் விதம், கேபிள் டீவி விட எப்படிச் சிறந்தது என்பதுவரை வாடிக்கையாளர்களுக்கு பால பாடம் எடுக்கும் வகையில் அமைந்தன விளம்பரங்கள். அதுவும் பத்தாதென்று டீடீஎச் கனெக்ஷன் கொண்ட டீவிக்கள் மால், ஷாப்பிங் காம்ப்ளக்ஸ் போன்ற இடங்களில் மக்கள் பார்க்கும் வகையில் வைக்கப்பட்டன. அதோடு டீடீஎச் ரீசிவர்கள் எத்தனை சின்னது, வீட்டு மாடியில், ஜன்னல் சன்ஷேடுகளில்கூட எப்படி வைக்கமுடியும் போன்றவை விளக்கப்பட்டதும் உங்களுக்கு ஞாபகமிருக்கலாம்.

இத்தனை செய்தும் டீடீஎச் சேவையின் விற்பனை அப்படி யொன்றும் எடுத்தவுடனேயே 20-20 'பவர் ப்ளே' ஓவர்கள்போல் பிய்த்துக்கொண்டு பறக்கவில்லை. முதலில் நுழைந்த 'டிஷ்' மற்றும் 'டாடாஸ்கை' போன்ற ப்ராண்டுகளின் பல வருட முயற்சிக்குப் பின்தான் கொஞ்சத்துக்குக் கொஞ்சம் தலை தூக்க ஆரம்பித்தது.

அறிமுகப்படியில் சரியாக விளக்காத புதிய பொருள் பிரிவு தோல்வியைத் தழுவும். புதிய பொருளின் தன்மை, அதன் பயன்களை சரிவர விளக்காமல் வியூகம் அமைத்த பல கம்பெனிகள் தோல்வி கண்டிருக்கின்றன. மைக்ரோவேவ் ஓவன்கள் போல. பல ஆண்டுகளுக்கு முன் அறிமுகப்படுத்தப்பட்டு ஏகத்துக்கு விளம்பரப் படுத்தியும் இந்தப் பொருள் பிரிவு இன்னமும் பெரிய வளர்ச்சியைக் காண முடியவில்லை.

ஒன்றும் வேண்டாம். ஒரு ஐந்து பெண்களிடம் மைக்ரோவேவ் என்னவெல்லாம் செய்யும் என்று கேட்டுப் பாருங்கள். அவர்கள் என்ன சொல்வார்கள் என்பதை நானே சொல்கிறேன். 'ஆறிய உணவை மீண்டும் சூடு பண்ணலாம்' என்பார்கள்.

மைக்ரோவேவ் கொண்டு ஆயிரம் ஐடங்கள் செய்யலாம் என்றாலும் இதையெல்லாம் வெகுவாக விளக்காமல் விளம்பரம் செய்ததால் விளைந்த விபரீதம் இது. சூடு செய்யும் சாதனத்தை ஏன் காசு கொடுத்து வாங்குவது என்று மக்கள் விட்டேத்தியாய் அதைவிட, இந்தப்

பொருள் பிரிவு இன்னமும் அறிமுகப்படலத்திலேயே அடைந்து கிடக்கிறது. விற்பனை பெரிதும் ஆகாமல் ஆறிக்கிடக்கிறது!

அறிமுகப்படுத்தும் பொருள் கொஞ்சம் காம்ப்ளக்ஸ்லாக இருந்தால் அதை முதல் காரியமாக தெளிவாக விளக்கவேண்டும். செல்ஃபோன் சேவை ஈசியாக புரிந்துகொண்ட நம்மவர்கள் பலருக்கு '4ஜி' என்றால் என்ன என்று தெரியவில்லை. இதைச் சரியாக விளக்காமல் விட்டதால்தான் இதை தேர்ந்தெடுப்பவர்கள் மிக குறைவான அளவிலேயே இருக்கிறார்கள். ஒன்றும் வேண்டாம், உங்களுக்கு தெரிந்த ஒரு ஐந்து பேரிடம் 4ஜி என்றால் என்ன என்று கேட்டுப் பாருங்களேன். அதுகூட வேண்டாம், அவர்களிடம் இருப்பது 3ஜி-யா, 4ஜி-யா என்று கேளுங்கள். 'தெரியலேயே ஜி' என்று பேந்த பேந்த முழிப்பார்கள்!

அதேபோல் விலை அதிகமுள்ள புதிய பொருட்களை ஏற்றுக் கொள்வதிலும் மக்களுக்குத் தயக்கம் இருக்கும். இது போன்ற சமயங்களில் மார்க்கெட்டர்கள் அதிக விலைக்கான காரணத்தையும், பொருள் பயன்களையும் விளக்கினால் வாடிக்கையாளர்கள் அப்பொருளை ஏற்றுக்கொள்ளத் துவங்குவார்கள். சமீபத்தில் 'எல்இடி' பல்புகள் அறிமுகப்படுத்தப்பட்டிருக்கிறது. இவை குறைந்த அளவில் மட்டுமே மின்சாரத்தை பயன்படுத்தும். அதோடு அதிக நாட்கள் உழைக்கும். ஆனால் இதன் விலை சாதாரண பல்புகளை விட பல மடங்கு அதிகம். பெரும்பான்மையான வாடிக்கையாளர்களுக்கு எல்இடி பற்றிய விழிப்புணர்வு இன்னமும் இல்லை. கொஞ்சத்துக்கு கொஞ்சம் விழிப்புணர்வு இருப்பவர் களுக்கும் இதன் விலை அநியாயத்துக்கு அதிகம் என்று இதை ஒதுக்கித் தள்ளுகின்றனர். எல்இடி பல்ப் கம்பெனிகள் இதன் பயன்களைத் தெளிவாக விளக்கினால் மட்டுமே அறிமுகப் படலத்தில் உள்ள இப்பொருள் பிரிவு வளர்ச்சியை காண முடியும்.

வளர்ச்சிப் படல வியூகங்கள்

பொருள் பிரிவின் பயனை உணர்ந்து மக்கள் அதைப் பெருவாரியாக ஏற்றுக்கொண்டு வாங்கத் துவங்கும்போது அப்பொருள் பிரிவு வளர்ச்சி படியில் நுழைந்து பயணிக்க துவங்குகிறது. மக்களின் அங்கீகாரத்தைப் பெறுவதால் பொருள் விநியோகம் பரவலாகிறது. இதை பார்த்து மற்ற தொழிலதிபர்கள் சும்மா இருப்பார்களா. புதிய ப்ராண்டுகளுடன் இப்பொருள் பிரிவில் கூட்டம் கூட்டமாக நுழைவார்கள். இதனால் போட்டி அதிகமாகி, உக்கிரமடையத் துவங்குகிறது.

வளர்ச்சிப் பாதையில் பயணிக்கத் துவங்கிய பின் பொருள் பிரிவுகள் லாபத்தைக் காணத் துவங்குகின்றன. வளர்ச்சிப் படியில் இருப்பதால் மட்டுமே பொருள் பிரிவுகள் லாபம் அடையத் துவங்கும் என்று சொல்வதற்கில்லை. செல்ஃபோன் சேவை இப்போது வளர்ச்சிப் படியில் இருக்கிறது. அதிலுள்ள கம்பெனிகள் இப்போதுதான் லாபத்தைப் பார்க்க ஆரம்பித்திருக்கின்றன. ஆனால் டீடீஎச் பொருள் பிரிவும் வளர்ச்சிப் படியில் இருந்தாலும் இதிலுள்ள கம்பெனிகள் இன்னமும் லாபம் அடையத் துவங்கவில்லை. ஏராளமான முதலீடும் பொருட் செலவும் தேவைப்படும் பொருள் பிரிவுகள் வளர்ச்சி படியில் கால் வைத்த உடனேயே லாபம் காணத் துவங்கும் என்று சொல்ல முடியாது. ஆனால் இந்த கம்பெனிகளின் நஷ்டத்தின் அளவு குறையத் துவங்குகிறது. காலப்போக்கில் பொருள் பிரிவு வளர வளர இந்த கம்பெனிகளும் லாபம் காணத் துவங்கும்.

புதிய பொருளை வாடிக்கையாளர் ஏற்றுக்கொள்ளத் துவங்கும்போது அவரோடு கடைக்காரர்களும், டீலர்களும், விநியோகஸ்தர்களும் கூட ஏற்றுக்கொள்ள துவங்குகிறார்கள். அதனாலேயே புதிய பொருளுக்கு விநியோகம் விரிந்து பரவுகிறது. செல்ஃபோன் சேவை துவங்கிய காலத்தில் ஒரு அல்ப ரீசார்ஜ் செய்ய பஸ் பிடித்துப்போய் தொலைவிலுள்ள ஏதோ ஒரு கடையில் செய்துவிட்டு வரவேண்டியிருந்ததைப் பலர் இப்போது மறந்திருக்கலாம். ஆனால் வளர்ச்சிப் படலத்தில் இப்பொருள் பிரிவு இன்று இருப்பதால் எலக்ட்ரானிக் கடை முதல் எலி மருந்துக் கடை வரை எங்கேயும் ரீசார்ஜ் செய்யும் வசதி வளர்ந்திருக்கிறது. இந்த மட்டும் கார்பரேஷன் கழிப்பிறையில் ரீசார்ஜ் செய்யும் வசதி வரவில்லை. யார் கண்டது. டிஸ்சார்ஜ் செய்யும் இடத்தில் ரீசார்ஜ் வசதி வந்தாலும் ஆச்சரியபடுவதற்கில்லை!

அறிமுகப்படலத்தில் புதிய பொருளை வாடிக்கையாளர்களுக்கு அறிமுகப்படுத்தி பொருளின் தன்மைகளை எடுத்துரைத்த, அவர்களை எஜுகேட் செய்த மார்க்கெட்டர்கள் பொருளை வாடிக்கையாளர்கள் ஏற்றுக்கொண்ட பின் ப்ரமோஷன் வியூகங்களை மாற்றியமைக்க வேண்டும். பொருள் பிரிவுலுள்ள மற்ற ப்ராண்டுகளைவிடத் தங்கள் ப்ராண்ட் எந்த வகையில் சிறந்தது, எத்தகைய வகையில் மேலானது என்பதை விளக்கும் வகையில் தகவல் தொடர்பு வியூகங்களையும் விற்பனை மேம்பாட்டு வியூகங்களையும் அமைக்க வேண்டும்.

டீடீஎச் பொருள் பிரிவு இப்போது மக்களால் ஏற்றுக்கொள்ளப்பட்டு வளர்ச்சிப் படியில் இருக்கிறது. இப்போது இந்தப் பிரிவிலுள்ள ப்ராண்டுகள் தங்கள் விளம்பரங்களில் டீடீஎச் என்றால் என்ன, அதன் பயன்கள் என்னென்ன என்றெல்லாம் விளக்குவதில்லை. மாறாக

தங்கள் ப்ராண்டுகள் சிறந்து விளங்கும் காரணங்களை, வித்தியாசப்படும் வழிகளைப் பட்டியலிட்டுப் பறைசாற்றுகின்றன. ‘ஏர்டெல்’ டீடீஎச் தன்னுடையது ‘4ஜி’ ஒலிபரப்பு என்கிறது. ‘வீடியோகான்’ தன்னுடைய டிஷ் தனியாய் இல்லாமல் டீவியோடு இணைந்தே வருகிறது என்கிறது. ‘ரிலையன்ஸ்’ டீடீஎச் தன் விலை இருப்பதிலேயே குறைந்தது என்று கூக்குரலிடுகிறது. இப்படியே போய் ஏதோ ஒரு டிஷ் சேனல் எங்கள் டிஷ் நீங்கள் சரக்கடிக்க ஏதுவான சைட் டிஷ் என்றுகூட சொன்னாலும் சொல்லலாம், ஒன்றும் சொல்வதற்கில்லை!

புதிய பொருள் பிரிவை மக்கள் ஏற்றுக்கொள்ள அதனால் அதிக அளவில் போட்டியாளர்கள் அப்பொருள் பிரிவில் நுழைய அவர்களின் கூட்டுக் குரலில் அந்த மொத்த பொருள் பிரிவின் விற்பனை அதிகரிக்கும். செல்ஃபோன் சேவை, டீடீஎச், கார்கள், பைக்குகள் என்று எந்த பெரிய பொருள் பிரிவை எடுத்துக்கொண்டாலும் சரி அதில் புதிய கம்பெனிகளும் ப்ராண்டுகளும் அதிக அளவு நுழைந்த போதுதான் அப்பிரிவுகள் வேகமான வளர்ச்சியைக் கண்டன.

போட்டியாளர்களே இல்லாத தொழில் செய்வது பெட்டர் என்றுதான் பல தொழிலதிபர்கள் நினைக்கிறார்கள். தாங்கள் சார்ந்த பொருள் பிரிவில் போட்டியின் உக்கிரம் அதிகமாகக்கூடாது என்றுதான் பல மார்க்கெட்டர்கள் அஞ்சுவார்கள். ஆனால் உண்மை அதுவல்ல. போட்டி அதிகமாக பொருள் பிரிவும் விரிவடையும். இதுதான் எந்தப் பொருள் பிரிவிலும் காணப்படும் நிதர்சனம்.

எல்இடி பல்புகள் அதிகம் வளராததற்கு காரணமும் இதுவே. இதில் போட்டியாளர் அதிகமில்லை. அதனால் போட்டியும் அதிகமில்லை. இதனால் இதைப் பற்றிய விழிப்புணர்வும் மிகவும் குறைந்தே காணப்படுகிறது. அதனாலேயே எல்இடி பல்புகள் விற்பனை மங்கலாகவே இருக்கிறது!

அப்படியானால், போட்டி இல்லை என்றால் ஒரு பொருள் பிரிவு வளரவே வளராதா என்று சிலர் கேட்கலாம். இதில் சில விதிவிலக்குகள் உண்டு. பொருள் பிரிவு மிகப் பயனுள்ளதாக அமைந்து, அந்த பொருள் பிரிவு ப்ராண்டுக்கு அப்பொருளைத் தயாரிக்கும் காப்புரிமை இருந்தால் அந்தப் பொருளை வேறு யாரும் தயாரிக்க முடியாத சூழ்நிலை ஏற்படும். ஆனால் பொருள் பயனுள்ளதாக அமையும் பட்சத்தில் அதன் விற்பனை அதிகரிக்கும். ‘வயாக்ரா’ மாத்திரைகளைப் போல.

முதிர்ச்சி படலத்தில் வியூகங்கள்

எந்தப் பொருள் பிரிவும் வளர்ந்து கொண்டே போவதில்லை. வயாக்ரா உட்பட!

ஒரு பொருள் பிரிவில் அப்பொருளை வாங்கக்கூடியவர்கள் அனைவரும் அதை வாங்கத் துவங்கி பின், அப்பொருளை வாங்கப் புதிய வாடிக்கையாளர்கள் வேறு யாரும் இல்லை என்ற நிலை தோன்றும். அப்பொருள் பிரிவு முதிர்ச்சி படலத்தை அடைந்து விட்டது என்று அர்த்தம்.

சோப்பு வாங்கக்கூடிய மக்களில் 98% பேர் சோப்பு வாங்கி உபயோகித்து வருகிறார்கள் என்று புள்ளி விவரங்கள் கூறுவதை ஏற்கனவே பார்த்தோம். புதிய வாடிக்கையாளர்கள் இப்பிரிவில் நுழையப் போவதில்லை. அதனால், சோப்பு மார்க்கெட்டில் வளர்ச்சி என்பது கொஞ்சமும் இல்லை. இந்தியாவில் சுமார் 740 சோப்பு ப்ராண்டுகள் இருப்பதை முன்பு பார்த்தது நினைவிருக்கும். இந்த ப்ராண்டுகள் இனி வளர ஒரே வழி மற்ற சோப்பு ப்ராண்டுகளிட மிருந்து வாடிக்கையாளர்களை அபகரிப்பதில்தான். அதுதான் நாளொரு குளியலும் பொழுதொரு நுரையுமாக நடக்கிறது.

பொருள் பிரிவு முதிர்ச்சிப் படியில் இருக்கும்போது கடைக்காரர் களுக்குக் கொண்டாட்டம். போட்டி அதிகமாகி மார்க்கெட் ரெண்டு பட்டுக் கிடக்கிறதே. கடைக்காரக் கூத்தாடிகள் காட்டில் கமிஷன் மழை கொட்டும். அதிக கமிஷன் கொடு என்று பிழிந்து எடுப்பார்கள். சமாளிக்க சிரமப்படவேண்டும்.

லாப அளவு குறைய துவங்க, போட்டி உக்கிரத்தைச் சமாளிக்க முடியாமல் இப்பொருள் பிரிவிலுள்ள சின்ன கம்பெனிகள் பிசினஸை விற்றுவிட்டு எஸ்கேப் ஆக முயற்சிப்பார்கள். மீதியுள்ள கம்பெனிகள் எத்தை தின்றால் பித்தம் தெளியும் என்ற வழியை ஆராயத் துவங்குவார்கள்.

முதிர்ச்சிப் படலத்தில் இருக்கும் பொருள் வகையிலுள்ள ப்ராண்டுகள் தங்கள் பொருளில் புதுமை புகுத்தி வாடிக்கையாளரைக் கவர முயற்சிப்பது பயன் தரும். பல வருடங்களுக்கு முன் முகப்பவுடர்கள் டின் பாக்கேஜிங்கில் வந்து நினைவிருக்கும். பவுடர் டப்பாவை வாங்கி உபயோகிக்க காலப்போக்கில் அதன் அடி பாகத்தில் துரு பிடித்து பார்க்கவே கண்றாவியாய் இருக்கும். அப்போதுஅந்த பொருள் பிரிவுக்கே உயிர் கொடுத்ததுபோல் 'பாண்ட்ஸ் ட்ரீம்ஃப்ளவர் டால்க்' அழகான ப்ளாஸ்டிக் பாக்கிங்கில் வர மற்ற முகப்பவுடர் ப்ராண்டுகளும் ப்ளாஸ்டிக் பாக்கிங்குக்கு மாற தேக்கத்தில் இருந்த பவுடர் மார்க்கெட் மீண்டும் வளரத் துவங்கியது!

சோப்பு பொருள் பிரிவு தேக்கத்தில் இருப்பதால்தான் பல சோப் ப்ராண்டுகள் லிக்வுட் சோப், ஹாண்ட் வாஷ் என்று தங்களை புதுப் புது ரூபங்களில் அளித்து நமக்கு சோப்பு போட்டு நம்மை வாங்கத் தூண்டுகின்றன.

சரிவு படலத்தில் வியூகங்கள்

ஆடி அடங்கி வாழ்க்கை ஆறடிக்கு அடியில் போய் உறங்குவதுபோல் பல பொருள் பிரிவுகள் ஒரு நாள் முற்றுப்புள்ளி பெற்று முடிந்து போகும். நாம் ஏற்கனவே பார்த்ததுபோல் எல்லா பொருள் பிரிவுகளும் முதிர்ச்சியடைந்து முடிந்துபோய் மங்களம் பாடவேண்டும் என்று சொல்வதற்கில்லை. சில பொருள் பிரிவுகள் இழுத்துக் கொண்டு நெடு நாள் வரைகூட தாக்குப் பிடிக்கும்.

சரிவு படலத்தில் பொருள் பிரிவு இறங்கத் துவங்கும்போது விற்பனை வேகமாக சரியத் துவங்கும். இழுத்துக்கொண்டிருக்கும் உயிரை இனி பிடித்துப் பிரயோஜனமில்லை என்று மார்க்கெட்டர்கள் ப்ராண்டை ப்ரமோட் செய்வதை நிறுத்துவார்கள். டைப்ரைட்டர், ஆடியோ காசெட், ப்ளாக் அண்டு வயிட் டீவி போன்ற பொருள் வகைகளை இனியும் ப்ரமோட் செய்வதால் ஒரு பயனும் இருக்கப் போவதில்லை. சரிவு படலத்திலுள்ள ப்ராண்டுகளை மூடிவிட்டு சொந்த ஊர் போய் செட்டில் ஆகலாமா என்றுதான் கம்பெனிகள் பார்க்கும்.

பொருள் பிரிவு சரியத் துவங்கிவிட்டால் சகலமும் சமாப்தி, பூலோகம் அஸ்தமனம் என்று அர்த்தமில்லை. இந்தியாவில் சைக்கிள் மார்க்கெட் சரியத் துவங்கியிருக்கிறது. ஒரு பக்கம் பைக்குகளும், ஸ்கூட்டர்களும் மாத தவணையில் தாராளமாய் கிடைக்க மறு பக்கம் பள்ளி, கல்லூரி மாணவ, மாணவிகள்கூட சைக்கிளை ரோட்டில் கிடக்கும் அசிங்கம்போல் பார்க்கத் துவங்கிவிட்டார்கள். இனி சைக்கிள் விற்பனை அவ்வளவு தானா? ஸ்டாண்ட் போட்டு பூட்டி சாவியை தொலைத்துவிடவேண்டியது தானா?

அவசியமில்லை. கொஞ்சம் சாமர்த்தியமாக யோசித்தால் சங்கடகத்துக்குள் சட்டென்று புகுந்து பட்டென்று புகுந்து வரும் சந்து புலப்படும். நம்மில் பலருக்கு திடீரென்று ஆரோக்கியத்தின் மீது பற்று பற்றிக்கொண்டு இப்போது கொழுந்து விட்டு எரிகிறது. தூக்கத்தைத் துச்சமென விட்டு அதிகாலையில் ஒரு கூட்டம் ஓடுகிறதென்றால் இன்னொரு கும்பல் ஜிம்மில் குடிபுகுந்து 'கதவை சாத்தனும் கிளம்புய்யா' என்று இரவு கழுத்தைப் பிடித்து வெளியே தள்ளும் வரை அங்கேயே கதியென்று உடற்பயிற்சி செய்கிறது.

சைக்கிளை மத்திய தர வகுப்பு மக்கள் மற்றும் கீழ்தட்ட மக்களை டார்கெட் செய்யாமல் ஆராக்கியத்தின் மீது நாட்டம் கொண்டுள்ள மக்களை டார்கெட் செய்யலாமே. 'உடம்பு இளைக்க, திடகாத்திரத்துடன் திகழ, இதய, ரத்த, சர்க்கரை சமாச்சாரங்களை கட்டுக்குள் வைக்க, சுற்றுப்புறச் சூழலை மாசுபடுத்தாத சைக்கிளை உபயோகியுங்கள்' என்று கூறி விற்றுப் பார்க்கலாமே. இது முடியுமா என்று கேட்பவர்களுக்கு. இப்படிச் சொல்லித்தான் ஐரோப்பிய நாடுகள் பல காணாமல் போயிருந்த சைக்கிளை எங்கும் காட்சியளிக்கும் கலைப்பொருளாக மாற்றியிருக்கிறது!

பொருள் வாழ்க்கைச் சக்கரத்தின்படி ஒரு பொருள் பிரிவு அது இருக்கும் சக்கரத்தின் படியைப் பொறுத்து அதன் வியூகங்கள் மாறும், மாறவேண்டும் என்று பார்த்தோம். நீங்கள் விற்கும் பொருள் அதன் வாழ்க்கைச் சக்கரத்தில் எங்கிருக்கிறது என்பதை அறிந்து அதற்கேற்ப வியூகங்களை அமைக்கவேண்டும்.

மார்க்கெட்டிங் வியூகம் மட்டுமல்ல, விற்பனை வியூகம், மனித வள வியூகம், நிதி சார்ந்த வியூகம் என அனைத்துமே பொருள் வாழ்க்கைச் சக்கரத்தில் எந்த படியில் இருக்கிறது என்பதை பொறுத்து மாறவேண்டியிருக்கும்.

முடிவுரை :
பாட்டம்ஸ் அப்

நான்கு ரவுண்ட் அடிச்சாச்சு, போதும், அவ்வளவுதான் என்கிறீர்களா.

இருங்க சார். இன்னொரு சின்ன கல்ப். 'கடைசி ரவுண்ட், சும்மா கப்புன்னு அடி' என்று நண்பர்கள் ரொம்பப்படுத்தினால் ஊற்றிய க்ளாஸை அப்படியே எடுத்து ஒரே மூச்சில் கப்பென்று குடித்து கீழே வைப்பதற்கு பாட்டம்ஸ் அப் என்று பெயர். அதுபோல் இது ரொம்ப சின்ன ரவுண்ட், கடைசி ரவுண்ட். முடிவுரை!

ஒரே மூச்சில் மடக்கென்று முடியுங்கள். முடிக்க முடியும். முடிக்க வேண்டும்!

வியூகம் ஈசியாகத் தெரிவதில்லை. ஆனால் நல்ல வியூகங்கள் அனைத்துமே ஈசியானவை. வியூகம் அமைப்பவர்களின் எண்ணங்கள் அவர்கள் தீர்ப்புகள் போன்றவை கலந்திருப்பதால் அது பெரும் பாலும் அமைப்பவரின் எண்ணங்கள், அணுகுமுறைகளைப் பெரிதும் நம்பியிருக்கிறது. இதனாலேயே பெரும்பாலான வியுகங்கள் தப்பாகிப் போகின்றன.

நமக்கு என்ன தெரியும் என்பது முக்கியமல்ல. நமக்கு என்ன தெரியாதோ அதை எப்படி அணுகுகிறோம் என்பதுதான் முக்கியம்.

வியாபாரம் நன்றாகப் போய்கொண்டிருக்கும்போது வியூகத்தின் முக்கியத்துவம் தெரிவதில்லை. ஓடும் பஸ்ஸில் யார் வேண்டு மானாலும் ஏறலாம். நிற்கும் பஸ்ஸை ஸ்டார்ட் செய்யத்தான் திறமை தேவை.

இந்தப் புத்தகத்தில் நாம் பார்த்தது பெரும்பாலும் நிர்வாக மற்றும் மார்க்கெட்டிங் வியூகங்களை மட்டுமே. அதிலும்கூட எல்லா வியூகங்களையும் பார்க்கவில்லை. முக்கியமான சிலவற்றை மட்டுமே உங்கள் பார்வைக்கு வைத்தேன். தொழில் நடத்த இவை மட்டுமே போதாது என்பதைப் புரிந்துகொள்ளுங்கள்.

ஃபைனான்ஸ், மனித வளம், அக்கவுண்டிங், ஆர் & டி, விற்பனை போன்ற மற்ற துறைகளையோ அதற்குத் தேவையான வியூகங் களையோகூட இங்கு நாம் பார்க்கவில்லை.

அந்த வியூகங்கள் முக்கியமானவை அல்ல என்பதல்ல என் வாதம். அவையும் தேவைதான். தொழிலை நேர்படுத்த உதவும் நிர்வாக வியூகங்களும் அதைச் செயல்படுத்தும் கோட்பாடுகள் மற்றும் கருவிகளின் அறிமுகம் உங்களுக்குக் கிட்டுவது ஒரு சிறந்த ஆரம்பமாக இருக்கும் என்று நினைத்ததன் விளைவே இப்புத்தகம்.

நிர்வாகம் பற்றிய அனைத்தையும் அகலவும் உழவில்லை, ஆழமாகவும் உழவில்லை. அளவோடுதான் உழுதிருக்கிறோம். இதில் உங்கள் அனுபவத்தைக்கொண்டு பயிரிட்டு முப்போகம் விளைவிப்பீர்கள் என்ற நம்பிக்கை இருக்கிறது. இந்த வியூகங்கள் தெரிந்துகொண்டால் மற்ற துறைகளுக்கான வியூகங்களை நீங்களே தேடிச் சென்று படிப்பீர்கள் என்ற நம்பிக்கையும் கூடவே இருக்கிறது.

மூன்று தலைமுறையாகத் தொழில் செய்பவர்களைக் கேட்டுப் பாருங்கள். முதல் தலைமுறை தொழில் செய்த முறை போலவே இரண்டாம் தலைமுறையைச் சேர்ந்தவர்கள் தொழில் செய்தனர். முதல் தலைமுறை என்ன செய்தார்களோ, அதை எப்படிச் செய்தார்களோ அதில் பெரிய மாற்றம் ஏதும் இல்லாமல்தான் இரண்டாம் தலைமுறையும் செய்தனர். அப்படி செய்வதே போது மானதாக இருந்தது.

ஆனால், இன்றைய தலைமுறை முந்தைய தலைமுறை செய்ததைச் செய்ய முடிகிறதா? செய்வது சரியாக இருக்குமா?

இப்புத்தகத்தின் முதல் பகுதியில் பார்த்ததுபோல் பிசினஸ் சிலபஸ் அக்கிரமத்துக்கு மாறிவிட்டது. தொழில் செய்யும் முறைகள் முழுவதுமாக திருத்தப்பட்டுவிட்டது. இன்றைய கம்பெனிகளுக்கு அத்தியாவசியமான தேவை தெளிவான, சரியான, திறமையான நிர்வாகம். பழையதையே கட்டிக்கொண்டு அழாத, புதியதை மனமுவந்து வரவேற்கும் நிர்வாகம்.

கற்றது கைமண் அளவு, கல்லாதது கடத்தல் மண் அளவு!

இது கற்கும் மாணவர்களுக்கு மட்டுமல்ல, கம்பெனிகளுக்கும்தான். வளரவேண்டும், வளர்ச்சி வேண்டும் என்று வாய் கிழிய பேசும் நிர்வாகங்கள் கம்பெனியை கற்கும் கம்பெனி ஆக்குவதில்லை. புதிய படிப்பினைப் பெற்றால் பழைய பஞ்சாங்கத்தைக் கட்டிகொண்டு மாரடிக்க வேண்டியதில்லை.

பிரச்னைகளைத் தீர்ப்பதில், புதிய தொழில் நுட்பத்தை அறிமுகப் படுத்துவதில், செயல்முறைகளில் மாற்றங்கள் புரிவதில் புதுமைகளை வரவேற்பதில் கம்பெனிகள் எப்போதும் ரெடியாக இருக்க வேண்டும். இதை பல கம்பெனிகள் உணர்வதில்லை. உணர்ந்தாலும் அதற்குத் தங்களைத் தயார்படுத்திக்கொள்வதில்லை.

கட் த்ரோட் காம்பெடிஷன் உலகில் கம்பெனிகள் 'கற்கும் கம்பெனிகளாக' (Learning Organizations) மாற வேண்டியது காலத்தின் கட்டாயம் என்கிறார் 'டேவிட் கார்வின்'. 'ஹாவர்ட் பிசினஸ் ரெவியூ'வில் 'Building a Learning Organization' என்ற கட்டுரையில் இதைச் செய்ய மூன்று 'M'கள் முக்கியம் என்று விளக்குகிறார்.

Meaning (அர்த்தம்)

புதிய அறிவைப் பரவலாகப் பெற்று, திறனுடன் அதை உருவாக்கி, அதைத் தனக்குள் தெளிவாக உள்வாங்கி அதற்கேற்ப தன் செயல்களில் சதா மாற்றங்கள் செய்து வரும் கம்பெனியே கற்கும் கம்பெனி என்கிறார் கார்வின்.

கற்கும் கம்பெனியின் அடிநாதம் புதிய ஐடியாக்கள். இவை சட்டென்று உதிக்கலாம், போட்டியாளரிடமிருந்து வரலாம், மற்றவர்களிட மிருந்து பெறலாம். அனுபவத்திலிருந்தும் பெறலாம்.

ஐடியாக்களை பெற்றால் மட்டும் போறாது. அதை ஏற்று உள்வாங்கிச் செயல்படுத்தும் வகையில் கம்பெனியின் செயல்பாடுகள் இருக்க வேண்டும். ஐடியாக்கள் ஃப்ளூக்கில் கிடைக்குமா என்று கற்கும் கம்பெனிகள் பார்க்காமல் கட்டம் கட்டி, திட்டம் போட்டு, தோண்டித் துருவி, தேடிப் பிடிக்கும்வகையில் தங்களைத் தயார் படுத்திக்கொள்கின்றன.

Management (வழிமுறை)

கற்கும் கம்பெனிகள் ஐந்து அம்சங்களில் சிறந்து விளங்குகின்றன என்கிறார் கார்வின். இதற்கு பிரத்யேக மைண்ட் செட் மற்றும் ஸ்கில்

செட் தேவை. இந்த ஐந்து அம்சங்களையும் கம்பெனியின் செயல் பாட்டின் ஒவ்வொரு அசைவுடன் இணைத்தால் கம்பெனிகள் புதியதை ஏற்பதும், கற்பதும் எளிதாகும்.

திட்டமிட்டுப் பிரச்னைகளைத் தீர்ப்பது

பல நிர்வாகங்கள் அனுமானத்தின் பெயரில் பிரச்னையை தீர்க்கிறார்கள். அதனாலேயே பல தவறுகள் நடக்கக் காரணமா கிறார்கள். இதற்குத்தான் திட்டமிட்டு டேட்டாவின் துணை கொண்டே தீர்க்கமான முடிவுகள் எடுக்கவேண்டும். இதற்கு 'ஃபேக்ட் பேஸ்ட் மானேஜ்மெண்ட்' (Fact based management) என்று பெயர்.

பிரச்னையின் ஆதார காரணத்தை அறிவியல்பூர்வமாக ஆராய்ந்து அதனைச் சரிசெய்யத் தேவையான டேட்டாவை பலமுறை சரிபார்த்துச் செயல்படும் போதுதான் கம்பெனி கற்கும் கம்பெனியாகிறது. சர்வதேச குவாலிடி நிபுணர் எட்வர்ட் டெமிங் (Edward Deming) கூறிய அறிவுரையை கம்பெனிகள் நினைவில் கொள்வது நல்லது: 'திட்டமிடு, செய்திடு, சரிபார்த்திடு, செயல்படு'.

எக்ஸ்பெரிமெண்டேஷன் (Experimentation)

புதிய சிந்தனைகளைத் தேடிப் பெற்று பரிசோதித்துப் பார்ப்பதும் கற்கும் கம்பெனி செய்யவேண்டிய செயல்களில் ஒன்று. இதை இரு வகையில் செய்யலாம். கம்பெனி செயல்பாடுகளில் புதியதைப் புகுத்திகொண்டே இருந்து அதன் தன்மைகளை, அதன் பயன்களை ஆராய்வது ஒருவகை. இதைச் செய்ய கம்பெனி தன் ஆர்-டி நிர்வாகிகளை மற்ற கம்பெனிகளுக்கோ, வெளி நாடுகளுக்கோ, ஆராய்ச்சி மையங்களுக்கோ, சர்வதேசப் பல்கலைக்கழக ஆய்வகங் களுக்கோ அனுப்பி அங்கிருந்து புதியதைக் கற்று, பெற்று வர அனுப்பலாம்.

மற்றொரு வகை டெமான்ஸ்ட்ரேஷன் ப்ராஜக்ட்ஸ். கம்பெனியின் குறிப்பிட்ட ஒரு பிரிவிலோ, துறையிலோ பழையதை முழுவதுமாக மாற்றி புதிய முறைகளை அறிமுகப்படுத்தி அதன் பயன்களை ஆராய்வது. திட்டமிட்ட பயன்களைப் புதிய முறை அளிக்குமானால் அதையே கம்பெனி முழுவதும் அறிமுகப்படுத்தமுடியுமா என்று நிர்வாகங்கள் ஆராயலாம்.

அனுபவங்களிலிருந்து கற்றுக் கொள்வது

'தன் தவறைத் திருத்திக்கொள்ளாதவன் அதே தவறை மீண்டும் செய்ய விதிக்கப்படுவான்' என்றார் தத்துவமேதை 'சண்டாயனா'.

நிர்வாகமும் ஊழியர்களும் தன் வெற்றிகளையும் தோல்விகளையும் அக்குவேறு ஆணிவேறாக அலசி ஆராய்ந்து அதிலிருந்து பெற்ற பாடங்களைப் புரிந்துகொண்டு மற்றவர்களிடமும் பகிர்ந்துகொள்ள வேண்டும். புரிந்த தவறுகளிலிருந்துதான் புதிய இன்சைட் கிடைக்கும். புதிய இன்சைட் மூலம்தான் புதிய வழி புலப்படும். புதிய வழியிலிருந்தே புதிய வெற்றிகள் பெறமுடியும்.

ஒரு முறை 'ஐபிஎம்' கம்பெனி ஊழியர் ஒருவரின் தவறான முடிவால் கம்பெனிக்கு 10 மில்லியன் டாலர் இழப்பு ஏற்பட அவர் குற்ற உணர்ச்சியுடன் தன் ராஜினாமா கடிதத்தை ஓனர் 'தாமஸ் வாட்ஸனி'டம் தந்தார்.

அதற்கு வாட்ஸன் 'என்ன விளையாடுகிறாயா. உனக்கு புதிய பாடம் கற்றுத்தர கம்பெனி இப்போதுதான் 10 மில்லியன் டாலர் செலவழித்திருக்கிறது. உன்னையாவது விடுவதாவது. இனி இந்த தவறை நீ ஆயுசுக்கும் செய்யமாட்டாயே. இந்தப் பாடத்தை ஐபிஎம் உனக்கு கற்றுத் தந்து அதன் பயனை வேறொரு கம்பெனி ஏன் பெற வேண்டும்' என்று கூறி ராஜினாமா கடிதத்தை கிழித்து போட்டு 'போய் வேலையைப் பாருப்பா' என்றாராம். இந்த அணுகுமுறையே கற்கும் கம்பெனிகளுக்கு ஆதாரம்.

மற்றவர்களிடமிருந்து கற்றுக் கொள்வது

புதிய அறிவை எங்கிருந்தும் பெறலாம். பெறவேண்டும். 'புதிய ஐடியாக்களை, அறிவை கூச்சப்படாமல் திருடவும் செய்யலாம்' என்கிறார்கள் வல்லுனர்கள். வேண்டுமானால் சில தமிழ் பட டைரக்டர்களை கேட்டுப் பாருங்கள். 'இதிலெல்லாம் வெக்கத்த பாத்தா முடியுமா பாஸு' என்பார்கள் கொஞ்சம்கூட வெட்கமே இல்லாமல்!

இதற்குத் தேவை 'பென்ச்மார்க்கிங்' (Benchmarking). தொழிலின் ஒவ்வொரு அங்கத்தையும் பிரித்து ஒவ்வொன்றிலும் சிறந்து விளங்கும் கம்பெனிகளின் செயல்பாடுகளை, பெஸ்ட் ப்ராக்டிசஸ் களை (Best practices) சுவீகரித்து அவர்கள் அளவுக்கு ஒவ்வொரு அம்சத்தில் சிறந்து விளங்கச் செய்யும் முயற்சிதான் பென்ச்மார்க்கிங். இதைச் சிறப்பாய் செய்ய 'எங்கிருந்தும் கற்கலாம்' என்ற கலாசாரத்தை கம்பெனி முழுவதும் பரப்புவது அவசியம்.

பெற்ற அறிவைப் பகிர்ந்துகொள்வது

'கண்டோம், பெற்றோம், கற்றோம்' என்றில்லாமல் கம்பெனியின் ஒவ்வொரு அங்கமும் தாங்கள் பெற்ற புதிய அறிவை, புதுமைகளை கம்பெனியெங்கும் பரப்பவேண்டும். ந்யூஸ்லெட்டர், இண்டர் டிபார்ட்மெண்ட் மீட்டிங்ஸ், இண்டர் டிபார்ட்மெண்ட் ட்ரான்ஸ்ஃபர்,

மாதாந்திர ரிப்போர்ட்ஸ், புதுமைக்கான விருதுகள் போன்றவற்றின் மூலம் அறிவு பகிர்தலைச் சாத்தியப்படுத்த முடியும்.

Measurement (மதிப்பீடு)

புதுமைகளை கம்பெனிகள் கற்க மூன்று படிகள் முக்கியம். புதிய ஐடியாக்களை ஊழியர்கள் பார்த்து தெரிந்து, புரிந்து கொள்வது முதல் படி. அதை உள்வாங்கி தங்கள் செயல்களில் மாற்றங்களை ஏற்படுத்துவது இரண்டாவது படி. செயல்பாட்டில் முன்னேற்றம் அடைந்து பாசிடிவான ரிசல்ட் தெரிவது மூன்றாவது படி.

இந்த மூன்று படிகளையும் தெளிவாகத் தெரிந்துகொள்ள கம்பெனி செய்யவேண்டியது 'லர்னிங் ஆடிட்.' (Learning audit). ஊழியர்களிடம் சர்வே நடத்துவது, இண்டர்வ்யூ செய்வது, நேரடியான மேற்பார்வை போன்றவை மூலம் கம்பெனி இந்த ஆடிட்டை செய்யலாம். துறை சார்ந்த நிபுணர்கள், ஆலோசகர்கள் மூலம் ஐடியா சரியாக செயல்படுத்தப்படுகிறதா என்று மதிப்பீடு செய்யலாம்.

அரச மரம் சுற்றி அடிவயிற்றை தொட்டுப் பார்த்தால் ஒரு எழவும் நடக்காது. கற்கும் கம்பெனியை ஓவர்நைட்டில் உருவாக்கமுடியாது. முதல் வேளையாக கம்பெனி முழுவதும் கற்க ஏதுவான சூழ்நிலை உருவாக்கவேண்டும். புதிய சிந்தனை, ஐடியா வளர ஊழியர்களுக்கு நேரம், சுதந்திரம் தரவேண்டும். புதிய ஐடியா பிரயோகிக்கும்போது தவறு நேர்ந்தால் தட்டி கொடுத்து உற்சாகப்படுத்தும் நிர்வாகம் வேண்டும். டிபார்ட்மெண்ட் எல்லைகள் கம்பெனியைக் கட்டுப் படுத்தாமல் டிபார்ட்மெண்டுகள் சேர்ந்து செயலாற்றும் கலாசாரம் வேண்டும். தடையில்லா உலகில் கம்பெனிக்குள் தடை இல்லாமல் செய்வது நிர்வாகத்தின் கடமை. நெருக்கித் தள்ளும் போட்டி யுகத்தில், பரபரவென்று பறக்கும் மார்க்கெட்டில், மென்னியைத் திருகும் போட்டியாளர் உலகில் முடிவில்லா கற்கும் கம்பெனியே முடிசூடா விற்கும் கம்பெனியாக முடியும்!

கேப்டன் ஆஃப் த ஷிப்

மங்களம் பாடி முடிக்கும் முன் இன்னொரு முக்கியமான மேட்டர். ஒரு முக்கியமான நபரைச் சந்திக்கவேண்டியிருக்கிறது. அவர் இல்லையேல் ஒரு அணுவும் அசையாது. ஆடுறா ராமா என்று அனைவரையும் ஆட்டுபவர். ஆட்ட வேண்டியவர்.

நாம் பார்க்கவேண்டிய அந்த பார்ட்டி வேறு யாருமல்ல. தொழிலின் நாயகன். டீமின் காப்டன். நிர்வாகத்தின் முதல்வன். கம்பெனியின் காவலன்...

நீங்கள் தான்!

தொழிலை நேர்பட செலுத்தும் நே(ா)க்கும் நிர்வாகத்தை சீராக நடத்தும் திறனும் மிக்க தலைமையே தொழிலின் ஆதாரம். அதனால்தான் கம்பெனி தலைவரை காப்டன் ஆஃப் தி ஷிப் என்பார்கள்.

இதுவரை கப்பலை மட்டும்தான் பார்த்தோம். இனி காப்டனை, அவருக்குத் தேவையான திறமைகளைப் பார்ப்போம். பட்டியலிட்டுப் புரிந்துகொள்வோம்.

தலையெழுத்தை நிர்ணயிக்கும் தலைமை

1971ல் 'கிம்பர்லி க்ளார்க்' என்ற பேப்பர் கம்பெனி சீஇஓ ஆகிறார் 'டார்வின் ஸ்மித்'. இழுத்துக் கொண்டிருந்த கம்பெனி. சேர்ந்த இரண்டாவது மாதம் அவருக்கு கான்சர் இருப்பது தெரிகிறது. ஒரு வருடம்கூட தாங்காது என்கிறார்கள் டாக்டர்கள். இதை கம்பெனிக்கு தெரிவித்துவிட்டு 'நான் இன்னமும் சாகவில்லை. கம்பெனியில் நிறைய வேலை இருக்கிறது. முடிக்கும்வரை இறக்கும் உத்தேசமில்லை' என்று கூறி அயராது உழைக்கிறார் டார்வின்.

வாரம் முழுவதும் அலுவலகம், வார முடிவில் ரேடியேஷன் தெரபி என்ற வாழ்க்கை. ஒரு வருடக் கெடு பெற்றவர் இருபத்தி ஐந்து வருடங்கள் வாழ்ந்தார். தன் அபார உழைப்பால் மெலிந்த கம்பெனியை நிமிர்த்தி சிறந்த கம்பெனிகள் வரிசையில் சேர்த்தார். ரிடையர் ஆனபோது அனைவரும் அவரை ஆஹோ ஓஹோ என்று ஏகத்துக்கும் பாராட்டினர். அவரோ, 'என் பதவிக்குத் தகுதியானவனாகும் முயற்சியை மட்டும்தான் செய்தேன், எனக்கெதற்கு இத்தனை பாராட்டு' என்றார் அடக்கத்துடன்.

1975ல் 'ஜில்லெட்' கம்பெனியின் சீஇஓ ஆகிறார் 'கோல்மென் மில்லர்'. புதிய ஷேவிங் பொருட்கள் கொண்டு வரும் முயற்சியில் இருக்க கம்பெனியை வாங்கிக் கூறுபோட்டு அதிக விலைக்கு விற்க கார்ப்பரேட் ரெய்டர்கள் முயன்றனர். கம்பெனி இயக்குனர்களோடு சேர்ந்து அம்முயற்சியை முறியடித்தார் மில்லர். அவர்கள் ஷேர்களை அதிக பணம் தந்து வாங்கும் முயற்சி நடந்தது. அதிகமில்லை, இரண்டரை பில்லியன் டாலர் தருவதாகச் சொன்னார்கள். அதன் இந்திய மதிப்பு என்ன என்றா கேட்கிறீர்கள். அந்த காசில் அப்போது இந்தியாவையே வாங்கியிருக்கலாம்!

கார்ப்பரேட் ரெய்டர்களிடம் சிக்கினால் கம்பெனி நாசமாகிவிடும், புதிய பொருட்களைக் கொண்டு வரமுடியாது என்று வந்த பணத்தை துச்சமாக மதித்துவேண்டாம் என்று கூறி கம்பெனியைக் காக்கிறார்கள் சீஇஓ மற்றும் கம்பெனி டைரக்டர்கள்.

அதன் பின் ஜில்லெட் அறிமுகப்படுத்திய 'சென்சர்', 'மாக் 3' போன்றவை உலக ஆண்களின் ரோம சாம்ராஜ்யத்தை அழித்து ஜில்லெட்டை தலை சிறந்த கம்பெனிகள் வரிசையில் சேர்த்தது.

1991ல் 'ஃபார்சூன்' பத்திரிகை அட்டையில் மில்லர் படத்தைப் போட பர்மிஷன் கேட்க 'நான் எதையும் பெரியதாக சாதிக்கவில்லை' என்று மறுக்கிறார். இருந்தும் அவரை வரைந்து அட்டையில் பிரசுரித்த பத்திரிகையை ஊழியர்கள் காட்ட மில்லர் கூச்சப்பட்டு 'எதற்கு இது' என்று கூறிவிட்டு 'சரி, எனக்கு வேலை இருக்கிறது' என்று தன் ரூமுக்குச் செல்ல அங்கு திடீரென்று மாரடைப்பு வந்து பதினாறு ஆண்டுகள் கட்டிக்காத்த கம்பெனியிலேயே உயிரிழக்கிறார்!

'மார்ல்ப்ரோ' போன்ற சிகரெட் பொருட்களை மட்டும் விற்ற 'ஃபிலிப் மாரிஸ்' கம்பெனி சீஇஓ ஆகிறார் 'ஜோசஃப் கல்மென்'. 1957 முதல் 1978 வரை பல புதிய பொருட்களை அறிமுகப்படுத்தி, பல கம்பெனிகளை வாங்கி இணைத்து பிலிஃப் மாரிஸை உலகின் டாப் கம்பெனிகள் லிஸ்ட்டில் சேர்க்கிறார்.

இரண்டாம் உலகப் போரில் கடல் படையில் இருந்த அவர் போர் கப்பல் ஒன்றில் பயணிக்க வேண்டியவர் கடைசி நேரத்தில் வேறு பணிக்கு அனுப்பப்பட அவர் போக வேண்டிய கப்பல் நடுக்கடலில் மூழ்கி அனைவரும் இறந்தனர். சுவாரசியங்கள் மிகுந்த தன் சுயசரிதை எழுதுமாறு அனைவரும் வற்புறுத்த இறுதி வரை மறுத்து வேறு வழியில்லாமல் ஃபிலிப் மாரிஸ் கம்பெனிகாரர்களுக்கு மட்டும் தன் சுயசரிதையை எழுதினார்.

புத்தகத்தை இப்படித் துவக்குகிறார்: 'பிறந்தது முதல் எனக்கு அதிர்ஷ்டம். அன்பான பெற்றோர், அழகான மனைவி கிடைத்த அதிர்ஷ்டம். அமர்களமான பிசினஸ், அருமையான உடன் பணிபுரிவோர் பெற்ற அதிர்ஷ்டம். கடல் படையில் சேர்ந்த அதிர்ஷ்டம். கப்பலில் மூழ்காமல் தப்பித்த அதிர்ஷ்டம். எண்பத்தி ஐந்து வயதிலும் உயிரோடு இருக்கும் அதிர்ஷ்டம்.'

வெற்றி பலருக்கு ஆணவத்தை தரும். இவரோ தன் வெற்றியை அதிர்ஷ்டம் என்றார். இவர் சுயசரிதையின் தலைப்பு 'I am a lucky guy'!

எப்பேர்ப்பட்ட மனிதர்கள். எத்தகைய தலைவர்கள். தொழில் உலகின் வரப்பிரசாதங்கள். இது போன்ற தலைமையே கம்பெனியை அதி சிறந்ததாக்கும் அடித்தளம் என்கிறார் 'ஜிம் காலின்ஸ்'. நாம் ஆறாவது அத்தியாயத்தில் சந்தித்த நிர்வாக ஆராய்ச்சியாளர். சிறந்த கம்பெனிகள் உருவாவது எப்படி என்று ஆராய்ந்து அதன் முடிவுகளை 'குட் டு க்ரேட்' என்ற புத்தகமாய் எழுதினார் என்று பார்த்தோமே, அதே மகாபிரபுதான்.

தலை சிறந்த கம்பெனிகளின் வெற்றிக்கு அடித்தளமிடுவது அதன் தலைமை என்கிறார். அப்பேர்ப்பட்ட தலைமைக்குத் தன் ஆராய்ச்சியில் தாம் இனங்கண்ட காரணங்களை, சீரிய தலைமைக்குத் தேவையான திறமைகளை அவர் தன் புத்தகத்தில் பட்டியலிடுகிறார்.

இந்தத் திறமைகள் கோட்பாட்டு ரீதியானவையோ லட்சியவாதக் கனவுகளோ அல்ல. அனுபவரீதியான உண்மைகள். இதை மனதில் நிறுத்திக்கொண்டு உங்கள் தலைமையை மெருகேற்ற உதவும் கீழ்கண்டவற்றை பயபக்தியுடன் படியுங்கள்.

சிறந்த தலைமையின் சீரிய தன்மைகள்

சிறந்த தலைவர்கள் தங்களை என்றுமே முன்நிறுத்துவதில்லை. அதனால்தான் சிறந்த கம்பெனிகளைத் தெரிகிற நமக்கு அதன் தலைமை யார் என்பது தெரிவதில்லை. 'பி அண்டு ஜி' கம்பெனி சீஇஓ யார் என்று தெரியுமா? 'பிரிட்டானியா'வின் தலைவர்? 'டாபர்'? 'எல் அண்டு டி'?

சிறந்த தலைவர்கள் தன்னலம் பாராதவர்கள். தங்களைத் தாண்டி, அவர்கள் ஆயுளை மீறி கம்பெனி வளரவேண்டும் என்று பார்ப்பார்களே ஒழியத் தன்னை முன்நிறுத்தி தற்புகழ்ச்சி தேட மாட்டார்கள்.

'வாழ்க்கையில் எதையும் சாதிக்கலாம், அதனால் யாருக்குப் பெயர் கிடைக்கும் என்று பார்க்காதவரை' என்றார் 'ஹேரி ட்ரூமன்'.

'அப்பாட் லேபரட்டிரீஸ்' என்ற மருந்து தயாரிக்கும் குடும்ப கம்பெனி. கம்பெனி வளர சிறந்தவர்கள் மட்டுமே பணி புரிய வேண்டும் என்று அதன் சீஇஓ 'ஜார்ஜ் கெயின்' தகுதியில்லாத தன் குடும்பத்தார் பலரையே சீட்டைக் கிழித்து வீட்டுக்கு அனுப்பினார். பித்ருக்கள் வேறு பிசினஸ் வேறு என்று பந்தபாசத்தை ஒதுக்கி கம்பெனியை டாப் லெவலுக்குக் கொண்டு சென்றார்.

சிறந்த தலைவர் தன் கம்பெனி பற்றி பேசும்போது 'நான்' என்று கூறாமல் ''நாங்கள்' என்று தங்கள் சக பணியாளர்களைச் சேர்த்தே பேசுவார்கள். பல வருடங்கள் முன்பு நம்மூர் 'சுந்தரம் க்ளேட்டன்' ஜப்பான் நாட்டின் உயரிய தர விருது பெற்றது. அதைப் பற்றிய கட்டுரை வெளியிட்ட ஆங்கில பத்திரிகை அட்டையில் கம்பெனி தலைவர் 'திரு. வேணு ஸ்ரீனிவாசன்' படம் பிரசுரிக்க அவரை அணுக அவர் 'இது என் மொத்த டீமுக்கும் கிடைத்த விருது. அவர்களோடு சேர்ந்து வேண்டுமானால் நிற்கிறேன், தனியாக போஸ் தரமாட்டேன்' என்றார். ஊழியர்கள் உழைப்புக்குத் தரப்பட்ட எப்பேர்ப்பட்ட அங்கீகாரம் பாருங்கள். பாட்டன் காலத்திலிருந்து க்ளேட்டன் பெற்று வரும் வெற்றியின் ரகசியம் இப்போது புரிகிறதா!

சிறந்த தலைவர்கள் சாதாரணமானவர்கள். ஆனால், அசாதாரண ரிசல்ட் தந்தவர்கள். இவர்கள் வெற்றிகளை ஜன்னல்களாகப் பாவித்து அதனூடே மற்றவர்களைப் பார்க்கின்றனர். அவர்களே வெற்றிக்கு சொந்தக்காரர்கள் என்கின்றனர். தோல்வியைச் சந்தித்தால் அதை முகம் பார்க்கும் கண்ணாடியாய் பாவித்து தங்களை மட்டும் அதில் கண்டு தவறுக்கு முழு பொறுப்பேற்று அதை நிவர்த்தி செய்ய முயற்சி செய்கின்றனர்.

லெவல் 5 தலைமை

தலைமை பண்பு என்பது ஒன்று முதல் ஐந்து லெவல்கள் கொண்டது என்கிறார் காலின்ஸ். கம்பெனி அதிசிறந்ததாக மாற்றத் தேவை லெவல் 5 தலைமை என்கிறார்.

காலத்தால் அழியாத சிறந்த கம்பெனி உருவாக்கும் கனவோடு மனதிடத்துடன் அசாத்திய பணிவுடன் பணி புரிபவர்கள் லெவல் 5 தலைவர்கள். லெவல் 5 தலைவர்களுக்குச் சாதிக்க துடிக்கும் லட்சியம் உண்டு, சகட்டுமேனிக்கு ஈகோவும் உண்டு. அவை தன் கம்பெனி, அதன் வளர்ச்சி என்பதைச் சுற்றியே இருக்கும் என்கிறார் காலின்ஸ். தன் காலத்துக்குப் பின்னும் கம்பெனி வளரத் தேவையான வற்றைச் செய்துவிட்டு செல்வார்கள் லெவல் 5 லீடர்கள்.

ஒருவரைப்பற்றிப் பேசும்போது, புகழும்போது ‘அவர் வேற லெவல்’ என்று நாம் கூறுவது இதனால்தானோ என்னவோ.

இதெல்லாம் இருக்கட்டும். நீங்கள் எந்த லெவல் சார்? உங்கள் தொழிலை எந்த லெவலுக்கு எடுத்துச் செல்வதாய் உத்தேசம்?

கடைசிப் பக்கம்: ஸ்ட்ரடீஜிக் மேனேஜ்மெண்ட் ப்ராசஸ்

பாலபாடம் முதல் ப்ளஸ் டூ வரை தமிழ் கூறும் நல்லுலகம் தமிழ் பாடத்தை கோனார் நோட்ஸ் படித்துத்தான் பாஸ் செய்தது என்று எனக்குத் தெரியும்.

அடியேன் பாஸ் செய்தது அவ்வண்ணமே!

இப்புத்தகத்தில் நாம் சந்தித்த, விவரித்த, விவாதித்த முக்கிய நிர்வாக சித்தாந்தங்கள், தொழிலை அலசி ஆராய்ந்து அறிய உதவும் கருவிகள், வியூகம் அமைக்கும் விதங்கள் அனைத்தையும் சுத்தமாய், மொத்தமாய் படம் வரைந்து பாகங்களைக் குறிப்பிட்டுத் தந்தால் உங்களுக்கு ரிவைஸ் செய்ய க்ளியராய் இருக்கும், புரிந்து கொள்ள ஈசியாக இருக்கும், செயல்படுத்த எளிதாய் இருக்கும் என்ற முயற்சியின் டேபுலர் அடுத்த பக்கத்தில்.

இப்படி பாத்தி கட்டி, பத்தி பிரித்து, பரிட்சை பிட்போல தருவதால், பய புள்ள பிறகு நமக்கே பரிட்சை வைப்பானோ என்று பயப்படாதீர்கள்.

நீங்கள் விற்கும் ப்ராண்ட்தான் பரிட்சை. நீங்கள் நடத்தும் தொழில் தான் தேர்வு. அதற்கு உங்களைத் தயார்படுத்திக்கொள்ளத்தான் இந்த ரிவிஷன். அதில் நீங்கள் நூற்றுக்கு நூறு மார்க் எடுத்து தொழிலில் முதலாவதாய் முன்னேற என் மனப்பூர்வமான வாழ்த்துகள்!

ஸ்ட்ரடீஜிக் மேனேஜ்மெண்ட் ப்ராசஸ்

குறிக்கோள்	செயல்பாடு	கருவிகள்
தொழிலின் புறச்சூழல் புரிய	சுற்றுச்சூழல் திறனாய்வு	பெஸ்ட் திறனாய்வு
		வளத் தணிக்கை
	போட்டியாளர் திறனாய்வு	ஐந்து சக்திகள் அமைப்பு
	சுய திறனாய்வு	வ்ரையோ
		வேல்யூ செயின்
தொழிலை வடிவமைக்க	தொழில் வரையறுப்பு	மார்க்கெட்டிங் மயோப்பியா
	பயணிக்க வேண்டிய திசை	விஷன் டாகுமெண்ட்
	தொழிலின் தனித்துவம்	கோர் காம்ப்பெடன்ஸ்
	பயணத்தின் பாதை	வியூக அறிக்கை
	கற்கும் கம்பெனி உருவாக்கம்	3 'M' சித்தாந்தம்
		லெவல் 5 தலைமை
		ஹெட்ஜ்ஹாக் கோட்பாடு
ப்ராண்டை வளர்க்க	ஸ்வாட் ஆய்வு	ஸ்வாட் ஆய்வு
	வியூக அமைப்பு	போர்ட்டர் ஜெனரிக் வியூகங்கள்
	வளர்ச்சிக்கான வழிகள்	ஆன்சாஃப் வளர்ச்சி க்ரிட்
	ப்ராண்ட் நிலை புரிதல்	ப்ராடக்ட் லைஃப்சைக்கிள்

www.ingramcontent.com/pod-product-compliance
Lightning Source LLC
LaVergne TN
LVHW102037051026
849518LV00014B/2006